ദൈവനാമത്തിൽ

Daivanamathil

C P Nair

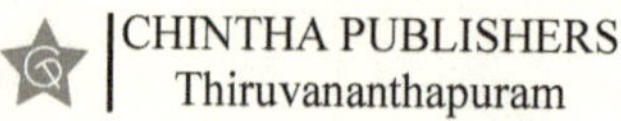
CHINTHA PUBLISHERS
Thiruvananthapuram

First Edition
November 2021

Published
Chintha Publishers, Thiruvananthapuram

Typesetting
Star Communications, Thiruvananthapuram

Cover Design
Subin Abraham

ISBN : 978-93-90301-95-9

CO - 3039 / 5621

Email: chinthapublishers@gmail.com
Website: www.chinthapublishers.com

Distribution
DESHABHIMANI BOOKHOUSE
H O Thiruvananthapuram 695035

Branch
Head Office Kunnukuzhi • Statue Thiruvananthapuram
KSRTC Bus Station Alappuzha • KSRTC Bus Station Ernakulam
Machingal Lane Thrissur • IG Road Kozhikode
Mavoor Road Kozhikode • NGO Union Building Kannur
Central Bus Terminal Complex Thavakkara Kannur

ദൈവനാമത്തിൽ

സി പി നായർ

ചിന്ത പബ്ലിഷേഴ്സ്
തിരുവനന്തപുരം-695 035
വില : ₹ 160

സി പി നായർ

1940 ഏപ്രിൽ 25 ന് മാവേലിക്കരയിൽ ജനിച്ചു. പ്രസിദ്ധ സാഹിത്യകാരനും നടനും ചരിത്രപണ്ഡിതനുമായിരുന്ന എൻ പി ചെല്ലപ്പൻനായരുടെ ഏകപുത്രൻ. മാവേലിക്കര യിലും തിരുവനന്തപുരത്തും വിദ്യാഭ്യാസം. എം എ (ഇംഗ്ലീഷ്) ഒന്നാം റാങ്കിൽ ജയിച്ചു. മൂന്നുവർഷം കോളേജ് അദ്ധ്യാപകനായിരുന്നു.

1962 ൽ ഐ എ എസിൽ പ്രവേശിച്ചു. സബ്കളക്ടർ, തിരു വനന്തപുരം ജില്ലാ കളക്ടർ, സിവിൽ സപ്ലൈസ് ഡയറക്ടർ, കൊച്ചി തുറമുഖ ട്രസ്റ്റ് ഡെപ്യൂട്ടി ചെയർമാൻ, മുഖ്യമന്ത്രിയുടെ സെക്രട്ടറി, ആഭ്യന്തരവകുപ്പ് സെക്രട്ടറി, ചീഫ് സെക്രട്ടറി എന്നിവയാണ് ഏറ്റെടുത്ത പ്രധാന ചുമ തലകൾ. 1971–72 ൽ ലണ്ടൻ സർവ്വകലാശാലയിൽ നഗര വല്ക്കരണത്തെക്കുറിച്ച് ഒരു വർഷം ഉപരിപഠനം നടത്തി. സംസ്ഥാന ഭരണ പരിഷ്കാരക്കമ്മീഷൻ അംഗമായിരുന്നു. 2021 ഒക്ടോബർ ഒന്നിന് അന്തരിച്ചു.

തകിൽ, മിസ്റ്റർ നമ്പ്യാരുടെ വീട്, ലങ്കയിൽ ഒരു മാരുതി, ചിരി ദീർഘായുസ്സിന്, പൂവാലന്മാർ ഇല്ലാതാകുന്നത്, ഉഗാണ്ട മലയാളം, ഇരുകാലി മുട്ടകൾ, കുഞ്ഞുഞ്ഞമ്മ അഥവാ കുഞ്ഞുഞ്ഞമ്മ, പുഞ്ചിരി, പൊട്ടിച്ചിരി, സംപൂജ്യ നായ അദ്ധ്യക്ഷൻ, തൊഴിൽ വകുപ്പും എലിയും, നേര്, ഒന്നാം സാക്ഷി ഞാൻ തന്നെ, കുമാരി ഭാസുരയുടെ ക്രൂര കൃത്യങ്ങൾ, ജയ് ഹോ, സീരിയൽ നടി പിടിയിൽ, രതിസു ഖസാരേ, ആൾക്കൂട്ടത്തിൽ തനിയെ, എന്തരോ മഹാനുഭാ വുലു (സർവ്വീസ് സ്റ്റോറി) എന്നിവ പ്രസിദ്ധീകൃത കൃതി കൾ. ഹാസ്യസാഹിത്യത്തിനുള്ള 1994 ലെ കേരള സാഹിത്യ അക്കാദമി അവാർഡ് *ഇരുകാലിമുട്ടകൾ* എന്ന ഗ്രന്ഥത്തിന് ലഭിച്ചു.

ഭാര്യ   : സരസ്വതി
മക്കൾ   : ഗായത്രി, ഹരിശങ്കർ
വിലാസം : സീസൺസ് അപ്പാർട്ട്മെന്റ്സ്
              കുറവൻകോണം, തിരുവനന്തപുരം.

ഉള്ളടക്കം

സഹോദരനിൽ വിശേഷമായ സ്നേഹം
എന്നും ഏറെ നല്കിയിരുന്ന
പ്രിയപ്പെട്ട പി ജിക്ക്
അഗാധമായ സ്നേഹാദരങ്ങളോടെ....

പ്രസാധകക്കുറിപ്പ്

സംസ്ഥാനത്തെ മുൻ ചീഫ് സെക്രട്ടറിയും സംസ്ഥാന ഭരണ പരിഷ്കാരക്കമ്മീഷൻ അംഗവുമായിരുന്ന സി പി നായരുടെ നർമ്മ ലേഖനങ്ങളുടെ സമാഹാരമാണ് ദൈവനാമത്തിൽ. സമകാലിക വിഷയങ്ങളെ വിമർശനാത്മകമായി സമീപിച്ചു കൊണ്ട് അവയിലെ പൊള്ളത്തരങ്ങളെ ചൂണ്ടിക്കാട്ടുകയാണീ ഗ്രന്ഥം. ഈ പുസ്തകം വൻതോതിൽ സ്വീകരിക്കപ്പെടുമെന്ന് വിശ്വാസമുണ്ട്.

ചിന്ത പബ്ലിഷേഴ്സ്

പപ്പുവാശാന്റെ കണ്ണിറുക്ക്

പപ്പുവിനെ അറിയാത്ത ആരും ഭൂമിമലയാളത്തിലില്ല.

പപ്പു, പപ്പൻ, പപ്പനാവൻ– എല്ലാം പത്മനാഭന്റെ പേപ്പർ ബാക്കു കൾ. "ഇപ്പൊ ശര്യാക്കിത്തരാം" എന്ന ഒറ്റ ഡയലോഗ് കൊണ്ട് അവിസ്മ രണീയനായ കുതിരവട്ടം പപ്പു. മഹാനടനായ സത്യൻ അനശ്വരനാക്കിയ *ഓടയിൽ നിന്നിലെ* റിക്ഷാക്കാരൻ പപ്പു, പ്രസിദ്ധനായ ടി പല്പുപിള്ള എന്ന പപ്പുള്ള ജഡ്ജി, സാഹിത്യകാരൻ കൂടിയായിരുന്ന നല്ലമുട്ടം പപ്പു പിള്ള ഇൻസ്പെക്ടർ – സുപരിചിതരായ ചരിത്രപുരുഷന്മാരായ പപ്പു മാർ അനവധി.

പക്ഷേ, ഗോസായിയുടെ പപ്പുവിനു പൊരുൾ വേറെ. രണ്ടുപതിറ്റാ ണ്ടായി സകുടുംബം ഡൽഹിക്കടുത്ത ഗുരുഗ്രാമത്തിൽ കുടിയേറി പ്പാർക്കുന്ന മകളോടു ചോദിച്ചു. "പപ്പുവിന്റെ അർത്ഥതലങ്ങൾ ഏവ? ക്യാ മത്‌ലബ്."

പുത്രീ ഉവാച:

"പിതാശ്രീ.

മലയാളത്തിലെ പപ്പുവല്ല ഹിന്ദിയിലെ പപ്പു. ഓൻ ആളുവേറെ. മണു ക്കൂസ്. മരങ്ങോടൻ, ക്‌ണാപ്പൻ, പുമ്മർ, പുലുന്താൻ (അവസാനത്തേതു രണ്ടും ഓണാട്ടുകര പ്രയോഗങ്ങൾ– കോപ്പിറൈറ്റ്) ഇത്യാദി പര്യായപദ ങ്ങൾ ഇംഗ്ലീഷിൽ ഇംബസൈൽ, ഡൻസ്, നിറ്റ്‌വിറ്റ് എന്നൊക്കെപ്പറയാം."

"ഈ പപ്പുപുരാണത്തിന് ഇപ്പോൾ എന്തരു കൂവാ പ്രസക്തി?"

"പ്രസക്തി ഏറെയുണ്ട്. കഴിഞ്ഞ ദിവസം ലോകസഭയിൽ നമ്മുടെ രാഹുൽജി സ്വയം വിശേഷിപ്പിക്കാൻ ഉപയോഗിച്ച പദമാകുന്നു പപ്പു. സിൻഹുവായും റോയിട്ടറും എ എഫ് പിയും വരെ റിപ്പോർട്ട് ചെയ്തു. *ലണ്ടൻ ടൈംസിലും ന്യൂയോർക്ക് ഹെറാൾഡ് ട്രൈബ്യൂണിലും ഗാർഡി*

യനിലും വരെ വാർത്ത വന്നു. പ്രവദയും ഇസ്വെസ്റ്റിയായും വിട്ടില്ല.

പപ്പു, കുചേഷ്ടിതം കൊണ്ടു ജഗത് പ്രസിദ്ധനായി എന്നു ചുരുക്കം. "അതിനു രാഹുൽജി എന്തരു പറഞ്ഞതു മൂപ്പീന്നേ?"

"പറഞ്ഞതോ? ശിവശിവ! പ്രവർത്തിച്ചതു പറഞ്ഞതിനേക്കാളും വിശേഷം!" മാധ്യമൻ പിള്ളമാർ (തെക്കനും വടക്കനും കല്ലുവഴിയും കപ്പി ങ്ങാടനും) വർണ്ണിച്ച സീക്വൻസ് ഇങ്ങനെ.

2018 ജൂലൈ 20 ന് സമമായ കൊല്ലവർഷം 1193 കർക്കിടകം 4-ാം തീയതി വെള്ളിയാഴ്ച ഉച്ചതിരിഞ്ഞ് ഇന്ത്യൻ സ്റ്റാന്റേർഡ് ടൈം രണ്ടെ പത്തിന്, രാഹുകാലം കഴിഞ്ഞ്, ലോകസഭയിൽ കേന്ദ്രസർക്കാരിനും പ്രധാനമന്ത്രിക്കുമെതിരെ ഒരു അത്യുഗ്രൻ സർജിക്കൽ സ്ട്രൈക്ക് തട്ടു പൊളിപ്പൻ ആക്രമണം നടത്തിയ ശേഷം രാഹുൽജി നേരെ നടന്നു. മോദിജിയുടെ സവിധത്തിലേക്ക്.

(പ്രസംഗത്തിനിടയ്ക്ക് രാജകുമാരൻ പറഞ്ഞു:

ആശാനെ, നിങ്ങളെന്നെ പപ്പു, പപ്പു എന്നു വിളിക്കുന്നു. റീക്ക് ഹൈ ജി മേ പപ്പു ഹൂം. എനിക്കെതിരെ വിദ്ദേഷം പരത്തുന്നു. പക്ഷേ, എനിക്കു നിങ്ങളോടു സ്നേഹം മാത്രം. കാരണം ഞാൻ കോൺഗ്രസാകുന്നു. കോൺഗ്രസ് ഞാനാകുന്നു. അഹം ബ്രഹ്മാസ്മി)

പ്രസംഗം കഴിഞ്ഞ് ഗാർഗേജിയും വേണുഗോപാൽജിയും കൊടി ക്കുന്നിൽജിയും തോമാസ്ജിയും മറ്റു പലവക ജിമാരും മൂച്ചുപിടിച്ച് അമ്പ രന്നു വാ പിളർന്നു നോക്കിയിരിക്കെ മഹാത്ഭുതം സംഭവിച്ചു.

(ചിരിച്ചുകൊണ്ട് തന്നെ സമീപിക്കുന്ന രാഹുൽജിയെ നോക്കി, എന്താ പയ്യൻസേ പരിപാടി എന്ന അർത്ഥത്തിൽ മോദിജി ഉദാസീന നായി ആംഗ്യം കാണിച്ചു. ക്യാ ഹോ രഹാ ഹൈ - ഭയ്യാ എന്തരപ്പി വിശേഷം?)

രാഹുൽജി കുനിഞ്ഞു പീയെമ്മിനെ പൂണ്ടടക്കം കെട്ടിപ്പിടിച്ചു. എ ബെയർ ഹഗ്. രാഷ്ട്രീയ എതിരാളിയുടെ അപ്രതീക്ഷിതമായ ആശ്ലേഷ ത്തിൽ മോദിജി ഒരു നിമിഷം സ്തബ്ധനായയത്രെ. പിന്നെ മടങ്ങാനൊരു ങ്ങിയ പയ്യൻസിനെ തിരികെ വിളിച്ചു ഹസ്തദാനം ചെയ്തു. പുറത്തു തട്ടി അഭിനന്ദിച്ചു. വെൽഡൺ ബോയ്

കാഴ്ച കണ്ടു സോണിയാജി ചിരിച്ചു. വിപ്പുകിട്ടിയപാടെ അനുസര ണയുള്ള മറ്റു ജിമാർ ഒന്നടങ്കം എഴുന്നേറ്റുനിന്നു കൈയടിച്ചു. മാർഗ്ഗ ദർശക് മണ്ഡൽ ജി അദ്വാൻജി സഗൗരവം രംഗനിരീക്ഷണം ചെയ്തു. സുഷമാജിക്കു ചിരിപൊട്ടി. മുൻ ഫയൽവാൻ മുലായൻ അശ്ലീലമായി കോട്ടുവാവിട്ടു മലിനീകരണം നടത്തി. പിന്നെ ചുമ്മാ ഇരുന്നു. കിഴവൻ ദേവഗൗഡ ഉറക്കത്തിൽ നിന്നുണർന്ന് ഡസ്കിലടിച്ച് അഭിനന്ദിച്ചു.

ബഹളം ഇതുകൊണ്ടവസാനിച്ചില്ല. കെട്ടിപ്പിടുത്തം ഉയർത്തിവിട്ട കൈയടിക്കിടയിൽ തന്റെ ഇരിപ്പിടത്തിൽ മടങ്ങിയെത്തിയ രാഹുൽജി ഒരു ശുദ്ധ വേണ്ടാതീനം കാണിച്ചു. അമ്പരന്നിരിക്കുന്ന തോമാസ് –

കൊടിക്കുന്നിൽ പ്രഭൃതികളെ നോക്കി അർത്ഥവത്തായി കള്ളച്ചിരിയോടെ ഒരു കണ്ണുകൊണ്ട് ഒരു കണ്ണിറുക്കു പാസാക്കി– അമ്പത്താറിഞ്ചുകാരനെ ഞാൻ കൈയിലെടുത്തു നോക്കിനെടാ പരട്ടകളേ!

സ്പീക്കറമ്മയ്ക്ക് ഇതൊന്നും പിടിച്ചില്ല. പയ്യൻസിന്റെ നടപടി സഭാ മര്യാദകൾക്കു തീരെ ചേർന്നതല്ലെന്നു സുമിത്രാജി ഈർഷ്യയോടെ പറഞ്ഞു. കണ്ണിറുക്കു വിശേഷിച്ചും അൺപാർലമെന്ററി എന്നു റൂൾ ചെയ്തു. ശക്തർ ആന്റ് കൗൾ ഉദ്ധരിച്ചു. മവ്ലങ്കർജിയെ അനുസ്മരിച്ചു. മോദിജി വെറുമൊരു വ്യക്തിയല്ല. രാഷ്ട്രത്തിന്റെ പ്രധാനമന്ത്രിയാണെ ന്നോർക്കണം. ആ പദവിയെ ആദരിക്കേണ്ടതുണ്ട്. ഇത്തരം കോക്കാമ്പി ച്ചികൾക്കുള്ള ഇടമല്ല പാർലമെന്റ്. ആ ഓർമ്മ എല്ലാവർക്കും വേണം.

ഏറെ വൈകി, രാത്രി ഒമ്പതേ പതിനഞ്ചിനു നടത്തിയ അതിരൂക്ഷ മായ മറുപടി പ്രസംഗത്തിൽ മോദിജി പപ്പുവാശാനെ ഒരു കുത്തുകുത്തി. "ആലിംഗനത്തിലൂടെ എന്നെ എഴുന്നേല്പിക്കുവാനാണു രാഹുൽ ശ്രമി ച്ചത്. പ്രധാനമന്ത്രിയുടെ കസേരയിലിരിക്കാൻ അദ്ദേഹത്തിന് എന്തിത്ര തിടുക്കം? ഇതു ജനം തന്ന പദവിയാണ് പയ്യൻസേ! തനിക്കും തന്റെ പാർട്ടിക്കും എന്നെ ഇവിടെനിന്നു മാറ്റാനാവില്ല. ജസ്റ്റ് റിമംബർ ദാറ്റ്! (കേൾക്കുന്നുണ്ടോ ചെന്നിത്തലാജി?)"

വിഭവസമൃദ്ധമായ അത്താഴത്തിനായി സഭ പിരിഞ്ഞു. വന്യമായ ആവേശത്തോടെ അംഗങ്ങൾ ഭക്ഷ്യങ്ങളെ കൈകാര്യം ചെയ്തു. മുശ്ത്താ നികളും മഗളായികളും പലതരം വിപുലമായി വിഴുത്തപ്പെട്ടു. രസ്ഗുലാ കളും രസ്മലായികളും ഗുലാബ് ജാമുനുകളും നിർദ്ദയം ആക്രമിക്കപ്പെട്ടു. ഏമ്പക്കങ്ങൾ മെമ്പേഴ്സ് ലൗഞ്ചിൽ പ്രതിധ്വനിച്ചു.

നാം ദാർ (രാജവംശീയൻ) കാം ദാറിനെ (തൊഴിലാളി) കെട്ടിപ്പിടി ച്ചതു ചരിത്രസംഭവമായി. പാർലമെന്റിന്റെ ഏഴു പതിറ്റാണ്ടുകാലത്തെ ചരിത്രത്തിൽ ഇദം പ്രഥമൻ. ശ്രുയതേ ന തു ദൃശ്യതേ ജുംലാസ്ട്രൈക്ക് (വ്യാജ വാഗ്ദാനം), പാപ്പി ജാപ്പി (കെട്ടിപ്പിടുത്തവും ഉമ്മവയ്ക്കലും) എന്നൊക്കെ ദോഷൈകദൃക്കുകൾ കളിയാക്കി. റീക്ക് ഹൈ ഭായിയോം! പക്ഷേ, ഒരു ന്യായമുണ്ട്. മോദിജി തന്നെ ആലിംഗന നയതന്ത്രത്തിന്റെ ഉസ്താദാണ്. അറുമുശടൻ ട്രംപ് സായിപ്പ്, ഇസ്രയേൽ പ്രധാനമന്ത്രി നെതാന്യാഹു, തുർക്കി പ്രസിഡന്റ് ഉർദുഗാൻ, പരന്ത്രീസ് മുതൽ അമെ ച്ചർ ഒളോണ്ട് ഇവരൊക്കെ അദ്ദേഹത്തിന്റെ അമ്പത്തിയാറിഞ്ചു നെഞ്ചിൽ ഞെരിഞ്ഞമർന്നവരാകുന്നു. മോദി ആശ്ലേഷിക്കുമ്പോൾ ഇന്ത്യൻ ജനത യാകെ തങ്ങളെ ആലിംഗനം ചെയ്യുന്ന പ്രതീതിയാണെന്ന് ആലങ്കാരിക നായ ഒരു ലോകനേതാവ് ഉൽപ്രേക്ഷിച്ചു.

പക്ഷേ, അരസികന്മാരായ കോൺഗ്രസുകാർക്ക് കടുത്ത പരി ഹാസം. ധൃതരാഷ്ട്രരുടെ ഐതിഹാസികമായ ആലിംഗനം, ടൈറ്റാനിക് സിനിമയിൽ ലിയനാർഡോ ഡി കാപ്രിയോ അനുരാഗവിലോചനനായി അതില്ലേറെ മോഹിതനായി കാമുകി കെയിറ്റ് വിൻസ്ലെറ്റിനെ ആശ്ലേ ഷിക്കുന്നത് ഇതൊക്കെയാണ് മോദിയുടെ "ഹഗ് ഡിപ്ലോമസി"യെ പരി

ഹസിച്ചവർ അനുസ്മരിച്ചത്. (ദൈവാധീനം ആക്ഷേപങ്ങൾ ഇവിടം കൊണ്ടു തീർന്നത്. സന്ദർഭം തീർത്തും വ്യത്യസ്തമാണെങ്കിലും, കാമു കീകാമുകന്മാരുടെ വികാരനിർഭരമായ ആലിംഗനം പ്രണയ പ്രകടന ത്തിന്റെ ക്ലൈമാക്സാണെന്ന കാമശാസ്ത്രസിദ്ധാന്തം ആരും അനുസ്മ രിച്ചില്ല. വാത്സ്യായനൻ 12, കൊക്കോകൻ 10, കല്യാണമല്ലൻ 12, ഇങ്ങനെ ആലിംഗനഭേദങ്ങളുണ്ടത്രേ!)

വെറുതെ യാന്ത്രികമായി, നിർജ്ജീവമായി, ഒരു റോബോർട്ടിനെ പ്പോലെ പരമ്പരാഗത ശൈലിയിൽ കൈകുലുക്കിയാൽപ്പോരെന്നു മോദിജി കരുതുന്നുണ്ടാവും. അതിനേക്കാൾ എത്രയോ സ്വാഭാവികമാണ്, ആഹ്ലാ ദകരമാണ്, ഊഷ്മളമാണ് സൗഹൃദപ്രകടനരൂപമായ ഒരാശ്ലേഷം. ഭാര തീയ സംസ്കൃതിയുടെ ട്രേഡ്മാർക്ക് സായിപ്പിന്റെ വിരസമായ നിർവ്വി കാരമായ ഹാൻഡ് ഷേക്കിനേക്കാൾ എത്രയോ, ചൈതന്യവും ഓജസ്സു മുറ്റ നടപടി!

പപ്പുവാശാന്റെ ആലിംഗനത്തേക്കാൾ മികച്ച വിഷ്വൽ ഇമേജ്, ആയി അദ്ദേഹത്തിന്റെ കണ്ണിറുക്ക്, പക്ഷേ, ഒരു കാര്യം പറയാതെ വയ്യ. അഡാർ ലവിലെ കൊച്ചു പ്രിയാവാര്യരുടെ കണ്ണിറുക്കിന്റെ വാലേൽ കെട്ടാൻ കൊള്ളത്തില്ല രാഹുൽജിയുടേത് (ശൈലി അടൂരിന്റെ കൊടിയേറ്റത്തിലെ ശങ്കരൻ കുട്ടിയുടേത്– നൂറ്റൊന്നു ശതമാനം ഓണാട്ടുകരത്തനിമ!) സദാ ചാരപ്പൊലീസിലെ ഇടിയൻ നാറാപിള്ളമാരും തൊഴിയൻ കിഷപിള്ളമാരും എന്തുപറഞ്ഞാലും ശരി, പെട്ടെന്നു പൊട്ടിവിടർന്നു സൗരഭം പൊഴിക്കുന്ന കൗമാരപ്രണയത്തിന്റെ വിഹ്വലതയെ ഇതിനേക്കാൾ ചാരുതയോടെ ആവിഷ്കരിക്കാനാവില്ല. എത്ര നിഷ്കളങ്കമായ വാചാലമായ, പേലവ മായ അഭിനയം! മലയാള സിനിമയിലെ അവിസ്മണീയ മുഹൂർത്തങ്ങ ളിലൊന്നാണു പ്രിയയുടെ കണ്ണിറുക്കെന്ന് എനിക്കു തോന്നുന്നു. അതു കണ്ടപ്പോൾ ബാല്യത്തിലെന്നോ മനസ്സിൽ കുറിച്ചിട്ട, മഹാകവിയുടെ മധുരമധുരമായ ഒരു ഉപമയാണോർമ്മ വന്നത്–

കോരകത്തിൽ മധുവെന്നപോലെയുൾ–
ത്താരിൽ നീ പ്രണയമാർന്നിരുന്നതും!

കഥകളി രസികന്മാർക്കു സുപരിചിതമാണ് 'ഏകലോചനം.' ഇര യിമ്മൻ തമ്പിയുടെ 'ഉത്തരാസ്വയംവരം' ആട്ടക്കഥയിലാണ് പ്രസിദ്ധമായ 'ഏകലോചനാഭിനയം' വരുന്നത്. ദുര്യോധന ചക്രവർത്തി പട്ടമഹിഷി ഭാനുമതിയോടു പറയുന്നു–

കോകി നിൻ മുഖം കണ്ടു ചന്ദ്രനെന്നു ശങ്കിച്ചു
ഏകാന്തം വിരഹത്തെപ്പേടിച്ചിതാ
ഏകലോചനം കൊണ്ടു കോപമോടുനിന്നെയും
ശോകത്തോടപരേണ നോക്കുന്നു പതിയെയും!

ഇതാണ് വിശ്രുതമായ ആ ശൃംഗാരപ്രദം. പരമസുന്ദരിയായ ഭാനുമ തിയുടെ മുഖം കണ്ടു പൂർണ്ണചന്ദ്രനാണെന്നു സംശയിച്ച്, പ്രിയനോടു വേർപിരിയാനുള്ള മുഹൂർത്തമെത്തിയെന്നു മനസ്സിലാക്കി ചക്രവാകപ്പിട

ദുഃഖം നിറഞ്ഞ ഒരു കണ്ണുകൊണ്ടു ഭർത്താവിനെയും കോപം ജ്വലി ക്കുന്ന മറ്റേക്കണ്ണുകൊണ്ടു രാജ്ഞിയെയും നോക്കുന്നുവെന്നർത്ഥം. (ചന്ദ്രനുദിച്ചാലുടനെ ചക്രവാകപ്പക്ഷികളുടെ ഇണകൾ വേർപിരിയുന്നു വെന്നു കവി സങ്കേതം)

ഈ ഏകലോചന പ്രയോഗം അതിപ്രഗല്ഭരായ നടന്മാരെപ്പോലും കുഴക്കിയിട്ടുണ്ട്. വൈദ്യശാസ്ത്ര ദൃഷ്ട്യാ ഈ അഭ്യാസം സാദ്ധ്യമല്ലെന്നു വിദഗ്ദ്ധന്മാർ തീർത്തു പറയുന്നു. രണ്ടു കണ്ണുകളിലും ഒരേസമയത്ത് ഒരേവികാരം മാത്രമേ വ്യഞ്ജിപ്പിക്കാനാവൂ എന്നാണ് അവരുടെ പക്ഷം. ഇതു പൂർണ്ണമായും ശരിയല്ലെന്നും കലാമണ്ഡലം പത്മനാഭൻ നായ രെയും തോട്ടം ശങ്കരൻ നമ്പൂതിരിയെയും പോലുള്ള അസാധാരണ പ്രതി ഭാശാലികൾ അരങ്ങത്ത് ഈ 'ദൈ്വതീഭാവം' അഭിനയിച്ചു ഫലിപ്പിച്ചിട്ടു ണ്ടെന്നും ആട്ടക്കഥകളുടെ ആധികാരികവക്താവായ എന്റെ പ്രിയസു ഹൃത്ത് ഡോ. പ്രബോധചന്ദ്രൻ നായർ തീർത്തു പറയുന്നു.

പക്ഷേ, ഈ പരിചിന്തനമൊന്നും നമ്മുടെ പപ്പുവാശാനു ബാധക മല്ല. അദ്ദേഹത്തിന്റെ ഏകലോചനത്തിന് നേരത്തെ സൂചിപ്പിച്ചതുപോലെ ഒരർത്ഥമേയുള്ളൂ– നോക്കിനെടേ പീറകളേ! മോദിയെ ഞാൻ മലർത്തി യടിച്ചതു കണ്ടോ എന്നു മാത്രം!

പിൻമൊഴി

പോസ്റ്റ് കൊളോണിയൽ വിഴുപ്പുഭാണ്ഡമായ സല്യൂട്ട് എന്ന ഏർപ്പാട് താൻ സന്ദർശിച്ച ഇറ്റലി രാജ്യത്ത് പൊലീസിൽ മാത്രമല്ല പട്ടാള ത്തിൽപോലും നിലവിലില്ലെന്നും തത്ര സാദാ പട്ടാളക്കാരനു ലഫ്റ്റനന്റ് ജനറലിനുപ്പോലും 'അളിയാ', 'മച്ചുനാ', 'അണ്ണാ', 'കൊച്ചാട്ടാ' എന്നൊക്കെ നിർഭയം നിർവ്വിശങ്കം നിരന്തരം വിളിക്കാമെന്നും, "ബീഡി യുണ്ടോ ഫീൽഡ് മാർഷലാശാനേ ഒരു തീപ്പെട്ടിയെടുക്കാൻ" എന്നു കൂസൽ കൂടാതെ ചോദിക്കാമെന്നും നമ്മെ ബോധവല്ക്കരിച്ച വിപ്ലവ കാരിയായ വിജ്ഞാനസംഭരണിയായ ജംഗമ *വിക്കിപ്പീഡിയായെ* ഒട്ടും വൈകാതെ ഇറ്റലിയിലെ കേരള സർക്കാരിന്റെ ബ്രാന്റ് അംബാസഡർ ആയി അയക്കേണ്ടതാണ്. (അദ്ദേഹത്തെ വിസിറ്റിങ് പ്രൊഫസർ ആയി തരപ്പെടുത്താൻ വിദേശസർവ്വകലാശാലകൾ തപസ്സിരിക്കുകയാണത്രെ. ലണ്ടൻ സ്കൂൾ ഓഫ് ഇക്കണോമിക്സും എം ഐ ടിയും തമ്മിലാ ണത്രെ അവസാന റൗണ്ടിലെ മത്സരം. കേൾക്കുന്നുണ്ടോ കേരള സർക്കാരേ? ഹറിയപ്പ് പ്ലീസ്!)

ഈ വെല്ലുവിളി എങ്ങനെ നേരിടും?

"ചൂടേറ്റു"ള്ളമെരിഞ്ഞെഴുന്ന പുക
ചുഴ്ന്നിമ്മട്ടുവൻവൃഷ്ടിയാൽ
പാടേ കേരളഭൂമികേണു ഭവനം
കണ്ണീരിൽ മൂക്കുന്നിതേ."

നൂറുവർഷം മുമ്പ് കേരളത്തെ തളർത്തിയ ഒരു പേമാരിയെയും പ്രള
യത്തെയും അനുസ്മരിച്ചുകൊണ്ട് ഒരു മഹാകവി കുറിച്ചിട്ടതാണ് ഈ
വരികൾ. അവയ്ക്ക് ഇന്ന് സാംഗത്യവും പ്രസക്തിയും വീണ്ടും കൈവ
ന്നിരിക്കുന്നു.

"വൻവൃഷ്ടി" ഒഴിഞ്ഞിട്ട് ഏതാണ്ട് നാലാഴ്ചയായി. 'കേണി'രു
ന്നാൽപ്പോരല്ലോ എന്നു തിരിച്ചറിഞ്ഞു 'കേരളഭൂമി' അതിജീവനത്തിന്റെ
പാതയിൽ മെല്ലെ നടന്നുതുടങ്ങി.' ദുരിതത്തിൽനിന്നും സാവധാനം കര
കയറിത്തുടങ്ങി.

ജൂലൈ അവസാനത്തെ ആഴ്ചയിൽത്തന്നെ കാലവർഷത്തിന്റെ
രൂപവും ഭാവവും മാറിയിരുന്നു. മഴ ക്രമേണ കനത്തുവന്നു. കാലാവ
സ്ഥാവകുപ്പിന്റെ ദുർബലവും അവ്യക്തവുമായ മുന്നറിയിപ്പുകൾ തള്ളി
കുട്ടനാട്ടിലെയും ഓണാട്ടുകരയിലെയും ഗ്രാമവൃദ്ധന്മാർ ആശങ്കയോടെ
പരസ്പരം നോക്കി പിറുപിറുത്തു. 'തൊണ്ണൂറ്റൊമ്പ'തിലെ വെള്ളപ്പൊ
ക്കത്തെ ക്കുറിച്ചു കേട്ടിട്ടുള്ള ഭീകരമായ കഥകൾ പലരുടെയും
മനസ്സിലുണർന്നു. ഒരു നൂറ്റാണ്ടിലെ ഏറ്റവും ഭയാനകമായ പ്രളയക്കെ
ടുതിക്ക് അവർ കാതോർത്തു.

ഭയപ്പെട്ടതിനേക്കാൾ വളരെയേറെ ദാരുണമായിരുന്നു പ്രളയദുരന്തം.
ഏറ്റവും ഘോരമായ അനിരോധ്യമായ, സർവനാശകരമായ പെരുമഴയും
വെള്ളപ്പൊക്കവുമാണ് വന്നെത്തിയത്. ഏതാണ്ട് ആഗസ്ത് 8 ന് ആരംഭിച്ച

അതിവൃഷ്ടി രണ്ടാഴ്ചയോളം നീണ്ടുനിന്നു. കേരളത്തിന്റെ മൂന്നിലൊന്ന്
'പ്രളയപയോധിജല'ത്തിലാണ്ടു.

അരക്കോടിയിലേറെ ജനങ്ങളെ ദുരിതത്തിലാഴ്ത്തിയ പ്രളയദുരന്ത
ത്തിന്റെ വ്യാപ്തി അതിഭീകരമായിരുന്നു. ഹൃദയം തകർക്കുന്ന ഓർമ്മ
യായി മാറിയതു 483 പേർ. പതിനാലുലക്ഷം നിരാശ്രയർ സർക്കാരേർപ്പെ
ടുത്തിയ ദുരിതാശ്വാസകേന്ദ്രങ്ങളിൽ താവളം കണ്ടെത്തി. ലക്ഷക്കണ
ക്കിനു ഹെക്ടർ നെൽകൃഷി നശിച്ചു. ഉരുൾപ്പൊട്ടലും മണ്ണിടിച്ചിലും
വെള്ളപ്പൊക്കവും ജനജീവിതത്തെ അതിഭീകരമായ ഒരു സർ റിയലി
സ്റ്റിക് ദുഃസ്വപ്നത്തിൽക്കൊണ്ടെത്തിച്ചു. സർക്കാരിന്റെ നട്ടെല്ലൊടിച്ച്
പ്രളയദുരന്തം ഏറ്റവും കുറഞ്ഞതു മുപ്പതിനായിരം കോടി രൂപയുടെ
നാശനഷ്ടങ്ങൾ വരുത്തിക്കൂട്ടി.

അവിചാരിതമായ അതിദാരുണമായ ആഘാതത്തിൽനിന്നും കേരള
സർക്കാർ വളരെ വേഗം സമനില വീണ്ടെടുത്തു. മുഖ്യമന്ത്രി പിണറായി
വിജയന്റെ നേതൃത്വത്തിൽ അവിശ്വസനീയമായ വേഗത്തിൽ, അസാമാ
ന്യമായ കാര്യക്ഷമതയോടെ, പ്രത്യുല്പന്നമതിത്വത്തോടെ ദുരിതാശ്വാ
സപ്രവൃത്തികളാരംഭിച്ചു-കീഴ്പതിവുകളും 'റൂൾ ബിക്കുകളും'
'കണ്ടിൻജൻസി പ്ലാനുകളും' ഒന്നുമില്ലാതെതന്നെ. സർക്കാരിന്റെ ധീര
മായ, നിപുണമായ പ്രവർത്തനങ്ങളെ രാഷ്ട്രപതിയും പ്രധാനമന്ത്രിയും
വിദേശരാഷ്ട്രത്തലവന്മാരും വരെ ഹൃദയപൂർവ്വം അഭിനന്ദിച്ചു. സർക്കാ
രിന്റെ സകലവകുപ്പുകളും, വിശേഷിച്ചു പൊലീസ് സേനയും അഗ്നിസേ
നയും ആരോഗ്യവകുപ്പുമെല്ലാം കൈകോർത്തു പ്രവർത്തനനിരതരായി.
ഭാരതത്തിന്റെ അഭിമാനമായ സൈന്യവിഭാഗങ്ങൾ സർവ്വസജ്ജീകരണ
ങ്ങളോടും കൂടി പാഞ്ഞെത്തി. തികഞ്ഞ ശുഷ്കാന്തിയോടെ പ്രൊഫഷ
ണലിസത്തോടും രക്ഷാപ്രവർത്തനങ്ങളിൽ പങ്കാളികളായി. ആയിരക്ക
ണക്കിനു ദുരന്തമേഖലകളിൽ സേവനത്തിനായി ഓടിയെത്തി. കടലിന്റെ
മക്കൾ കരളുറപ്പോടെ, പ്രളയം ഏറ്റവുമധികം നാശം വിതച്ച കുട്ടനാ
ട്ടിൽ പാഞ്ഞെത്തി രക്ഷാപ്രവർത്തനങ്ങളിൽ മുഴുകി. കുടുക്കപൊട്ടിച്ചു
കിട്ടിയ ചില്ലറ നാണയങ്ങളുമായി വന്നെത്തി മുഖ്യമന്ത്രിയുടെ കണ്ണുനി
റയിച്ച പിഞ്ചുപൈതങ്ങൾ മുതൽ, നാട്ടിലും മറുനാട്ടിലുമുള്ള വ്യക്തി
കളും സ്ഥാപനങ്ങളും വരെ സർക്കാരിനു സംഭാവനകളുമായി ഓടിയെ
ത്തി. ഒരുദേശീയ ദുരന്തമെത്തുമ്പോൾ ഉണർന്നെഴുന്നേല്ക്കാൻ ഒരി
ക്കലും വൈകാത്ത മലയാളിയുടെ വിപദിധൈര്യവും ഐകമത്യബോ
ധവും മനുഷ്യസ്നേഹവും ഒരിക്കൽക്കൂടി അഭിമാനകരമായ ആ പാര
മ്പര്യം ആവർത്തിച്ചു.

അതെ, അനിദംപൂർവ്വമായ പ്രതിസന്ധിക്കു മുമ്പിൽ കേരളം പകച്ചു
നിന്നില്ല. അതിജീവിക്കും. അതിജീവിച്ചേ തീരൂ എന്ന ദൃഢനിശ്ചയത്തോടെ
കേരള ജനത ഒറ്റക്കെട്ടായി സർക്കാരിന്റെ പിന്നിൽ അണിനിരന്നു.
അവർക്ക് പ്രഗല്ഭമായ നേതൃത്വം നല്കി, ധൈര്യത്തോടെ, പക്വതയോടെ
അസാമാന്യമായ സമചിത്തതയോടെ രണ്ടുവർഷം മാത്രം അധികാര

ത്തിൽ പൂർത്തിയാക്കിയ മുഖ്യമന്ത്രി, ആത്മവിശ്വാസത്തിന്റെ ഒരു 'പവർഹൗസായി' ആദ്യന്തം നിലകൊണ്ടു. പ്രളയത്തിന്റെ അവസ്ഥയെ ക്കുറിച്ചും സർക്കാർ അപ്പോഴപ്പോൾ സ്വീകരിക്കുന്ന നടപടികളെക്കുറിച്ചും ദിവസം തോറും അദ്ദേഹം ജനങ്ങൾക്കു വിശദവും വ്യക്തവുമായ വിവര ങ്ങൾ നല്കി. അദ്ദേഹത്തിന്റെ സുതാര്യമായ ആത്മാർത്ഥതയും അവരി ലുള്ള അചഞ്ചലമായ വിശ്വാസവും അവരോടുള്ള പ്രതിബദ്ധതയും കേരള ജനത തിരിച്ചറിഞ്ഞു. അസാധാരണമായ ഒരുപാരസ്പര്യമായിരുന്നു അത്. അദ്ദേഹം അവർക്കു കരുത്തും ആശ്വാസവും നല്കി. "തലയ്ക്കു മീതെ വെള്ളം വന്നാൽ അതുക്കുമീതെ തോണി" എന്നു പറഞ്ഞ് അവർ സമാധാനിച്ചു.

അനുഭവസമ്പത്തിന്റെ കരുത്തോടെ മുതിർന്ന മന്ത്രിമാർ, ജി സുധാ കരനും തോമസ് ഐസക്കും സുനിൽകുമാറും മാത്യു ടി തോമസും തുമ്പായും കൈക്കോട്ടുമേന്തി ദുരിതാശ്വാസപ്രവർത്തനങ്ങൾക്കു നേതൃത്വം നല്കി. ഒരുമാസം മുമ്പുമാത്രം ഭരണയന്ത്രത്തിന്റെ ചുമതല ഏറ്റെടുത്ത ചീഫ് സെക്രട്ടറി ടോം ജോസ്, പ്രവർത്തനങ്ങളെ ഏകോപി പ്പിക്കുന്നതിൽ മാതൃകാപരമായി പ്രവർത്തിച്ചു. 'ക്രൈസിസ് മാനേ ജ്മെന്റിൽ' തന്റെ മിടുക്കു തെളിയിച്ചു. അർപ്പണബോധത്തിന്റെ നിശ്ച യദാർഢ്യത്തിന്റെ ഐകമത്യത്തിന്റെ അവിസ്മരണീയമായ ഒരു ആലേ ഖ്യമാണ് ആ ഇരുണ്ട ദിവസങ്ങളിൽ കേരളം കണ്ടത്.

നാടിന്റെയും നാട്ടുകാരുടെയും ഭാവി തുലാസിലാടിയ ആ കറുത്ത നാളുകളിലും അപശബ്ദങ്ങൾ ഉയരാതിരുന്നില്ല. ജുഡീഷ്യൽ അന്വേഷണം ഉടൻ വേണം. അണക്കെട്ടുകൾ മുന്നറിയിപ്പില്ലാതെ തുറന്നുവിട്ട് സർവ്വ നാശം വരുത്തിക്കൂട്ടി. ഭരണയന്ത്രം നിഷ്ക്രിയമായി. ദുരിതാശ്വാസ പ്രവർത്തനങ്ങൾക്കു താളം തെറ്റി, സംഭാവനകൾ ദുരുപയോഗം ചെയ്തു. ഉടൻ പട്ടാളത്തെ ഭരണമേല്പിക്കണം എന്നൊക്കെ ആക്രോശങ്ങൾ മുഴങ്ങി. (ഭാഗ്യം! പിണറായി വിജയൻ ഒരു നിമിഷം വൈകാതെ ജനങ്ങ ളോടു മാപ്പു പറഞ്ഞു രാജിവച്ചു ജനവിധി തേടണം എന്ന പതിവു പല്ലവി കേട്ടില്ല!)

ഒടുവിലത്തെ 'ഡിമാന്റ്' കേട്ടു വിവരമുള്ളവർ ചിരിച്ചു. പാകിസ്ഥാ നിലെപ്പോലെ ഭരണം ഏറ്റെടുക്കാൻ ചുരമാന്തി നില്ക്കുകയാണോ അച്ച ടക്കത്തിനു പേരുകെട്ട ഭാരതീയ സൈന്യം? (പ്രധാനമന്ത്രി ഇന്ദിരാഗാ ന്ധിയും ഫീൽഡ് മാർഷൽ മനേക് ഷായും തമ്മിലുള്ള പ്രസിദ്ധമായ സംവാദം ഓർക്കുക) അല്ലെങ്കിൽത്തന്നെ, സി പിയുടെ മാങ്കോയിക്കൽ കുറുപ്പിന്റെ ഭാഷയിൽ "വാ അപ്പാ! ഒത്താശ ചെയ്യപ്പാ!" എന്നാവശ്യപ്പെ ട്ടാൽ, "അടിയൻ ലച്ചിപ്പോം!" എന്നു ആർത്തുവിളിച്ചുകൊണ്ടു ഭ്രാന്തൻ ചാന്നാനെപ്പോലെ ജനറൽ റാവത്ത് പട്ടാളവുമായി അങ്ങു ചാടി വീഴുമോ? ഐ എ എസ് ഉദ്യോഗസ്ഥ പരിശീലനകാലത്തു പഠിക്കുന്ന "സിവിൽ ഡിഫൻസ് മാന്വലിൽ" ആവർത്തിച്ചു വരുന്ന ഒരു പ്രയോഗമുണ്ട്. "സിവിൽ അധികാരികളെ സഹായിക്കാൻ" എന്നതാണ്, അതുമാത്രമാണ്

സേനയുടെ ജോലി. അതിനാകട്ടെ നിയതമായ, വ്യക്തമായ ഒരു നടപടി ക്രമമുണ്ട്– ഒരു സ്റ്റാന്റേർഡ് ഓപ്പറേറ്റിങ് പ്രൊസീഡ്യുവർ." ചീഫ് സെക്ര ട്ടറി കാബിനറ്റ് സെക്രട്ടറിക്ക് അടിയന്തരസാഹചര്യത്തെക്കുറിച്ച് വ്യക്ത മായ ഒരുചിത്രം നല്കി. സൈന്യത്തിന്റെ സേവനം ആവശ്യപ്പെടുന്നു. അദ്ദേഹം സൈന്യത്തിന്റെ ഡയറക്ടർ ജനറൽ ഓഫ് മിലിറ്ററി ഓപ്പ റേഷൻസ് എന്ന മുതിർന്ന പട്ടാളമേധാവിക്കു നിർദ്ദേശം നല്കുന്നു. അദ്ദേ ഹമാണ് പാങ്ങൊട്ടുള്ള സേനാവിന്യാസത്തിന്റെ മേധാവിക്ക് ഉത്തരവു നല്കുന്നത്. അതാണ് അതുതന്നെയാണ് ഇവിടെ നടന്നത്. വിട വാങ്ങവേ ദുരിതാശ്വാസപ്രവർത്തനങ്ങൾക്കു നേതൃത്വം നല്കിയ ലഫ്റ്റനന്റ് ജന റൽ അർത്ഥശങ്കയ്ക്കിടയില്ലാത്ത രീതിയിൽ പ്രഖ്യാപിച്ചു. കേരള സർക്കാർ ആവശ്യപ്പെടുന്നിടത്തോളം കാലം ഞങ്ങൾ ഇവിടെ ഉണ്ടാകും. കേരള സർക്കാർ ആവശ്യപ്പെട്ടാൽ ഞങ്ങൾ വീണ്ടും ഓടിയെത്തും. അത്ര തന്നെ. "അടി കപ്യാരെ കൂട്ടമണി" എന്നമട്ടിൽ ആരെങ്കിലും വിളിച്ചു കൂവിയാലുടനെ പ്രതികരിക്കുന്നതല്ലല്ലോ ഭാരതസേനയുടെ പാരമ്പര്യം.

പ്രളയദുരിതത്തിന്റെ നിദാനത്തെക്കുറിച്ചു കുറേയധികം വാദപ്രതി വാദങ്ങളുണ്ടായെങ്കിലും അതിന്റെ പാര്യന്തികമായ കാരണങ്ങളെക്കുറിച്ച് ഇന്ന് ആർക്കും വിസംവാദമില്ല. ഒറ്റവാക്കിൽ പറഞ്ഞാൽ പ്രകൃതിക്കെ തിരെ ദശാബ്ദങ്ങളായി നടന്നുവരുന്ന നിരന്തരമായ വിവേക ശൂന്യമായ, സ്വാർത്ഥമാത്ര പ്രേരിതമായ, അത്യന്തം വിനാശകരമായ കടന്നാക്രമണ ത്തിന്റെ അനിവാര്യമായ ദുരന്തഫലം തന്നെയാണ് കേരളം അനുഭവിച്ച ത്. ദൈവനീതിക്കു ദാക്ഷിണ്യമില്ല. നമ്മുടെ ആസുരമായ 'വികസനസ ങ്കല്പം' ആകെ തിരുത്തിയേ പറ്റൂ. കുന്നിൻ ചരിവുകളിലുൾപ്പെടെ മണ്ണി ടിഞ്ഞു നീങ്ങി ഭൂമിയിൽ വിള്ളലുണ്ടാക്കുന്ന പ്രതിഭാസമാണ് വയനാ ട്ടിലും മലപ്പുറത്തും ഇടുക്കിയിലും കണ്ടത്. ഭൂമി പന്ത്രണ്ടടി താഴ്ചയി ലേക്ക് അമർന്നു പോയതും കുന്നിൻചരിവുകൾ പാടങ്ങളിലേക്കു നിര ങ്ങിയിറങ്ങിയതും വയലുകൾ ഉയർന്നുവന്നതും കിണറുകൾ തൂർന്നതു മൊക്കെ ഒരു 'ഹൊറർ' ചിത്രത്തിലെന്നപോലെ കണ്ടു ജനം പകച്ചു നിന്നു. പരിസ്ഥിതിലോലമേഖലകളിലെ അശാസ്ത്രീയമായ, വിവേകര ഹിതമായ ഭൂവിനിയോഗമാണ് ദുരന്തത്തിന്റെ തീവ്രത കൂട്ടിയതെന്നറി യാൻ ജുഡീഷ്യൽ അന്വേഷണം വേണ്ട. ഭൂമി അതിന്റെ പൂർവ്വസ്ഥിതി വീണ്ടെടുക്കാനുള്ള വാശിയും വീറുമാണ് കാണിച്ചതെന്നു ഭൗമശാസ്ത്ര ജ്ഞന്മാർ പറയുന്നു. ചതുപ്പുകൾ നിരത്തി കെട്ടിയുയർത്തിയ മണിമാ ളികകൾ തകർന്നുവീണു. ആർത്തലച്ചെത്തിയ പെരുവെള്ളത്തെ ഉൾക്കൊള്ളാൻ വയലുകളും തണ്ണീർത്തടങ്ങളും കുളങ്ങളുമൊന്നും ഉണ്ടായില്ല. പണ്ട് എത്ര വലിയ മഴപെയ്താലും പാടത്തെ വെള്ളപ്പൊ ക്കത്തിൽ അത് ഒതുങ്ങുമായിരുന്നു. പുഴകൾ കരകവിഞ്ഞെത്തുന്നതും പാടങ്ങളിലായിരുന്നു. അനന്തവിസ്തൃതങ്ങളായ പാടങ്ങൾ നിറഞ്ഞാൽ മാത്രമേ പെരുവെള്ളം കരയിലേക്കു കയറുമായിരുന്നുള്ളൂ. ഇന്ന് ഇതൊക്കെ ഒരു ഓർമ്മയായി മാറി. നീർത്തടങ്ങളും നിലങ്ങളും ഉച്ഛംഖ

ലമായി നികത്തപ്പെട്ടു. ഈ നൃശംസതയ്ക്കു നിയമം വഴങ്ങാതെ വന്ന പ്പോൾ നിയമം ഭേദഗതി ചെയ്ത് അതിനെ വരുതിയിലാക്കി. പാടങ്ങൾ കാടുപിടിച്ചു കരയ്ക്കു തുല്യമായി. ജലസംഭരണത്തിൽ നിർണ്ണായക മായ പങ്കുവഹിച്ചിരുന്ന കുളങ്ങളുടെ സ്ഥിതിയും ഇതുതന്നെ. ചുരുക്കി പ്പറഞ്ഞാൽ പെരുവെള്ളപ്പാച്ചിൽ ഉൾക്കൊള്ളാൻ ഇന്നു നമുക്കു വഴിക ളൊന്നുമില്ല.

പ്രളയം കഴിഞ്ഞാലോ? ഒരു പകൽ തെളിഞ്ഞു നിന്നാൽ മതി. വന്ന വെള്ളമെല്ലാം ഒഴുകിത്തീരും. ഇടതടവില്ലാതെ ആർത്തിയെടുത്തു മണ ലുറ്റിയ കുഴികളിലേക്കു പുഴ ഒതുങ്ങും. വീണ്ടും കടുത്ത ഉഷ്ണവും വരൾച്ചയും. "മഴ അനുഗ്രഹമാണ്. അതു നാളേക്കുള്ള കുടിനീരും കുളി രുമാണ്. കൈകാര്യം ചെയ്യുന്നതിലെ പിഴവാണ്. അതിന്റെ ഭാവം മാറാൻ കാരണം." പരിസ്ഥിതി വിദഗ്ദ്ധരുടെ സാരവത്തായ ഈ ഉപദേശം ആർക്കുവേണം. ആർത്തിമുഴുത്ത ഈ സമൂഹത്തിൽ?

(വേമ്പനാട്ടു കായൽ 36,000 ഹെക്ടറിൽനിന്നു വെറും 15,000 ഹെക്ട റിലേക്കു ചുരുങ്ങിയിരിക്കുന്നു- പണക്കൊതിയുടെ ഇരയായി. ശാസ്താം കോട്ട കായലിന്റെയും അഷ്ടമുടിക്കായലിന്റെയും എന്തിന് കൊച്ചു വെള്ളാ യണിക്കായലിന്റെയും അവസ്ഥ ഭിന്നമല്ല. പണക്കൊതിപെരുകി, റിസോർട്ടുകൾ പണിതു കൂട്ടിയ ബുദ്ധിമാന്മാർക്ക് വേണോ ഈ അറിവു വല്ലതും?)

വി എസ് അച്ചുതാനന്ദൻ ആവർത്തിച്ചു ചൂണ്ടിക്കാണിച്ചിട്ടുള്ളതു പോലെ, പ്രളയദുരന്തത്തിന്റെ പശ്ചാത്തലത്തിൽ ചില തിരിച്ചറിവുകൾ നമുക്കുണ്ടായിട്ടുണ്ട്. കേരളം പുനഃസൃഷ്ടിക്കാനുള്ള അനിവാര്യമായ ഉപ കരണമായ നിർദ്ദിഷ്ട മാസ്റ്റർപ്ലാനിൽ, നയരൂപീകരണത്തിൽ ഇതഃപര്യന്തം നമുക്കു സംഭവിച്ചിട്ടുള്ള ഗുരുതരമായ പാളിച്ചകൾ തിരുത്തിയേ തീരു. അവയാണ് ദുരിതം ശതഗുണീഭവിപ്പിച്ചത്. "നിർമ്മാണ പ്രവർത്തന ങ്ങൾക്കു ക്വാറികൾ വേണമെന്നും ക്വാറി ഉടമകളെ ശ്വാസം മുട്ടിക്കു ന്നതു വികസനവിരുദ്ധമാണെന്നും നാം ജനങ്ങളെ പഠിപ്പിച്ചു." എന്നും ജനങ്ങളുടെ നാഡിമിടിപ്പറിഞ്ഞ അവരോടൊപ്പം നിന്ന, അച്ചുതാനന്ദന്റെ ഈ വാക്കുകളിൽ നമ്മുടെ ദുരന്തത്തെക്കുറിച്ചുള്ള വിലപ്പെട്ട ഒരു പാഠം അന്തർഭവിച്ചിട്ടുണ്ട്.

ഭൂവിനിയോഗത്തെക്കുറിച്ചുള്ള നമ്മുടെ ചിരന്തരമായ ധാരണകളും സങ്കല്പങ്ങളും ഉപേക്ഷിക്കാതെ വയ്യ. അതീവ ലോലമേഖലകളിൽ ഇനി യൊരു റോഡുവെട്ടാൻ പോലും കൃത്യമായ ആഘാതപഠനം നടത്തിയേ പറ്റു- പിന്നെയല്ലേ റിസോർട്ടുകളും വാട്ടർ തീം പാർക്കുകളും കേരളത്തെ സുസ്ഥിരമാക്കി പുനർനിർമ്മിക്കുന്നതിന് ഇന്നു സാർവത്രികമായി കാണുന്ന വിവേകശൂന്യതയ്ക്കു കടിഞ്ഞാണിടാതെ നിവൃത്തിയില്ല. പാറ മടകൾ ധാരാളം വേണം. മണലൂറ്റിയെടുത്തു കായലുകളുടെ ആഴം കൂട്ടണം. പരിസ്ഥിതിനിയമങ്ങളിൽ കൂടുതൽ ഉദാരമായ ഇളവുകൾ വേണം. ഇതൊക്കെയല്ലേ ശൂന്യപ്രായമായ ഖജനാവിൽനിന്നു കാൽ

കോടി രൂപ ചെലവഴിച്ച് ഇക്കഴിഞ്ഞ ദിവസം നടത്തിയ ഏകദിന നിയമ സഭാ സമ്മേളനത്തിൽ കേട്ട വായ്ത്താരികൾ? കണ്ടാലും കൊണ്ടാലും പഠിക്കാത്ത അവസ്ഥയിലെത്തിയോ നമ്മുടെ ജനപ്രതിനിധികൾ? ഇനി യൊരു മഹാപ്രളയമുണ്ടായാൽ കേരളവും കേരളജനതയും അവശേ ഷിക്കുമോ? നിരന്തരമായ പരിസ്ഥിതി ധ്വംസനത്തിന്റെ അനിവാര്യമായ പരിണതഫലമാണ് കേരളം അനുഭവിക്കുന്നതെന്ന് എന്നേ ഇതൊക്കെ ചൂണ്ടിക്കാണിച്ച പരിസ്ഥിതി ശാസ്ത്രജ്ഞനായ പ്രൊഫ. മാധവ് ഗാഡ്ഗിൽ വിനീതനായി ഓർമ്മിപ്പിക്കുമ്പോൾ അദ്ദേഹത്തെ "ദുരന്തഭൂ മിയിലെ ശവം തീനിക്കഴുകൻ" എന്നു നമ്മുടെ ഒരു പാർലമെന്റംഗം അതീവഹീനമായി അധിക്ഷേപിച്ചതുപോലെ നമ്മളും ചെയ്യണോ?

ആരാ ഈ മാധവ് ഗാഡ്ഗിൽ? എഴുപത്താറുകാരനായ ഈ ജ്ഞാന വൃദ്ധൻ ദീർഘകാലം ബാംഗ്ലൂരിലെ ഇന്ത്യൻ ഇൻസ്റ്റിറ്റ്യൂട്ട് ഓഫ് സയൻസിലെ പരിസ്ഥിതി ശാസ്ത്രവിഭാഗം മേധാവിയായിരുന്നു; പശ്ചി മഘട്ടത്തെക്കുറിച്ചുള്ള പരിസ്ഥിതി വിദഗ്ധസമിതിയുടെ അദ്ധ്യക്ഷനാ യിരുന്നു; വിശ്രുതമായ ശാന്തിസ്വരൂപ് ഭട്നഗർ പുരസ്കാരവും പത്മശ്രീ യും. പത്മഭൂഷണും പുരസ്കാരങ്ങളും അദ്ദേഹത്തെ തേടിയെത്തി. ആഗോളതലത്തിൽത്തന്നെ പരിസ്ഥിതി ശാസ്ത്രത്തിന്റെ ഏറ്റവും ആധി കാരിക വക്താക്കളിലൊരാളാണ് ഗാഡ്ഗിൽ.

പശ്ചിമഘട്ടത്തിൽ ജനിതകമാറ്റം വരുത്തിയ കൃഷി പാടില്ലെന്നും. പ്ലാസ്റ്റിക്കിന്റെ ഉപയോഗം ഘട്ടം ഘട്ടമായി ഇല്ലാതാക്കണമെന്നും പുതിയ ഹിൽ സ്റ്റേഷനുകൾ അനുവദിക്കരുതെന്നും പൊതുഭൂമി സ്വകാര്യാവശ്യ ങ്ങൾക്കുവേണ്ടി മാറ്റരുതെന്നും അനധികൃത ഖനനം തടയണമെന്നുമൊ ക്കെയാണ് ഒരു പ്രവാചകന്റെ സ്വരത്തിൽ ഗാഡ്ഗിൽ ഉപദേശിച്ചത്. ഒരു പുതിയ മാസ്റ്റർ പ്ലാനിന്റെ അടിസ്ഥാനമാകേണ്ട ആവശ്യമായ തിരിച്ചറി വുകളാണ് ഇവയെന്ന് ആർക്കാണറിഞ്ഞുകൂടാത്തത്? അവയെ അവഗ ണിച്ച് പ്രകൃത്യാനുകൂലമായി കേരളത്തെ പുനർനിർമ്മിക്കാനുള്ള ശ്രമം സാദ്ധ്യമാണോ?

മഹാപ്രളയം നമ്മെ പഠിപ്പിച്ച പാഠങ്ങൾ വിലയേറിയവയാണ്. പ്രള യവും വൻതോതിലുള്ള ഉരുൾപൊട്ടലും മണ്ണിടിച്ചിലും സൃഷ്ടിച്ച പെരുമ ഴയ്ക്കുകാരണം കാലാവസ്ഥാവൃതിയാനമാണ്. അതിന്റെ മൂലകാരണ മാകട്ടെ വിപുലമായ പരിസ്ഥിതി നശീകരണവും. അണക്കെട്ടുകൾ പെട്ടെന്നു നിറഞ്ഞതിന്റെ കാരണങ്ങളിലൊന്ന് അവയുടെ സമീപമേഖ ലകളിലുണ്ടായ അസംഖ്യം ഉരുൾപൊട്ടലുകളാണ്. ഇതൊക്കെ പഠിപ്പി ക്കുന്ന പാഠം ഒന്നേയുള്ളൂ – ജനതാല്പര്യമെന്നും വികസനമെന്നു മൊക്കെപ്പറഞ്ഞ് നാനാമുഖമായ പരിസ്ഥിതി ധ്വംസനം തുടർന്നാൽ സാർവ്വത്രികമായ, അപരിഹാര്യമായ വിനാശം തന്നെയാവും ഫലം.

ഗാഡ്ഗിലിന്റെ പ്രശസ്തമായ പശ്ചിമഘട്ടപരിസ്ഥിതി പഠനറിപ്പോർട്ട് സർക്കാർ കൈകാര്യം ചെയ്ത രീതി അമ്പരപ്പിക്കുന്നതാണ്. അതിൽ ധാരാളം വെള്ളം ചേർത്ത് കസ്തൂരിരംഗൻ റിപ്പോർട്ടു സമ്പാദിച്ചു. സങ്കു

ചിതമായ സ്വാർത്ഥാധിഷ്ഠിതമായ രാഷ്ട്രീയതാല്പര്യങ്ങൾക്ക് അതും വിഘാതമായേക്കുമെന്നു ഭയന്ന് കുറേക്കൂടി വെള്ളം ചേർത്ത് ഉമ്മൻ വി ഉമ്മൻ റിപ്പോർട്ടു സൃഷ്ടിച്ചു. ഇതു വെറുതെ അങ്ങെഴുതുന്നതല്ല. 13 വില്ലേ ജുകളിലെ 13,056 ചതുരശ്രകിലോമീറ്ററാണു കസ്തൂരിരംഗൻ പരിസ്ഥിതി ലോലമേഖലയായി പ്രഖ്യാപിച്ചത്. സർക്കാർ ഇത് 9,999 ചതുരശ്ര കിലോ മീറ്ററായി കുറച്ചു. അതിൽത്തന്നെയുള്ള വനേതര പ്രദേശങ്ങൾ ഒഴി വാക്കി. വീണ്ടും 9,107 ചതുരശ്രകിലോമീറ്ററാക്കി കുറച്ചു. ഇതും പോരാഞ്ഞ് പരിസ്ഥിതിലോലമേഖലയെ 8,683 ചതുരശ്രകിലോമീറ്ററായി കുറയ്ക്കാൻ കേന്ദ്രപരിസ്ഥിതി വകുപ്പിനെ സമീപിച്ചു.

കേരളം നേരിട്ട അതിഭീകരമായ പ്രളയദുരന്തത്തിന്റെ പശ്ചാത്തല ത്തിൽ പക്ഷേ, ദേശീയ ഹരിത ട്രൈബ്യൂണൽ ഉണർന്നു. പശ്ചിമഘട്ട ത്തിലെ പരിസ്ഥിതി ആകെ തകരുന്നതുകണ്ട ട്രൈബ്യൂണൽ അദ്ധ്യ ക്ഷൻ ജസ്റ്റിസ് എ കെ ഗോയൽ കസ്തൂരി രംഗൻ ശുപാർശ ചെയ്ത പരിസ്ഥിതി ലോലമേഖലകളിൽ യാതൊരു മാറ്റവും വരുത്താൻ പാടി ല്ലെന്നു കർശനമായി ഉത്തരവിട്ടു. മറ്റൊരു മനുഷ്യനിർമ്മിത ദുരന്തത്തിൽ നിന്നു കേരളം രക്ഷപ്പെട്ടു!

ഇതുവരെ ഒരു ഭരണകൂടവും നേരിട്ടിട്ടില്ലാത്ത ഗുരുതരമായ ഒരു വെല്ലുവിളിയാണ് ഇന്നു കേരള സർക്കാരിന്റെ മുമ്പിൽ ഒരു മഹാസത്വ ത്തെപ്പോലെ ഉയർന്നിരിക്കുന്നത്. അതു നേരിടാനുള്ള ധാർമ്മിക ധൈര്യവും ആത്മാർത്ഥതയും ഇച്ഛാശക്തിയും ഭരണസംവിധാനത്തി നുണ്ടോ എന്നതിനെ ആശ്രയിച്ചിരിക്കുന്നു. ഈ നാടിന്റെയും നാട്ടുകാരു ടെയും ഭാവി. അതിരപ്പിള്ളിയിൽ കഴുകൻ കണ്ണുമായി ഏറെനാളായി കാത്തു നില്ക്കുന്ന ഇടുക്കിയിൽ ഒരു അണക്കെട്ടു കൂടി ആയാലെന്താ, അണക്കെട്ടുകളില്ലാത്ത അച്ചൻകോവിലാറ്റിലും മണിമലയാറ്റിലും ഓരോ അണക്കെട്ടു നിർമ്മിച്ചാലെന്താ എന്നൊക്കെ വിദഗ്ദ്ധോപദേശം നല്കുന്ന ഉപദേഷ്ടാക്കളോടു 'വേണ്ട' എന്നു പറയാനുള്ള വിവേകം സർക്കാരിനു ണ്ടാകുമോ? "വ്യാപാരമേ ഹനന"മായ ക്വാറി മാഫിയയുടേയും റിസോർട്ട് മാഫിയയുടെയും പ്ലാന്റേഷൻ മാഫിയയുടെയും മുമ്പിൽ ഇനിയെങ്കിലും തന്റേടത്തോടെ തല ഉയർത്തി നില്ക്കാൻ സർക്കാരിനു കഴിയുമോ? കേര ളത്തിന്റെ ഭാവിക്കു നേരെ ചോദ്യമുയർത്തിരിക്കുന്ന ഹാരിസൺ കേസിലെ കോടതി വിധി മറികടക്കാൻ ആത്മാർത്ഥമായ ഒരു ശ്രമം ഇനി യെങ്കിലും ഉണ്ടാകുമോ? (പ്രഗല്ഭനിയമജ്ഞയായ മുൻ സീനിയർ ഗവൺമെന്റ് പ്ലീഡർ സുശീലാഭട്ട് ഉത്തമവിശ്വാസത്തോടെ ഉന്നയിച്ച ചോദ്യങ്ങൾക്കു തൃപ്തികരമായ മറുപടി ഇനിയും നല്കപ്പെട്ടിട്ടില്ലെ ന്നോർക്കുക) അനിയന്ത്രിതമായ പാറപൊട്ടിക്കലും കുന്നിടിക്കലും വന നശീകരണവും ഇനിയും കേരളീയർ കൺമുമ്പിൽ തന്നെ കാണേണ്ടി വരുമോ? ടൂറിസത്തിന്റെ പേരിൽ ഏറെക്കാലമായി മൂന്നാറിൽ നടന്നുവ രുന്നതു പോലെ ജൈവ വൈവിധ്യമേഖലയെ ആകെ തകർക്കുന്ന പ്രകൃതി ധ്വംസനം സർക്കാർ കണ്ടില്ലെന്നു നടിക്കുമോ? (ഹോട്ടലുക

ളിലും റിസോർട്ടുകളിലും മൂന്നാറിൽ ഇന്നുള്ള 5,000 മുറികൾ ധാരാളം മതിയെന്നും ടൂറിസത്തിന്റെ പേരിൽ പുതിയ റിസോർട്ടുകൾ അനുവദി ക്കേണ്ടെന്നുമുള്ള നിയമസഭാ പരിസ്ഥിതി സമിതിയുടെ ശുപാർശ അട്ടത്തു വച്ചതാരാണ്?) മഴവെള്ള സംഭരണികളായ നീർത്തടങ്ങളും നെൽപ്പാടങ്ങളും നികത്തുന്നതിനെതിരെ ഇനിയെങ്കിലും കർക്കശനടപ ടികൾ സർക്കാർ കൈക്കൊള്ളുമോ? വീണ്ടും കടുത്ത വരൾച്ചയും ഉഷ്ണവും വരാനുള്ള ലക്ഷണങ്ങൾ കണ്ടുതുടങ്ങിയിട്ടുണ്ട്. ഭാരതപ്പുഴ യിലും പെരിയാറ്റിലും പമ്പയിലും ജലനിരപ്പു താഴ്ന്നതിനെത്തുടർന്ന് പച്ചപ്പു നശിച്ച്, വീണ്ടുകീറിയ കട്ടച്ചെളി പ്രത്യക്ഷപ്പെട്ടിരിക്കുന്നു. വൈകാതെ വന്നെത്തുന്ന വരൾച്ചയെ താങ്ങാൻ നമുക്കു കഴിയുമോ?

സ്വന്തം എം എൽ എ മാരും എം പിമാരും പാർട്ടിയിലെ ഉന്നതരും പുലർത്തുന്ന മൂഢവിശ്വാസങ്ങൾക്കും ഉയർത്തുന്ന പ്രാകൃത വാദ ങ്ങൾക്കും അവയ്ക്കു പുറകിലുള്ള നിർല്ലജ്ജമായ സ്വാർത്ഥതയ്ക്കും അധാർമ്മികതയ്ക്കും കടിഞ്ഞാണിടാൻ സർക്കാരിനു കഴിയുമോ? സത്യ സന്ധരും നീതിനിഷ്ഠരുമായ ഉദ്യോഗസ്ഥരെ തേജോവധം ചെയ്യുന്ന പ്രവ ണത അവസാനിപ്പിക്കുമോ?

വിനയത്തോടെ പറയട്ടെ. കേരളത്തിന്റെ ഭാവി ഈ ചോദ്യ ങ്ങൾക്കുള്ള ഉത്തരങ്ങളിലാണ് നിലകൊള്ളുന്നത്. ഒരിക്കൽക്കൂടി പ്രകൃതി നമ്മുടെ സ്വാർത്ഥതയും അഹന്തയും വിവേക ശുന്യതയും പൊറുത്തുവെന്നുവരില്ല.

ഹാരിസണെ പൂട്ടാനാവില്ലേ?

വെർജിനിയാ വുൾഫിനെ ആർക്കാണു പേടി (ഹൂ ഈസ് അഫ്രൈഡ് ഓഫ് വെർജിനിയാ വുൾഫ്) എന്ന പ്രസിദ്ധമായ ഒരു അമേരിക്കൻ നാട കമുണ്ട്. എഡ്വഡ് ആൽബി എഴുതി, 1962 ൽ ആദ്യമായി വേദിയിലെത്തിയത്. ധാരാളം അവാർഡുകൾ വാരിക്കൂട്ടി. മൂന്നുവർഷത്തിനുശേഷം നാടകം സിനിമയായി; അനശ്വരനായ റിച്ചാഡ് ബർട്ടനും എലിസബത്ത് ടെയി ലറും കൂടി അതു സൂപ്പർ ഹിറ്റാക്കി.

നർമ്മ കുബേരനായിരുന്ന വി കെ എൻ നാടകത്തിന്റെ പേര് ഇങ്ങനെ മലയാളീകരിച്ചു:

വെള്ളായണി അർജ്ജുനനെ ആർക്കാണു പേടി? റവന്യൂ വകുപ്പിൽ ഏറെക്കാലം സേവനമനുഷ്ഠിച്ച പഴയ സർക്കാർ ജീവനക്കാരനെന്ന നില യിൽ ചോദിച്ചു പോകുന്നു–

ഹാരിസൺ സായ്പ്പിനെ ആർക്കാണു പേടി? കരച്ചിലും പല്ലുകടിയും പരിഭവങ്ങളും പരാതികളും വിവാദാഹവങ്ങളും ഒഴിവാക്കുന്നതിനുവേണ്ടി രണ്ടു വസ്തുതകൾ നടേ പറഞ്ഞേ തീരൂ.

വസ്തുത ഒന്ന്: പ്ഞാൻ ഒരു നിയമജ്ഞനേ അല്ല. വസ്തുത രണ്ട്: ഈ കുറിപ്പ്, ഇന്നത്തെ സർക്കാരിനെതിരെ, വിശേഷിച്ചു റവന്യൂ വകു പ്പിനെതിരെ ഉള്ള ഒരു കുറ്റാരോപണപത്രിക അല്ല.

കാരണം ലളിതം. ഹാരിസൺ കേസിൽ സംഭവിച്ചിരിക്കുന്ന ദുരന്ത ത്തിന് ഉത്തരവാദികൾ ഈ സർക്കാർ മാത്രമല്ല, മാറി മാറി വന്ന അനേകം സർക്കാരുകളാണ്.

വസ്തുതകൾ ചുരുക്കത്തിൽ ഇങ്ങനെ: ഒരു നൂറ്റാണ്ടിനു മുമ്പെന്നോ അധിനിവേശ (ബ്രിട്ടീഷ്) സർക്കാരിന്റെ അനിരോദ്ധ്യമായ സമ്മർദ്ദത്തെത്തുടർന്ന്, തിരുവിതാംകൂറിലെ ആയിരക്കണക്കിന് ഏക്കർ വനഭൂമി, ലാഭക്കൊതി

മുഴുത്ത്, എത്തിയ ബ്രിട്ടീഷ് പ്ലാന്റർമാർക്കു നാമമാത്രമായ പാട്ടത്തിനു നല്കാൻ അന്നത്തെ ഭരണാധികാരികൾ നിർബ്ബന്ധിതരായി. ദിവാന്മാർ മാധവരാവുവും ശേഷയ്യാ ശാസ്ത്രിയും രാമയ്യങ്കാരുമൊക്കെ ഓശാന പാടി. മദ്രാസ് സർക്കാരിനെ പിണക്കിയാൽ ലാവണം തെറിക്കും; പുനർനി യമനത്തിനുള്ള സാദ്ധ്യത നാസ്തി; കഷ്ടിച്ച് അക്ഷരജ്ഞാനം മാത്രമുള്ള സമസ്ത ബന്ധുക്കളെയും തിരുവിതാംകൂർ സർവ്വീസിൽ പ്രതിഷ്ഠിക്കാനുള്ള അജണ്ടാ വെള്ളത്തിലാകും. ലക്ഷക്കണക്കിനു രൂപാ കിമ്പളം സ്വാഹാ: ഒരു കെ സി എസ് ഐ യോ മറ്റോ കിട്ടാനുള്ള സാദ്ധ്യതയും പോകും. തിരുവിതാം കൂർ എങ്ങെയാവതു പോയിത്തുലയട്ടും; ദീപസ്തംഭം വന്നു മഹാശ്ചര്യം എന്നു തഞ്ചാവൂർ സ്വാമിയാർ കരുതി. മുല്ലപ്പെരിയാർ കരാറിൽ സംഭവിച്ചതുതന്നെ.

ഇന്ദ്രനേം, ചന്ദ്രനേം കൂസാത്ത സായിപ്പന്മാർ അക്ഷരാർത്ഥത്തിൽ നമ്മുടെ കന്യാവനങ്ങൾ കൊള്ളയിട്ടു. കടുവകളെ വരെ വെടിവച്ചു രസിച്ചു. കോടികൾ കൊയ്തു.

വർഷങ്ങൾ പോകെ, ആർക്കോ ബുദ്ധിയുദിച്ചു. അല്ല, വിലപേറി ല്ലാത്ത ഈ ആയിരക്കണക്കിനുള്ള വനഭൂമി തിരിച്ചു പിടിച്ചാലെന്താ?

മാറി മാറി വന്ന ജനകീയ സർക്കാരുകൾ ഈ വീണ്ടുവിചാരം കേട്ടി ല്ലെന്നു നടിച്ചു. അശ്ലീലമായി കോട്ടുവായിട്ടു തലവഴിമുണ്ടുരിഞ്ഞു പുതച്ചു കൂർക്കംവലിച്ചു കിടന്നുറങ്ങി.

ഒടുവിൽ സമർത്ഥനായ, ചൂരും ചുണയുമുള്ള ഒരു ചെറുപ്പക്കാരൻ മുമ്പോട്ടു വന്നു. എം ജി രാജമാണിക്കം ഐ എ എസ്. ദൈവത്തിന്റെ സ്വന്തം നാട്ടിലെ യുവസിങ്കങ്ങൾക്കൊന്നും തോന്നാത്ത ധാർമ്മിക ധൈര്യം തമിഴ്നാട്ടുകാരൻ പയ്യനു തോന്നി. സ്പെഷ്യൽ ആഫീസറായ രാജമാണിക്കം വളരെ കഷ്ടപ്പെട്ട് അന്യാധീനപ്പെട്ട വനഭൂമികളുടെ പട്ടിക തയ്യാറാക്കി. 1957 ലെ കേരള ഭൂമി സംരക്ഷണനിയമമനുസരിച്ച് അവ തിരിച്ചെടുക്കാൻ പദ്ധതി തയ്യാറാക്കി. ഹാരിസൺ മലയാളം കമ്പനി കൈയടക്കിയ, അഞ്ചു ജില്ലകളിലായി പരന്നു കിടക്കുന്ന 38,171 ഏക്കർ ഭൂമിയും അതിൽ ഉൾപ്പെട്ടതാണ്. (ഹാരിസൺ കമ്പനി തന്നെ സമ്മതി ക്കുന്നു. ഇംഗ്ലണ്ടിൽ ആസ്ഥാനമായിരുന്ന ഒരു വിദേശകമ്പനിയുടെ അന ന്തരാവകാശികളാണ് തങ്ങളെന്ന്) രാജമാണിക്കത്തിന്റെ റിപ്പോർട്ട് ഒന്നല്ല രണ്ടു കമ്മിറ്റികൾ പഠിച്ച് അംഗീകരിച്ചു. തർക്കഭൂമിയിൽ സംശയാതീത മായ ഉടമസ്ഥാവകാശം (ടൈറ്റിൽ) തങ്ങൾക്കുണ്ടെന്നു തെളിയിക്കുന്ന വിശ്വാസ്യമായ രേഖകൾ ഹാജരാക്കാൻ ഹാരിസൺ കമ്പനിക്കു കഴി ഞ്ഞിട്ടില്ലാത്ത സാഹചര്യത്തിൽ അവർ നടത്തിയ ഭൂമി വില്പനകളും അവയനുസരിച്ചു നടത്തിയ പോക്കുവരവുകളും റദ്ദു ചെയ്ത്, ഭൂമി ഒന്നാകെ തിരിച്ചെടുക്കാൻ സർക്കാരിനവകാശമുണ്ട് എന്നതായിരുന്നു രാജമാണിക്കത്തിന്റെ അടിസ്ഥാനപരമായ വാദം. 1957 ലെ നിയമത്തിന്റെ ബലത്തിൽ ഭൂമി ഏറ്റെടുത്തുകൊണ്ട് അദ്ദേഹം ഉത്തരവു പുറപ്പെടുവിച്ചു. സർക്കാർ ഭൂമിയിലെ ഒരു കൈയേറ്റക്കാരനെ ഒഴിപ്പിക്കുന്ന യുക്തിതന്നെ. രാജമാണിക്കത്തിന്റെ ഉത്തരവ് കഴിഞ്ഞ ഏപ്രിൽ മാസത്തിൽ

ഹൈക്കോടതി അസാധുവാക്കി. ഭൂസംരക്ഷണ നിയമത്തെ പിൻപറ്റി ഭൂമി
യുടെ ഉടമസ്ഥാവകാശം നിർണ്ണയിക്കാനാവില്ലെന്നും അതിനുള്ള അവ
കാശം ഒരു സിവിൽക്കോടതിക്കു മാത്രമുള്ളതാണെന്നും ഡിവിഷൻ
ബഞ്ചു ചൂണ്ടിക്കാണിച്ചു. സർക്കാർ സുപ്രീം കോടതിയിൽ സമർപ്പിച്ച
പ്രത്യേകാനുവാദ ഹർജിയെ കാത്തിരുന്നതു കുറേക്കൂടെ കർക്കശമായ
വിധിയായിരുന്നു. ജഡ്ജിമാരായ റോഹിന്റൺ നരിമാനും ഇന്ദുമൽഹോ
ത്രയും അടങ്ങിയ ബഞ്ച്, ഹൈക്കോടതിവിധി പൂർണ്ണമായും ശരിവച്ചു.
പ്രാരംഭദശയിൽ തന്നെ വിശദമായ വാദം കേൾക്കാതെ ഹർജി തള്ളി.

സംസ്ഥാന ചരിത്രത്തിലെ ഏറ്റവും ബൃഹത്തായ ഭൂമി ഏറ്റെടുക്കൽ
നടപടിക്കാണ് സുപ്രീം കോടതിയിൽനിന്നും കടുത്ത തിരിച്ചടി കിട്ടിയത്.
ഹൈക്കോടതി വിധി വന്നപ്പോൾ തന്നെ പ്രതിപക്ഷം സർക്കാരിനെതിരെ
ഗുരുതരമായ ഒരു ആരോപണം ഉന്നയിച്ചിരുന്നു. വളരെ കാര്യക്ഷമമായി
ഹൈക്കോടതിയിൽ ഈ കേസ് കൈകാര്യം ചെയ്തുപോന്ന സീനിയർ
ഗവൺമെന്റ് പ്ലീഡർ സുശീലാഭട്ടിനെ നീക്കം ചെയ്തതു ഹാരിസൺ കമ്പനിയെ
സഹായിക്കാനുള്ള ബോധപൂർവ്വമായ ഒരു നടപടിയാണെന്ന്. അത്രത്തോളം
പോയില്ലെങ്കിലും, അവർ പരസ്യമായിത്തന്നെ ഉന്നയിച്ച ചില നിയമ പ്രശ്ന
ങ്ങൾക്ക്–കമ്പനി ഹാജരാക്കിയ ചില രേഖകളുടെ നിജസ്ഥിതിയെയും
ആധികാരികതയെയും കോടതിയിൽ ചോദ്യം ചെയ്യാതെ വിട്ടു എന്നതാ
യിരുന്നു അവയിൽ പ്രധാനം. ഇതുവരെ ഉത്തരം നല്കപ്പെട്ടിട്ടില്ല എന്ന
വസ്തുത അവശേഷിക്കുന്നു. സർക്കാർ നടപടിയുടെ സാധുതയെക്കു
റിച്ച സിവിൽ നിയമത്തിൽ സവിശേഷ പരിജ്ഞാനമുള്ള നിയമവകുപ്പ്
സെക്രട്ടറി ഹരീന്ദ്രനാഥ് ആദ്യന്തനെ ഉന്നയിച്ച സംശയങ്ങൾ ഗൗരവ
മായി പരിഗണിക്കപ്പെട്ടില്ല എന്ന ആരോപണവും നിലനില്ക്കുന്നു.

കളക്ടർക്കോ സ്പെഷ്യലാഫീസർക്കോ ഉടമസ്ഥാവകാശകാര്യ
ത്തിൽ വിധി കല്പിക്കാൻ അധികാരമില്ല എന്ന ഹൈക്കോടതിയുടെ
കണ്ടെത്തൽ (അതു സുപ്രീം കോടതിയും ശരിവച്ചു) ഫലപ്രദമായി പ്രതി
രോധിക്കാൻ എന്തു പോംവഴികളാണ് ഇനി സർക്കാരിന്റെ മുമ്പിലുള്ള
തെന്ന് ചോദ്യം സ്വാഭാവികമായും പ്രസക്തമാകുന്നു. സുപ്രീംകോടതി യിൽ
ഒരു പുനഃപരിഗണനാ ഹർജി നല്കുന്നതു വ്യർത്ഥവ്യായാമമാണെന്ന്
അനുഭവത്തിൽ നിന്നറിയാം. അനധികൃതമായി കൈയേറിയിരിക്കുന്ന ഭൂമി
തിരിച്ചുപിടിക്കാൻ ആന്ധ്ര, കർണ്ണാടക സർക്കാരുകളുടെ മാതൃകയിൽ
ഒരു "ലാന്റ് ഗ്രാബിങ് പ്രൊഹിബിഷൻ" നിയമമാണ് ഒരു പോംവഴി.
(നിയമവകുപ്പ് ഈ നിർദ്ദേശത്തെ എതിർത്തതായാണ് അറിയാൻ കഴി
ഞ്ഞത്) 1980 ലെ "ലാന്റ് ആന്റ് ലീസ്" നിയമപ്രകാരം ഭൂമി തിരിച്ചു പിടി
ക്കുക എന്നതാണ് പരിഗണനയിലുള്ള മറ്റൊരു മാർഗ്ഗം. (വിവാദഭൂമി ഒരു
പാട്ടവസ്തു ആയിട്ടാണു തങ്ങൾ കൈവശം വച്ചിരിക്കുന്നതെന്ന് ഒരു
ഘട്ടത്തിൽ ഹാരിസൺ കമ്പനി തന്നെ സമ്മതിച്ചിട്ടുണ്ട്.)" ഇടവക ലാന്റ്
അക്വിസിഷൻ നിയമപ്രകാരം ഭൂമി തിരിച്ചെടുക്കാനാവും എന്നതുമറ്റൊരു
മാർഗ്ഗം. വളരെ ക്ലേശാവഹമാണെങ്കിലും വിവാദഭൂമി അതാതു സിവിൽ

കോടതികളിൽ കേസുകൾ ഫയൽ ചെയ്ത് ഉടമസ്ഥാവകാശം സ്ഥാപി
ച്ചെടുക്കുക എന്നത് സിവിൽ കോടതികളുടെ ബാഹുല്യം സുപ്രീംകോ
ടതിവരെ ഓരോ കേസും വാദിച്ചു വിധിയാകാനെടുക്കുന്ന കാലദൈർഘ്യം
ഇവയൊക്കെ പരിഗണിക്കുമ്പോൾത്തന്നെ ഭയം തോന്നുന്നു.

മുല്ലപ്പെരിയാർ കേസിൽ അന്നത്തെ ദിവാൻ സി പി രാമസ്വാമി അയ്യർ
എന്ന മഹാനിയമജ്ഞൻ നാല്പത്തൊന്നാം വയസ്സിൽ മദ്രാസ് ഹൈക്കോ
ടതിയിൽ അഡ്വക്കേറ്റ് ജനറലായി, തന്റെ നിയമപാണ്ഡിത്യവും മേധാ
ബലവും വാഗ്ദ്ധാടിയും വാദപ്രതിവാദപാടവവും – 'ഫോറൻസിക്
സ്കിൽ'– കൊണ്ടുമുരത്ത ബ്രിട്ടീഷ് ജഡ്ജിമാരെപ്പോലും അമ്പരപ്പിച്ച
ധിഷണാശാലി അവസാനമായി സ്വീകരിച്ച ഒരു നടപടി കൂടി നിയമവിദ
ഗ്ദ്ധന്മാരുടെ പരിഗണനയ്ക്കു സമർപ്പിക്കട്ടെ. സ്വാതന്ത്ര്യ പ്രാപ്തിക്കു
തൊട്ടുമുമ്പു സി പി ഡൽഹിയിലെത്തി വൈസ്രോയി മൗണ്ട് ബാറ്റൻ
പ്രഭുവിനെക്കണ്ടു തിരുവിതാംകൂർ സർക്കാരിനു വേണ്ടി ഉന്നയിച്ച വാദ
മുഖങ്ങളിൽ പ്രധാനമായ ഒന്ന് ബ്രിട്ടീഷ് പാർലമെന്റ് പാസാക്കിയ
'ഇന്ത്യൻ ഇൻഡിപ്പെന്റൻസ് ആക്ട് പ്രാബല്യത്തിൽ വന്നതോടെ അതു
വരെ നിലവിലുണ്ടായിരുന്ന നിയമങ്ങൾ ചട്ടങ്ങൾ കരാറുകൾ ഇവ
യൊക്കെ സ്വമേധയാ അസാധുവായിരിക്കുന്നു എന്നതാണ്. വൈസ്രോയി
ഈ വാദം അംഗീകരിക്കുകയും ചെയ്തു. ദിവാൻ തിരിച്ചെത്തി തൊട്ട
ടുത്ത ദിവസമാണ് (1947 ജൂലൈ 25) അദ്ദേഹത്തിനെതിരെ ഒരു വധ
ശ്രമം നടന്നത്. അതോടെ ചരിത്രഗതി വഴിമാറി.

സി പി ഉന്നയിച്ച വാദം – സ്വാതന്ത്ര്യപൂർവ്വകാലഘട്ടത്തിൽ അന്നത്തെ
തിരുവിതാംകൂർ സർക്കാരുമായി കമ്പനി ഉണ്ടാക്കിയ സകല കരാറുകളും
സ്വയമേവ അസാധുവാകുമെന്നത്– ഈ കേസിൽ ഉന്നയിക്കാനാകുമോ
എന്നതു സശ്രദ്ധം പരിശോധിക്കേണ്ടതാണെന്നു തോന്നുന്നു.

ഒരു കാര്യം വ്യക്തമായി പറയാതെ നിവൃത്തിയില്ല. സുപ്രീംകോടതി
വിധി 'മറികടക്കാൻ' എന്ന പ്രതിജ്ഞയുമായി സർക്കാർ നിയമനിർമ്മാ
ണത്തിനു മുതിരരുത്. (ആ പ്രയോഗത്തിൽത്തന്നെ അന്തർഭവിച്ചിട്ടില്ലേ
ഗുരുതരമായ കോർട്ടലക്ഷ്യദോഷം?) ഭരണഘടനയുടെ 142(1) അനുച്ഛേദ
മനുസരിച്ച്, 'മറികടക്കാൻ' ശ്രമിക്കുന്ന ഈ വിധിക്ക് പാർലമെന്റ് പാസാ
ക്കിയ ഒരു നിയമത്തിന്റെ പ്രാബല്യമുണ്ടെന്നോർക്കുക. ഇത്തരം 'മറിക
ടക്കൽ' അഭ്യാസങ്ങളെല്ലാം നിഷ്ഫലമായിട്ടേ ഉള്ളൂ – 1995 ൽ എ കെ
ആന്റണി മുഖ്യമന്ത്രിയായിരിക്കെ പാസാക്കിയ സംവരണ സംരക്ഷണ
നിയമം, 2004 ൽ പാസാക്കിയ മുല്ലപ്പെരിയാർ നിയമം, ഏറ്റവുമൊടുവിൽ
ഈ സർക്കാർ പാസാക്കിയ അഞ്ചരക്കണ്ടി, പാലക്കാട് കരുണ മെഡി
ക്കൽ കോളേജുകളിലെ ക്രമവിരുദ്ധമായ പ്രവേശനത്തെ സാധൂകരിക്കുന്ന
നിയമം; ഇ കെ നായനാരുടെ ഭാഷയിൽ ഇവയെല്ലാം സുപ്രീം കോടതി
ചുരുട്ടിക്കൂട്ടി ചവറ്റുകൊട്ടയിലിടുകയായിരുന്നുവെന്ന വസ്തുത മറക്കാൻ
വയ്യ. (ഏതു ശിങ്കിടികൻ വക്കീൽ ഹാജരായിട്ടും കാര്യമില്ല)

ഈ പതനത്തിൽ അസുഖകരമായി ഉയർന്നുവരുന്ന ഒരു ചിന്തയുണ്ട്.

കുറേക്കൂടി നേരത്തെതന്നെ, കുറേക്കൂടി ഗൗരവബുദ്ധിയോടും അവധാ
നതയോടും കൂടി വേണ്ടിവന്നാൽ സുപ്രീംകോടതിയിലെ (അറ്റോണി ജന
റൽ ഉൾപ്പെടെയുള്ള) പ്രഗല്ഭനിയമജ്ഞന്മാരുടെ അഭിപ്രായം തേടി,
അതീവ ഗുരുതരമായ ഈ പ്രശ്നം സർക്കാർ പരിഗണിക്കേണ്ടിയിരു
ന്നില്ലേ? ആവശ്യമെന്നു കണ്ടാൽ (ഒട്ടനവധി നിയമങ്ങളുടെ കാര്യത്തിൽ
കേരള സർക്കാർ ചെയ്തതുപോലെ) നിർദ്ദിഷ്ട നിയമം ഭരണഘടനയുടെ
ഒമ്പതാം പട്ടികയിൽപ്പെടുത്തി ജുഡീഷ്യൽ റിവ്യൂവിൽ നിന്നുതന്നെ
അതിനു ശാശ്വതമായ സംരക്ഷണം നല്കാമായിരുന്നില്ലേ? ഇന്ന് ഇത്തരം
ഒരു നടപടി സാദ്ധ്യമല്ലെന്നതു ശ്രദ്ധിക്കുക– ഇന്നത്തെ പാർലമെന്റിലെ
'പൊളിറ്റിക്കൽ കോൺഫിഗറേഷൻ' തന്നെ കാരണം.

വെട്ടിത്തുറന്നു ചോദിക്കട്ടെ – മാറി മാറി വന്ന സർക്കാരുകൾ ഹാരി
സൺ കമ്പനിയുടെ മുമ്പിൽ മുട്ടുമടക്കുകയായിരുന്നോ?

ഈ "ക്ഷുദ്രാംഹൃദയദൗർബല്യ"ത്തിന്റെ പിന്നിൽ എന്തു ഘടകങ്ങളാണു
പ്രവർത്തിച്ചത്. (അതോ പ്രവർത്തിച്ചുകൊണ്ടിരിക്കുന്നത് എന്നു വേണോ?)

പിൻമൊഴി

ഒരു ഫ്ളാഷ്ബാക്ക് – നാലു പതിറ്റാണ്ടുപിന്നിലേക്ക്.

നമുക്ക് അച്ചുതമേനോൻ എന്നൊരു മുഖ്യമന്ത്രിയുണ്ടായിരുന്നു.
(ഇന്നു തിരിഞ്ഞു നോക്കുമ്പോൾ അദ്ദേഹത്തേക്കാൾ മികച്ച ഒരു മുഖ്യ
മന്ത്രി ഉണ്ടായിരുന്നിട്ടില്ല. ഇനി ഉണ്ടാകുമെന്നും തോന്നുന്നില്ല!)

മറ്റുപല മേഖലകളുമെന്നപോലെ ഭൂപരിഷ്കരണരംഗത്ത് അദ്ദേഹം
അനിദം പൂർവ്വമായ ഒരു വിപ്ലവം സൃഷ്ടിച്ചു. കേരള ഭൂപരിഷ്കരണ (ഭേ
ദഗതി) നിയമം, കണ്ണൻ ദേവൻ ഹിൽസ് നിയമം, സ്വകാര്യവനങ്ങൾ ഏറ്റെ
ടുത്ത നിയമം, പിന്നെ പാവപ്പെട്ട കണ്ടുകൃഷി, ഇരയിലി, തിരുപ്പുവാരം,
കാണം കർഷകർക്കു സ്ഥിരാവകാശം നല്കിക്കൊണ്ടുള്ള നിയമങ്ങൾ.

പറകൊട്ടി കാഹളം വിളിച്ച് സ്തുതിപാഠകന്മാരുടെ പബ്ലിസിറ്റി
ഹൈപ്പിന്റെ വെള്ളിവെളിച്ചത്തിൽ മുഴുകി നിന്നല്ല അദ്ദേഹം ഈ മഹാ
വിപ്ലവം നടത്തിയത് (അതിന്റെ ഏറ്റവും പുറകിലത്തെ നിരയിൽ ഒരു
സാധാരണ ജീവനക്കാരനായി നില്ക്കാൻ കഴിഞ്ഞതിൽ ഇന്ന് ഏറെ
ചാരിതാർത്ഥ്യവും അഭിമാനവും തോന്നുന്നു, ഭൂപരിഷ്കരണത്തിന്റെ ചുമ
തലയുള്ള ജോയിന്റ് സെക്രട്ടറിയും അഡീഷണൽ സെക്രട്ടറിയുമായി)

അന്ന് സർവ്വശക്തയായിരുന്ന പ്രധാനമന്ത്രി ഇന്ദിരാഗാന്ധി അദ്ദേഹത്തെ
ഹാർദ്ദമായി അഭിനന്ദിച്ചു– ഭൂപരിഷ്കരണത്തിനു കേരളത്തിന്റെ മാതൃക
ഇതര സംസ്ഥാനങ്ങൾ സ്വീകരിക്കണമെന്ന് ആവർത്തിച്ച് ആഹ്വാനം ചെയ്തു.

ഓർത്തെടുക്കട്ടെ – അന്നും ടാറ്റായും ഹാരിസണും കണ്ണൻ ദേവനും
മറ്റ് അതിശക്തരായ സ്ഥാപിത താല്പര്യക്കാരും ഉണ്ടായിരുന്നു. കോട
തിയിൽ കേസ് പരിഗണനയ്ക്ക് വന്നില്ലെങ്കിൽപ്പോലും അവിടെ തങ്ങ
ളുടെ ദിവ്യസാന്നിദ്ധ്യത്തിനു കണക്കുപറഞ്ഞു പൊതുഖജനാവിൽ
നിന്നും ഓരോ സിറ്റിങ്ങിനും കാൽക്കോടി രൂപ ഫീസ് വാങ്ങിയിരുന്ന

ഘടാ ഘടിയൻ വക്കീലന്മാർ ഉണ്ടായിരുന്നു

ഇന്നത്തേക്കാൾ വളരെയേറെ യാഥാസ്ഥിതികമായ നീതിപീഠങ്ങ
ളുണ്ടായിരുന്നു. (അവരാണല്ലോ മുഖ്യമന്ത്രി ഇ എം എസിനെ കോർട്ട്
അലക്ഷ്യത്തിനു ശിക്ഷിച്ചത്!)

എസ്റ്റേറ്റ് മാഫിയാകളുടെയും റിസോർട്ട് മാഫിയാകളുടെയും
മുമ്പിൽ "ചെവി പൊട്ടിക്കുന്ന നിശ്ശബ്ദത" (കുൽദീപ് നയ്യാരുടെ ഡെഫ
നിങ് സൈലൻസ് തന്നെ) സ്ഥിരമായി പുലർത്തിയിരുന്ന ഘടകകക്ഷി
കളുണ്ടായിരുന്നു. അവയിൽ ഒന്നെങ്കിലും കൈയേറ്റവും കുടിയേറ്റവും
തമ്മിലുള്ള വ്യത്യാസം നിരന്തരം 'ഊന്നിപ്പറഞ്ഞു'കൊണ്ടിരുന്നു.

പശ്ചിമഘട്ടത്തിൽ സൗകര്യമുള്ളിടത്തൊക്കെ കുരിശുനാട്ടി വനഭൂമി
കവർന്നെടുക്കുന്ന ഒരു ശക്തമായ ന്യൂനപക്ഷം ഉണ്ടായിരുന്നു. മൂന്നാറിലെ
അത്തരം രണ്ടു ടൺ കോൺക്രീറ്റ് കുരിശു തകർത്ത സബ്കളക്ടർ ശ്രീറാം
വെങ്കിട്ടരാമനോടു 'നീ നാലു കാലിലേ മടങ്ങിപ്പോകൂ' എന്നാക്രോശിച്ച സ്ഥലം
എം എൽ എയെ ഓർക്കുക. ശ്രീറാം തന്റെ റോയൽ എൻഫീൽഡ് മോട്ടോർ
ബൈക്കിൽ ഒരു ആക്ഷൻ ഹീറോയായി മടങ്ങിയതും ഓർക്കുക.

സല്ക്കാരപ്രിയരായ എസ്റ്റേറ്റ് പ്രഭുക്കന്മാരുടെ ഔദാര്യത്തിൽ
ജോണി വാക്കർ ബ്ലൂലേബലും ഷാമ്പെയിൻ ക്യോന്യാക്കും നെപ്പോളി
യൻസ് ബ്രാൻഡിയും വെടിയിറച്ചിയും ആർത്തിയോടെ ആസ്വദിച്ച സൂപ്പർ
ബ്യൂറോക്രാറ്റുകളുണ്ടായിരുന്നു.

ഹൈറേഞ്ചിലെ പ്രലോഭകരമായ തണുപ്പിലും കുന്നിൻ ചരിവിലെ
നീരവനഗ്നവിശാലതയിലും (കടപ്പാട് എൻ വി കൃഷ്ണവാരിയർ)
സർക്കാർ ചെലവിൽ സർഗ്ഗപ്രക്രിയ കൊണ്ടുപിടിച്ചു നടത്തിയ ബുദ്ധി
ജീവികളും സാംസ്കാരിക നായകന്മാരും ഉണ്ടായിരുന്നു.

(എന്നിട്ടും വർഷങ്ങൾ പോകെ, അച്യുതമേനോന്റെ അഴിമതികളെ
പറ്റി ദേശീയമാധ്യമങ്ങളിൽ വാചാലമായി പരസ്യചർച്ച നടത്തി)

"ചോരക്കൊതിയാ ചേലാടാ

നിന്നെ പിന്നെ കണ്ടോളാം." എന്ന് അലറി വിളിച്ച അതിവിപ്ലവകാ
രികളുണ്ടായിരുന്നു.

ഈ ശബ്ദായമാനമായ പ്രാകൃതമായ തുടർ നാടകങ്ങൾക്കിടയിൽ
മുഖ്യമന്ത്രിമാത്രം ദൃഢചിത്തനായി, അക്ഷോഭ്യനായി, അചഞ്ചലനായി
മുന്നോട്ടുപോയി, ആരുടെയും മുന്നിൽ തലകുനിക്കാതെ.

ഒടുവിൽ തന്റെ നിയോഗം പൂർത്തിയാക്കി ശാന്തനായി നിസ്സംഗ
നായി. കന്റോൺമെന്റ് ഹൗസിന്റെ പടിയിറങ്ങി തൃശൂർ ശങ്കരയ്യാരോ
ഡിലുള്ള തന്റെ കൊച്ചു സാകേതത്തിലേക്കു മടങ്ങി; മഹാഭിനിഷ്ക്രമ
ണത്തിനൊരുങ്ങുന്ന സിദ്ധാർത്ഥരാജകുമാരനെപ്പോലെ.

ആദ്യം മനുഷ്യന്റെ ഒടുങ്ങാത്ത ആർത്തിയും ദുരയും പിന്നെ പ്രകൃ
തിയുടെ ഭീകരമായ നിർദ്ദയമായ തിരിച്ചടിയുംകൊണ്ടു തകർന്നടിഞ്ഞ
പാവപ്പെട്ട കേരളം കേഴുന്നു– കൗരവസദസ്സിൽ ഉടുതുണി വലിച്ചഴിക്ക
പ്പെട്ട അപമാനിതയായ ദ്രൗപദിയെപ്പോലെ–

മഹാനായ അച്യുതമേനോൻ അങ്ങ് ഇന്നു ജീവിച്ചിരുന്നെങ്കിൽ!

വീസിക്കസേര: വെയ് രാജ വെയ്!

"ച്ഛീ! പൂവാൻ പഴ! ഈ ചട്ടിശ്ശാസഴങ്ങളെ വകവയ്ക്കിണ ആണുങ്ങളാഴ്?"

സി വിയുടെ *മാർത്താണ്ഡവർമ്മ*യിലെ പ്രസിദ്ധമായ ഒരു സംഭാഷ ണശകലമാണിത്. മദ്യമത്തനായ രാമനാമത്തിൽ പിള്ളയുടെ വക ആക്രോശം. യുവരാജാവായ മാർത്താണ്ഡവർമ്മയെ വകവരുത്താനുള്ള ഗൂഢാലോചനയാണ് പശ്ചാത്തലം. അവയിലബൾ പി ബിയല്ല. മുയ്യു മൻ പി ബിയും സന്നിഹിതം. ചർച്ചകൾ പരമരഹസ്യമാക്കിവച്ചുകൊ ള്ളാമെന്ന് ഓരോരുത്തരും എഴുതിരിയിട്ടു കത്തിച്ച നിലവിളക്കിൽത്തൊട്ടു സത്യം ചെയ്യുന്നു. "മനം മയങ്കിയും മങ്കമടിയിലും മറുചെവി പോകാതു പോകാതു സത്യം" എന്നാണു സത്യവാചകം. പരമ എംഡൻ സുന്ദര യ്യൻ മാത്രം 'മറുചെവി' എന്നതു കൗശലപൂർവ്വം 'അറുചെവി' എന്നു മാറ്റിയാണു ചൊല്ലുന്നത്. ടിയാൻ സത്യം ചെയ്യുമ്പോൾ ഒരു ''മാർജ്ജാ രായുദ്ധകോലാഹലം" കേൾക്കുന്നു. കടുത്ത ദുശ്ശകുനം. എല്ലാവരുടെയും മുഖം വാടുന്നു. കൂട്ടുകാരെ ഉത്തേജിപ്പിക്കാൻ മദ്യശ്രീരാമനാമം കാച്ചുന്ന ഡയലോഗാണു മേലുദ്ധരിച്ചത്. (ഓർമ്മയിൽ നിന്നെഴുതിയത്)

പിള്ളേച്ചന്റേതിൽനിന്നും ഒട്ടും കുറയാത്ത കടുത്ത പുച്ഛത്തോടും അവജ്ഞയോടും വെറുപ്പോടും കൂടിയുള്ള ചില പ്രഖ്യാപനങ്ങൾ മൂന്നു നാലു കൊല്ലമായി ഇടയ്ക്കിടെ കേൾക്കുന്നു. പേരെടുത്ത ഒരു 'ഹൈ പ്രൊഫൈൽ' വിദ്യാഭ്യാസ വിചക്ഷണനും വിവിധ വിജ്ഞാന വിതരണ വ്യഗ്രനുമാകുന്നു പ്രഖ്യാതാവ്. ബഹുജനഹിതായ: ബഹുജനസുഖായ എന്നുവച്ചാൽ പാമരശിരോമണികളായ നമ്മെ, പൊതുജനത്തെ, ചാനൽ ജിമിക്കികൾ പറയുന്നതുപോലെ 'ഭോതവല്ക്കരിക്കാൻ' വേണ്ടി. എന്തി നെക്കുറിച്ചെന്നല്ലേ? പറയാം.

(ഇവിടെ ഒരു മുൻകൂർ ജാമ്യം വേണ്ടിയിരിക്കുന്നു. മുമ്പ് അനേകം

തവണ പത്രദ്വാരായും മറ്റു ദ്വാരങ്ങൾ വഴിയും പറഞ്ഞു കഴിഞ്ഞ കാര്യ
മാണ് വീണ്ടും പറയാൻ പോകുന്നത്. നമ്മുടെ പഴയ മുൻഷിമാർ പറ
യുന്ന പൗനരുക്ത്യദോഷം. പക്ഷേ, വിദ്യാഭ്യാസ വിദഗ്ദ്ധന്മാരെ മാത്ര
മല്ല നികുതിദായകർ എന്നു വിളിക്കുന്ന കഴുതകളെയും അമ്പേ തെറ്റി
ദ്ധരിപ്പിക്കുന്ന പ്രസ്താവനകളും സിദ്ധാന്തങ്ങളും നിരന്തരമായി പുറപ്പെ
ടുമ്പോൾ, അവയുടെ സ്രോതസ്സ് മേൽപ്പറഞ്ഞ വിശ്വവിഖ്യാതനാകു
മ്പോൾ പൂർവ്വ പക്ഷത്തിനു സിദ്ധാന്തപക്ഷം അവതരിപ്പിക്കാതെ വയ്യ.
സായിപ്പു പറയുന്നതുപോലെ ടു പുട്ട് ദ റെക്കോഡ് സ്ട്രെയിറ്റ്)

ഇവിടെ അദ്ദേഹത്തെ ചുരുങ്ങിയ വാക്കുകളിൽ പരിചയപ്പെടുത്തേ
ണ്ടിയിരിക്കുന്നു. (ഇറ്റലിയിലെ അമ്മൂമ്മയുടെ സവിധത്തിൽനിന്നു)
"രാഹുൽജിയെ വിളിക്കൂ, രാജ്യത്തെ രക്ഷിക്കൂ" എന്നു ചില എനത്താ
ന്മാർ ദിവസം മൂന്നു നേരം വിളിച്ചുകൂവുന്നതു പോലെ, തന്നെ വിളിക്കൂ,
ലോകത്തെ രക്ഷിക്കൂ എന്ന് അദ്ദേഹം തന്റെ നിരന്തരമായ ഇടയലേഖ
നങ്ങളിൽ കൂടി പറയാതെ പറഞ്ഞു കൊണ്ടിരിക്കുന്നു. ഏതു പ്രശ്ന
ത്തിനും അദ്ദേഹത്തിന് അതിവിദഗ്ദ്ധ ന്യൂജൻ ഹൈടെക് പരിഹാരമുണ്ട്.
അങ്ങോട്ടാവശ്യപ്പെടാതെ തന്നെ, കുതിരവട്ടം ശൈലിയിൽ "ഇപ്പ ശര്യാ
ക്കിത്തരാം." എന്ന് അദ്ദേഹം ഉറപ്പുതന്നു കൊണ്ടേയിരിക്കുന്നു. ദൈവ
ത്തിന്റെ നാടിനു പകരം വല്ല അമേരിക്കയിലോ യൂറോപ്പിലോ മറ്റോ ജനി
ച്ചിരുന്നെങ്കിൽ താൻ ഇതിനകം മദാം ക്യൂറിയെ പോലെ ഒന്നല്ല, രണ്ട്
നോബൽ സമ്മാനങ്ങൾ തരപ്പെടുത്തിയേനെ എന്ന് അദ്ദേഹം ഉറച്ചു വിശ്വ
സിക്കുന്നു. ഇഷ്ടവിനോദം വിവരസാങ്കേതിക വിദ്യ– അതിന്റെ തന്നെ
സൂപ്പർ സ്പെഷ്യാലിറ്റി മേഖലകൾ. പക്ഷേ, അവിടെത്തന്നെ, വല്ല
ബിൽഗേറ്റ്സിനെയോ സക്കർ ബർഗ്ഗിനെയോ മറ്റോ മാത്രമേ അദ്ദേഹം
കഷ്ടിച്ച് അംഗീകരിക്കുന്നുള്ളൂ. ഇതര പീറകളെ ഒന്നൊഴിയാതെ അദ്ദേ
ഹത്തിനു പരമപുച്ഛം. അവരെ മാത്രമല്ല, സമസ്ത സാഹിത്യകാരന്മാ
രെയും മുഴത്തിൽ മുന്നൂറുള്ള സാംസ്കാരിക നായകന്മാരെയും
സോക്കാൾഡ് ബുദ്ധിജീവികളെയും വിദഗ്ദ്ധന്മാരെയും ഭരണകർത്താ
ക്കളെയും എന്നുവേണ്ട സകല ക്ണാപ്പന്മാരെയും കടുത്ത പുച്ഛം.
ഏറ്റവും കടുത്ത പുച്ഛം, പ്രൊഫസർമാരോട് (യു ജി സി യും സാദാ
യും) അവരിൽത്തന്നെ വീസിമാരെന്ന പാടച്ചരക്കീടങ്ങളെ കണ്ണെടുത്തു
നോക്കുന്നതു തന്നെ അപൂർവ്വം. പ്രൊഫസർമാർ ഒന്നടങ്കം നോക്കുകൂലി
ആശാന്മാരാണെന്ന് അദ്ദേഹം വിശ്വസിക്കുന്നു. 'കൊല്ല് ആ പട്ടിയെ –
അവനൊരു നിരൂപകനാണ്.' എന്നു മഹാകവി ഗെഥെ പണ്ടു ഗർജ്ജിച്ച
ത്രെ. നിരൂപകൻ എന്നതിനുപകരം പ്രൊഫസർ എന്നു ചേർത്താൽ മതി.
ആ വർഗ്ഗത്തെക്കുറിച്ച് അദ്ദേഹത്തിനുള്ള വിലയിരുത്തലായി.

അദ്ദേഹത്തിന്റെ മുഖ്യസിദ്ധാന്തം – ഐൻസ്റ്റെന്റെ ആപേക്ഷിക
സിദ്ധാന്തമോ ന്യൂട്ടന്റെ ഗുരുത്വാകർഷണ സിദ്ധാന്തമോ പോലെ–
ഇപ്രകാരമാണ്. ഉന്നതവിദ്യാഭ്യാസമേഖലയുടെ നെടുംതൂണുകളെന്നു
ഗണിക്കപ്പെടുന്ന സർവ്വകലാശാലാ വൈസ് ചാൻസലർമാരുടെ മിനിമം
യോഗ്യതകൾ വളരെ മുമ്പുതന്നെ യൂണിവേഴ്സിറ്റി ഗ്രാന്റ്സ് കമ്മീഷ
ണർ കൃത്യമായി നിയമാധിഷ്ഠിതമായി നിർണ്ണയിക്കുകയും അവ ഒന്നി

ലേറെ സുപ്രധാന വിധിന്യായങ്ങളിലൂടെ സുപ്രീംകോടതി അംഗീകരി ക്കുകയും ചെയ്തിട്ടുണ്ട്. പക്ഷേ, ഭാരതത്തിലെ ഇരുപത്തെട്ടു സംസ്ഥാ നങ്ങളിലും അനുവർത്തിച്ചുപോരുന്ന ഈ നിബന്ധനകളൊക്കെ ശുദ്ധ അനാവശ്യമാണെന്നത്രെ നമ്മുടെ വിചക്ഷണന്റെ സ്ഥിരമായ വാദം. ഒരാ ശ്വാസമേ അദ്ദേഹത്തിനുള്ളു, കേരളത്തിൽ ഈ വ്യവസ്ഥകൾ പൂർണ്ണ മായും നടപ്പാക്കിയിട്ടില്ല. കഴിഞ്ഞ സർക്കാരിന്റെ കാലത്തു നിയമസഭ യിൽ അധോമുഖനായി. കുറ്റബോധത്തോടെ ഒരുതരം സലജ്ജാഹം ശൈലിയിൽ അന്നത്തെ വിദ്യാഭ്യാസമന്ത്രി കുമ്പസാരിച്ചു. കേരളത്തിലെ നാലു വീസിമാർ മിനിമം യോഗ്യതയില്ലാത്തവരാകുന്നു! പിന്നെ എന്തരി നങ്ങത്തേ ഈ ശിങ്കിടി മുക്കന്മാരെ പിടിച്ചു വീസികസേരയിൽ ഇരുത്തിയത് എന്നൊന്നും ആരും ചോദിച്ചു കളയരുത്. സാക്ഷരകേരളം സുന്ദരകേര ളത്തിൽ വീസി നിയമനം പതിറ്റാണ്ടുകളായി നടന്നുപോരുന്നതു ജാതിയു ടെയും മതത്തിന്റെയും രാഷ്ട്രത്തിന്റെയും പണത്തിന്റെയും വ്യക്തിബന്ധ ങ്ങളുടെയും ഒക്കെ സ്വാധീനത്തെമാത്രം ആശ്രയിച്ചാകുന്നുവെന്നും സുപ്രീംകോടതിയല്ല ഉടയതമ്പുരാൻ തന്നെ കല്പിച്ചാലും എന്നും അതങ്ങ നെയേ ആയിരിക്കു എന്നും അരിയാഹാരം കഴിക്കുന്നവർക്കൊക്കെ അറിയാം.

അതുകൊണ്ടാകുന്നുവല്ലോ പ്രിയരേ, ഇവിടെ ഉന്നതവിദ്യാഭ്യാസ മേഖലയിൽ പല അത്ഭുതങ്ങളും സംഭവിച്ചുകൊണ്ടിരിക്കുന്നത്. വ്യാജ പരിചയസർട്ടിഫിക്കറ്റിന്റെ അടിസ്ഥാനത്തിൽ ഒരാൾ വീസിയായി കുറേ ക്കാലം വിലസിയതും, ഏതോ സായിപ്പിന്റെ പ്രബന്ധത്തിന്റെ മുന്നിൽ രണ്ടാം ഭാഗം അടിച്ചുമാറ്റിയ മറ്റൊരു അക്കാദമിയൻ പീവീസി കസേര യിൽ തന്റെ ഊഴം നിർബ്ബാധം പൂർത്തിയാക്കിയതും- ഒരു മൂന്നാം ക്ലാസ് (നാലാം ക്ലാസ് ഇല്ലെന്നോർക്കുക!) എമ്മേക്കാരൻ ഗവർണർ ഭാട്ടിയ ശക്തിയായി എതിർത്തിട്ടും- ഒരു സാങ്കേതിക സർവ്വകലാശാലയിൽ അഞ്ചുകൊല്ലം നിനൈത്തതേമുടിപ്പവനായി അടിച്ചു പൊളിച്ചതും ഒക്കെ ഓർക്കാതെ വയ്യ. ഇതിനേക്കാളൊക്കെ വലിയ തമാശ വീസിമാരുടെ മേൽനോട്ടം വഹിക്കുകയും അവരുടെ പ്രവർത്തനം വിലയിരുത്തുകയും ചെയ്യേണ്ട ഉന്നതവിദ്യാഭ്യാസ കൗൺസിലിലെ വലിയ മേലെഴുത്തുപി ള്ളയ്ക്കോ പിള്ളമാർക്കോ ഒരു പ്രിൻസിപ്പലിന്റെ യോഗ്യതകൾ (യു ജി സി നിശ്ചയിച്ചത്) പോലും ഇല്ലായിരുന്നുവെന്നതും അതുമൂലം കേരളത്തിനു കേന്ദ്രന്റെ വകയായി ലഭിക്കേണ്ടിയിരുന്ന ശതകോടികളുടെ സഹായ ധനം നഷ്ടപ്പെട്ടതും. സ്മാർത്ത വിചാരവേളയിൽ പണ്ടു കുറിയേടത്തു താത്രി തീ പാറുന്ന കണ്ണുകളോടെ ചോദിച്ചതുപോലെ "എനീം പറേണോ?"

വേണ്ട- പറയാതിരിക്കുകാ ഭേദം!

ഇതൊക്കെപ്പോകട്ടെ. ഈ അപഭ്രംശങ്ങളെ ന്യായീകരിക്കാനും സിദ്ധാന്തവല്ക്കരിക്കാനും നമ്മുടെ വിചക്ഷണൻജി നിരന്തരമായി നട ത്തിവരുന്ന ശ്രമമാണ് അവിശ്വസനീയം. ആറ്റിക്കൊഴിച്ചു കഴിഞ്ഞാൽ അദ്ദേഹത്തിന്റെ സിദ്ധാന്തം ഇപ്രകാരമാകുന്നു.

ഒന്നു പോടേ! വെരുട്ടാതെടേ! വീസിയാകാൻ വിശേഷിച്ചു യാതൊരു യോഗ്യതയും ആവശ്യമില്ലെന്നു നാം ഇതാ കല്പിക്കുന്നു! പത്താം

ക്ലാസും ഗുസ്തിയും ദഫ്മുട്ടും പരിചയമുട്ടുകളിയും ധാരാളം എന്ന് അദ്ദേഹം ഭംഗ്യന്തരേണ പറഞ്ഞുകൊണ്ടിരിക്കുന്നു. ദേവസ്വം ബോർഡിലെ കഴക ക്കാർക്കും സെക്രട്ടറിയേറ്റിലെ തൊറപ്പ അക്കച്ചിമാർക്കുംവരെ കുറഞ്ഞ യോഗ്യത വേണം. പക്ഷേ, വീസിമാർക്ക് അതൊന്നും ആവശ്യമില്ല! എന്നു വച്ചാൽ വനം കൈയേറൽ, പാറപൊട്ടിക്കൽ, മണലൂറ്റൽ, അശ്ലീല വീഡി യോ, ഇരുതലമൂരി പിടിക്കൽ, പ്രൊഫഷണൽ രാഷ്ട്രീയം ഇവയൊക്കെ പ്പോലെ വീസിമാർക്ക് യാതൊരു കുറഞ്ഞ യോഗ്യതയും ആവശ്യമില്ലാ ത്തതാകുന്നു! കടന്നുവരൂ! കടന്നുവരൂ വെയ് രാജാ വെയ്!

ഈ സിദ്ധാന്തത്തിന്റെ അനുസിദ്ധാന്തമാകുന്നു അടുത്തത്. ഐ എ എസുകാരെ എന്തുകൊണ്ട് വീസിമാരായി നിയമിച്ചു കൂടാ എന്ന് അദമ്യമായ ധാർമ്മികരോഷത്തോടെ, അദ്ദേഹം ആക്രോശിക്കുന്നു. സായി പ്പിന്റെ ഭരണകാലത്തു ബോധപൂർവ്വം നടത്തിയ ഒരു പ്രചാരണത്തിന്റെ ബാലിശമായ ആവർത്തനമാണ് ഈ വാദമെന്നു കാണാൻ ബുദ്ധിമുട്ടില്ല. റിസർവ്വ് ബാങ്ക് ഗവർണർ 'കേന്ദ്രസർക്കാരിന്റെ സമസ്ത താക്കോൽ സ്ഥാനങ്ങളും' പൊലീസ് മേധാവിമാർ (വോ കാക്കിച്ചട്ട പോട്ട മച്ചാൻ തന്നെ!) നാട്ടുരാജ്യങ്ങളിലെ ദിവാന്മാർ തുടങ്ങി ഏതു സമുന്നതമായ പദവിക്കും അവർ അർഹരാണെന്നൊരു സിദ്ധാന്തം സൃഷ്ടിക്കുക മാത്ര മല്ല നടപ്പാക്കുക കൂടി ചെയ്തു. സായിപ്പ് (നാടനും വെള്ളക്കാരനും) വൈ എൻ സൂക്തങ്കാർ, സി ഡി ദേശ്മുഖ്, എൻ ആർ പിള്ള, എച്ച് വി ആർ അയ്യങ്കാർ, എച്ച് എം പട്ടേൽ തുടങ്ങി ചില മഹാപ്രതിഭന്മാർ അമ്പ രപ്പിക്കും വണ്ണം വിഭിന്നമായ ഔദ്യോഗിക പദവികൾ അത്ഭുതാവഹമായ പ്രാഗല്ഭ്യത്തോടെ വഹിച്ചുവെന്നതു ചരിത്രം. അവരോട് ഉപമിക്കാനാ കുമോ (നമ്മുടെ വിചക്ഷണൻ തന്നെ നിരന്തരം പരിഹസിച്ചു പോരു ന്ന) 'ന്യൂജെൻ' ഐ എ എസുകാരെ? വിചക്ഷണന്റെ സിദ്ധാന്തം അവിടെ കിടക്കട്ടെ. ഒരു കാളീശ്വരനെയും ഒരു ടി എൻ ജയചന്ദ്രനെയും മാറ്റി നിർത്തിയാൽ, അർപ്പണബോധത്തോടെ, മികവോടെ ഒരു സർവ്വകലാ ശാല ഭരിച്ച ഏതെങ്കിലും ഐ എ എസുകാരൻ ഉണ്ടോ സാർ? ഏനും ചോതി തമ്പ്രാനും ചോതി എന്ന മട്ടിൽ 'അഡീഷണൽ ചാർജ്' ആയി (അതിനു ദക്ഷിണയും ചോരനുഭവവും വേറെ!) വീസിമാരുടെ കനക സിംഹാസനത്തിൽ കടന്നിരിക്കുകയും, ഘനഗംഭീരനായി, "നമ്മുടെ ഭരണ കാലത്താകുന്നു സർവ്വകലാശാലയിലെ വനിതാജീവനക്കാർക്ക് സൗജ ന്യമായി പാഡുകൾ വിതരണം ചെയ്തു തുടങ്ങിയത്" എന്നും മറ്റും പില്ക്കാലത്തു മനം മടുപ്പിക്കുന്ന അവകാശവാദങ്ങൾ നിരത്തുകയും ചെയ്ത ചില ഉദ്ദണ്ഡന്മാരെ ഓർക്കുന്നു. മുതിർന്ന ജനപ്രതിനിധികളുടെ ശക്തമായ, അനുസ്യൂതമായ ആരോപണങ്ങൾ ഉയർന്നിട്ടും ഉടുമ്പിനെ പ്പോലെ വീസി കസേരയിൽ കടിച്ചുതൂങ്ങിക്കിടന്ന ചില വീരന്മാരെയും ഓർമ്മ വരുന്നു. ഒന്നു പറയാതെ വയ്യ- സ്വന്തം മേഖലയിലുള്ള സമഗ്ര മായ അദ്ധ്യാപന/ഗവേഷണ പര്യവേക്ഷണ പരിചയവും ഏറ്റവും ആധു നികമായ വിജ്ഞാനീയവും അവകാശപ്പെടാവുന്ന മികച്ച അദ്ധ്യാപക രേക്കാൾ വീസീപദവിക്ക് അർഹത ഐ എ എസുകാർക്കുണ്ടെന്നുള്ള

വിതണ്ഡാവാദത്തിനു പിന്തുണ ലഭിക്കാൻ സാദ്ധ്യതയില്ല തന്നെ.

വിചക്ഷണഗുരുവിന്റെ മൂന്നാം സിദ്ധാന്തം ശരിക്കും അമ്പരപ്പിക്കു ന്നതാണ്. അദ്ദേഹം, നടപ്പു ശൈലിയിൽ അടിവരയിട്ട് നിരന്തരമായി പറ ഞ്ഞുകൊണ്ടിരിക്കുന്നു.

"വിജ്ഞാന നിർമ്മിതി (?) ഇന്നു സർവ്വകലാശാലകളിലും അക്കാദ മിക സ്ഥാപനങ്ങളിലും മാത്രമല്ല നടക്കുന്നത് (അങ്ങനെയാണെന്ന് ആർ അവകാശപ്പെടുന്നു സാർ?) സർവ്വകലാശാലകളിൽത്തന്നെ വിനിയോഗി ക്കുന്ന 'മെയിം ഫ്രെയിം കമ്പ്യൂട്ടർ' അടക്കമുള്ള ഗവേഷണോപാധിക ളിൽ ഒരു ശതമാനം പോലും ഇന്നു സർവ്വകലാശാലഗവേഷണത്തിന്റെ ഫലമല്ല (വീണ്ടും ആരാണ് സാർ ഇങ്ങനെ അവകാശപ്പെടുന്നത്?) ഇന്റർനെറ്റിന്റെ ആവിർഭാവത്തോടെ ആർജ്ജിത വിജ്ഞാനത്തിന്റെ കുത്തക സംഭരണികളാണെന്ന (അടിവര ഇതു ലേഖകന്റേത്) സർവ്വക ലാശാലകളുടെ മേനിയും പൊളിഞ്ഞു."

റമനോജ്ഞമായ അലങ്കാരപ്രയോഗം! കേരളവർമ്മ വലിയ കോയി ത്തമ്പുരാൻ ഇതു കേട്ടിരുന്നെങ്കിൽ തൽക്ഷണം തന്റെ വൈരക്കല്ലുപ തിച്ച കടുക്കൻ ഒരെണ്ണമെങ്കിലും ഊരി നമ്മുടെ വിചക്ഷണനെ അണി യിച്ചേനെ!)

ഈ ഘീർവാണത്തിനു 'മലയാംപാഴ'യിലുള്ള വ്യാഖ്യാനം പഴമന സ്സിൽ തോന്നുന്നത് ഇപ്രകാരമാണ്. ഡേയ് വാദ്ധ്യാന്മാരെ, വാദ്ധ്യാട്ടിക ളെ, ശൃണു! വീസിമാരാകാൻ നീയെന്നും ഇനി മേലാൽ വല്യകലത്തിൽ വെള്ളമിട്ടോണ്ടു കാത്തിരിക്കേണ്ട. രാഷ്ട്രീയവൻതോക്കുകളുടെ കാലു തിരുമ്മുകയും വേണ്ട. പലായധം പലായുധം! ഇത് ആർട്ടിഫിഷ്യൽ ഇന്റലിജൻസിന്റെ കാലമാകുന്നു. നിനക്കൊക്കെപ്പകരം ചുള്ളന്മാർ യന്തി രക്കുട്ടന്മാർ വീസിമാരായി വരാൻ പോകുന്നു! യെസ്, പ്രൊഫസർ റോബ ട്ട്മാർ! നീയൊക്കെ അനാഥന്മാരായി, അക്കദമീയ വടക്കേപ്പുറത്തു പട്ടി ണികിടക്കാൻ പോകുന്നു!

എത്ര പുളഗോദ്മകാരിയായ സ്വപ്നം! ഒരു കുരുത്തംകെട്ട സംശയം. നമ്മുടെ സർവ്വകലാശാലകളിൽ തിരുവോന്തരത്തും ഗാന്ധിയിങ്കലും കോയിക്കോട്ടും വിശേഷിച്ചും. അനുഷ്ഠാനകലകളായി മാറിക്കഴിഞ്ഞ ഐരാവോ, ഉപരോധം, തെറിവിളി, കൈയാങ്കളി, കൈയേറ്റം ഇവ യ്ക്കൊക്കെ റോബട്ട് വീസിമാർ ഇരുന്നു തരുമോ സാർ? അതോ വില പ്പെട്ട ഈ കലകളെല്ലാം അന്യംനിന്നു പോകുമോ!

വിചക്ഷണന്റെ രൂക്ഷമായ പ്രത്യാഖ്യാനമോർത്തു ഞാൻ നടുങ്ങു ന്നു- സെക്രട്ടറിയേറ്റിൽ ഒന്നേ അരയ്ക്കാൽ ലക്ഷം ഫയലുകൾ കെട്ടിയോ കെട്ടാതെയോ കിടക്കുന്നതു മുതൽ, ആഗോള താപനവും ദൈവകണവും തമോഗർത്ത സിദ്ധാന്തവും മാണിക്യമലരായ പൂവിലും വരെയുള്ള അതിസങ്കീർണ്ണമായ വിഷയങ്ങളിൽ വൈജ്ഞാനിക പ്രപഞ്ചം അദ്ദേഹത്തിന്റെ തിരുവായ് മൊഴിക്കായി കാത്തു നില്ക്കുമ്പോൾ!

ഭരണിയായാലും ഭരണിപ്പാട്ടായാലും! (അതിൽ അദ്ദേഹം വിശേ ഷിച്ചും വിചക്ഷണൻ തന്നെയാണല്ലോ!)

ഒരു പാവന സ്മരണ

മഹാകവി ഷേക്സ്പിയറുടെ ഹാംലെറ്റ് എന്ന നാടകത്തിൽ പ്രസി
ദ്ധമായ ഒരു വാക്യമുണ്ട്. നമ്മുടെ 'ജീവിതോദ്ദേശ്യങ്ങളെ കരുപ്പിടിപ്പി
ക്കുന്ന ഒരു ദൈവികശക്തിയുണ്ട്– നാം അവയെ പരുക്കനായി എങ്ങനെ
തല്ലിക്കൂട്ടിയാലും" ("There is a divinity that shapes our ends Rough-
hew them how we will." *Hamlet*- Act V. Scene 2) എന്നാണ് ചിന്താ
ബന്ധുരമായ ആ ഈരടി.

ആത്യന്തികമായി മനുഷ്യജീവിതത്തിന്റെ ഗതി നിർണ്ണയിക്കുന്നത്
അനിർവ്വചനീയമായ ഒരു ശക്തിയാണെന്ന വിശ്വാസം എല്ലാ മതങ്ങളിലും
കാണാനാവും. നമ്മിൽ ഭൂരിഭാഗം പേരുടെയും അനുഭവവും അതാണ്.
മുൻകൂട്ടി പ്രവചിക്കാനാകാത്ത ഒരു യാദൃച്ഛികത, അത് ശുഭപ്രദമായാലും
അശുഭപ്രദമായാലും ജീവിതത്തിൽ അനുഭവപ്പെട്ടിട്ടില്ലാത്തവർ ചുരുങ്ങും.
മനുഷ്യന്റെ അഹന്തയും താൻപോരിമയും കുറച്ച്,, അവനെ വിനയാന്വി
തനാക്കാനും അവന്റെ മനസ്സിനെ ഈശ്വരോന്മുഖമാക്കാനും ഈ വിശ്വാ
സത്തിനു കഴിയുമെന്ന് അഭിജ്ഞന്മാർ പറയുന്നു. എഴുപത്തിയെട്ടിലെത്തി
നില്ക്കുന്ന എന്റെ വ്യക്തിജീവിതത്തിലും ഔദ്യോഗിക ജീവിതത്തിലും
ഈ യാദൃച്ഛികത, തിരിഞ്ഞു നോക്കുമ്പോൾ വ്യക്തമായി ഞാൻ കണ്ടെ
ത്തുന്നു.

പഞ്ഞൊൻപതുകാരനായ ഞാൻ ഉദ്യോഗപർവ്വം ആരംഭിച്ചത് മധ്യ
തിരുവിതാംകൂറിലെ ഒരു സ്വകാര്യ കോളേജിൽ ഇംഗ്ലീഷ് ലക്ചറർ ആയി
ട്ടാണ്– മാർത്തോമ്മാ സഭയുടെ വകയായ കോഴഞ്ചേരി സെന്റ് തോമസ്
കോളേജ് – അതിന്റെ നാലാം വയസ്സിൽ. ശമ്പളം നൂറ്റിയിരുപത്തിയഞ്ചു
രൂപ മാത്രം. പക്ഷേ, ആ നാട്ടിൻപുറത്തു സുഖമായി കഴിയാൻ അന്നതു
ധാരാളം മതിയായിരുന്നു. സ്നേഹസമ്പന്നരായ സഹപ്രവർത്തകർ,

എന്നോട് സ്നേഹത്തിനപ്പുറം ഒരു തരം ആർദ്രത പോലും പുലർത്തിയ തനി ഗ്രാമീണരായ വിദ്യാർത്ഥികൾ. "നോക്കെടി ഏലിയാമ്മെ, പാവം, മീശപോലുമില്ലാത്ത കൊച്ചൻ" എന്ന് തോമസ് ഹാർഡിയെക്കുറിച്ചു ഞാൻ ആദ്യത്തെ ലക്ചർ നടത്തിയ മൂന്നാം വർഷ ഡിഗ്രി ക്ലാസിലെ ശോശാമ്മ ഉമ്മൻ നിറഞ്ഞ വാത്സല്യത്തോടെ നടത്തിയ അഭിപ്രായപ്രക ടനം ഇപ്പോഴും മനസ്സിൽ കുളിർമ്മ പകരുന്നു. നന്മകൾ ഏറെയുള്ള നാട്ടിൻപുറം, ആറുമാസത്തിനുശേഷം വിദൂരസ്ഥമായ സർക്കാർ കോളേ ജിൽ ആദ്യത്തെ സർക്കാർ ഉദ്യോഗം ലഭിച്ച്, ആ കൊച്ചു കോളേജിനോട് വിട പറഞ്ഞപ്പോൾ എന്റെ ഹൃദയം വിതുമ്പി. പ്രസക്തമായ കാര്യം അതല്ല. പ്രതിമാസം നൂറ്റി ഇരുപത്തിയഞ്ചു രൂപ ശമ്പളം ആഹ്ലാദത്തോടും സംതൃപ്തിയോടും വാങ്ങിയപ്പോൾ ചെരിപ്പിടാത്ത, ഒറ്റമുണ്ടും ചതഞ്ഞ ഷർട്ടും ചപ്രച്ചൻ തലമുടിയും എണ്ണമിനുങ്ങുന്ന മുഖവുമായി നടന്ന, മെലിഞ്ഞ ചെറുപ്പക്കാരൻ ഒരു കാലത്ത് സംസ്ഥാന ഭരണസംവിധാന ത്തിന്റെ പരമോന്നത സ്ഥാനത്ത് എത്തിപ്പെടുമെന്ന് കിനാവിൽപ്പോലും ഞാനല്ല, ആരും തന്നെ പ്രതീക്ഷില്ല പിന്നല്ലേ ആഗ്രഹിക്കുക? ഏറിയാൽ ഒരു സർക്കാർ കോളേജ് പ്രിൻസിപ്പലായി പെൻഷൻ പറ്റുക; ധാരാളം മതി! അതുപോരെന്നും മറ്റെന്തൊക്കെയോ വേണമെന്നും തീരുമാനിച്ചതും മറ്റൊരു വിധിവിലാസം!

'ഇദം അഗ്നയേ ഇദം ന മമ' (ഇതെല്ലാം അഗ്നിക്കുള്ളതാണ്, ഇതൊന്നും എനിക്കുള്ളതല്ല) യാഗാഗ്നിയിൽ ഹോമദ്രവ്യങ്ങൾ അർപ്പി ക്കുമ്പോൾ യാജ്ഞികന്മാർ ഉരുവിടാറുള്ളതാണ് ഈ സൂക്തം. ഞാൻ സിവിൽ സർവ്വീസ് പരീക്ഷ എഴുതാനും ഐ എ എസിൽ സമുന്നതങ്ങ ളായ പദവികളിൽ പ്രവർത്തിക്കാനും ചീഫ് സെക്രട്ടറി പദവിയിൽ എത്തി ച്ചേരാനും ഇടയായത്, എന്റെ പുതിയ പദവിയിലെത്തുമ്പോഴും ഞാൻ ഓർക്കാറുണ്ടായിരുന്നു. ഇതൊന്നും എനിക്കുള്ളതല്ല. എന്റെ അച്ഛനുള്ള താണ്. കഴിഞ്ഞ തലമുറയിലെ പ്രശസ്ത സാഹിത്യകാരനായിരുന്നു എൻ പി ചെല്ലപ്പൻ നായർ.

'ഇദം പിതൃപാദേഭ്യഃ ഇദം ന മമ' ഇത്രയും ആമുഖമായി. അഭ്യ സ്തവിദ്യരായ യുവാക്കൾ അന്നും ഇന്നും ഏറ്റവും സ്പൃഹണീയമായി കരുതുന്ന തൊഴിൽ – പ്രതിമാസം ലക്ഷങ്ങൾ ശമ്പളമായി നൽകപ്പെ ടുന്ന കമ്പ്യൂട്ടർ, മാനേജ്മെന്റ് ജോലികൾ നമ്മുടെ നാട്ടിൽത്തന്നെ സുലഭ മായിട്ടുപോലും –ഐ എ എസ് തുടങ്ങിയ സിവിൽ സർവ്വീസുകൾ തന്നെ. ഓരോ വർഷവും ലക്ഷക്കണക്കിനു ചെറുപ്പക്കാരാണ് സിവിൽ പ്രിലിമി നറി പരീക്ഷ എഴുതുന്നത്. പക്ഷേ, ഞാൻ അദ്ധ്യാപകനായിരുന്ന 1959–62 കാലത്ത് ഐ എ എസോ അതിൽ പ്രവേശിച്ചാൽ ലഭിക്കാവുന്ന തിളക്കമുള്ള ജോലികളോ അധികാരമോ പ്രതാപമോ സമൂഹത്തിൽ കിട്ടുന്ന അംഗീകാരമോ ഒന്നും എന്റെ മനസ്സിൽപ്പോലും ഉണ്ടായിരുന്നി ല്ല. മികച്ച ഒരു ഇംഗ്ലീഷ് അദ്ധ്യാപകനാവുക എന്നതായിരുന്നു എന്റെ ഏറ്റവും വലിയ അഭിലഷം. തലശ്ശേരി ബ്രണ്ണൻ കോളേജിലും തിരുവ

നന്തപുരം ആർട്സ് കോളേജിലും അദ്ധ്യാപനം നടത്തുമ്പോൾ എന്റെ
മനസ്സിൽ വ്യക്തമായ ചില സ്വപ്നങ്ങൾ ഉണ്ടായിരുന്നു. എന്റെ അഭി
വന്ദ്യ ഗുരുനാഥൻ പ്രൊഫ. ജി കുമാരപിള്ളയുടെ മേൽനോട്ടത്തിൽ
ഗവേഷണം നടത്തി ഒരു പി എച്ച് ഡി ബിരുദം നേടുക (ഗവേഷണവി
ഷയം പോലും കാലേക്കൂട്ടി നിശ്ചയിച്ചിരുന്നു) തുടർന്ന്, ഒരു സ്കോളർഷി
പ്പോടുകൂടി ഓക്സ്ഫോഡിലോ കേംബ്രിഡ്ജിലോ ഉപരിപഠനം നടത്തു
ക. (1972 ലെ ഈസ്റ്റർ ഞായറാഴ്ച ദിവസം ഓക്സ്ഫോഡിലെ വിശ്രു
തമായ ക്രൈസ്റ്റ് കോളേജിനു മുമ്പിൽ ആദരപൂർവ്വം നിന്ന എന്റെ കണ്ണു
കൾ നിറഞ്ഞിരുന്നു. സാക്ഷാൽക്കരിക്കപ്പെടാതെ പോയ എന്റെ കിനാ
വിനെയോർത്ത്!) ഇടയ്ക്കു പറയട്ടെ. എന്റെ ജീവിതത്തിലെ ഒരേ ഒരു
വിദേശപര്യടനം 1971–72 ൽ ബ്രിട്ടീഷ് കൗൺസിലിന്റെ ഫെലോഷിപ്പോ
ടുകൂടി ലണ്ടൻ യൂണിവേഴ്സിറ്റി കോളേജിൽ പഠനം നടത്തുന്നതുമായി
ബന്ധപ്പെട്ടാണ്. സർക്കാരിന് ഒരൊറ്റ പൈസയുടെ ചെലവുമില്ലാതെ!
മാസംതോറും സെമിനാറുകൾക്കും വർക്ഷോപ്പുകൾക്കും എക്സിബി
ഷനുകൾക്കുമൊക്കെയായി (എല്ലാം നികുതിദായകന്റെ ചെലവിൽ
തന്നെ) വിദേശപര്യടനം നടത്തുന്ന എന്റെ മുൻകാല സഹപ്രവർത്തക
രുടെ ഈ കാര്യത്തിലുള്ള ഭ്രമം എന്നെ പലപ്പോഴും അമ്പരപ്പിച്ചിട്ടുണ്ട്.

ഞാൻ ഐ എ എസ് കാരനാകണമെന്ന അച്ഛന്റെ മോഹത്തിനു
പിന്നിൽ ദയനീയമായ ഒരു മോഹഭംഗത്തിന്റെ കഥയുണ്ട്. 1956 നവംബർ
1 ന് ഐക്യകേരളം രൂപംകൊള്ളുമ്പോൾ തിരുവിതാംകൂറിലെ ഏറ്റവും
സീനിയറായ ഡെപ്യൂട്ടി കളക്ടറായിരുന്നു അച്ഛൻ. പക്ഷേ, ഭരണതല
ത്തിൽ അതിശക്തമായിത്തീർന്ന മലബാർ ലോബി, മലബാറുകാരായ
ഉദ്യോഗസ്ഥർക്ക് അനുകൂലമായ ചില നിയമവ്യാഖ്യാനങ്ങളിലൂടെ അദ്ദേ
ഹത്തിന്റെ സീനിയോറിറ്റി അട്ടിമറിച്ചു. തനിക്ക് അർഹമായ ഐ എ എസ്
നിഷേധിക്കപ്പെട്ട് ആകെ തകർന്ന് വീട്ടിലെത്തിയ അച്ഛന്റെ വാടിയ മുഖം
ഇന്നും ഞാൻ ഓർക്കുന്നു. രാഷ്ട്രീയ സ്വാധീനമോ ഒരു നിയമയുദ്ധത്തി
ലൂടെ (അതും സർക്കാരിനെതിരെ) തന്റെ അവകാശം സ്ഥാപിച്ചെടുക്കു
വാൻ വേണ്ടുന്ന സാമ്പത്തികഭദ്രതയോ അച്ഛനില്ലായിരുന്നു. തനിക്ക് നഷ്ട
പ്പെട്ട ഐ എ എസ് അതിനകം പ്രാഗത്ഭ്യം തെളിയിച്ചുകഴിഞ്ഞ തന്റെ
ഒരേയൊരു പുത്രനെങ്കിലും നേടണമെന്ന് ഉൽക്കടമായി അദ്ദേഹം ആഗ്ര
ഹിച്ചു.

എന്റെ ജീവിതത്തിൽ നിയതിയുടെ നിർണ്ണായകമായ അടുത്ത ഇട
പെടൽ എന്നു കരുതേണ്ടുന്ന ഒരു സംഭവം ആയിടെ ഉണ്ടായി. തിരുവന
ന്തപുരം ആർട്സ് കോളേജിൽ പഠിക്കുമ്പോൾ ഓവർബ്രിഡ്ജിനടുത്ത്
ചെട്ടിക്കുളങ്ങരയിലെ ഒരു ലോഡ്ജിലാണ് ഞാൻ താമസിച്ചിരുന്നത്. 1961
മേയിലെ ഒരുദിവസമാണ് എന്നാണ് എന്റെ ഓർമ്മ. കോളേജിൽനിന്ന്
വൈകിട്ട് മടങ്ങിയെത്തിയപ്പോൾ എന്നെയും പ്രതീക്ഷിച്ച് ലോഡ്ജിന്റെ
ഉമ്മറത്ത് ഒരു ചൂരൽക്കസേരയിൽ അച്ഛൻ കൂനിപ്പിടിച്ചിരിക്കുന്നു. അദ്ദേഹം
നന്നേ ക്ഷീണിതനായിരുന്നു. അകാലമരണത്തിലേക്ക് നയിച്ച ശ്വാസ

കോശരോഗം (എംഫിസീമ) അന്നേ അച്ഛനെ ഗ്രഹിച്ചുകഴിഞ്ഞിരുന്നു. ആകാശവാണിയിൽ ഒരു പ്രഭാഷണം റിക്കാർഡ് ചെയ്തശേഷം സന്ധ്യ ക്കുള്ള ബസിൽ മാവേലിക്കരയ്ക്കു മടങ്ങുന്നതിനുമുമ്പ് മകനെ കാണാ നെത്തിയതാണ്. കുശലപ്രശ്നങ്ങൾക്കു ശേഷം അച്ഛൻ എന്നോടു പറഞ്ഞു.

"നീ സിവിൽ സർവ്വീസ് പരീക്ഷയ്ക്ക് അപേക്ഷ അയച്ചോ? ഇനി പത്തു ദിവസമല്ലേ ബാക്കിയുള്ളൂ."

അച്ഛനോട് ജീവിതത്തിൽ ഒരിക്കലും കള്ളം പറഞ്ഞിട്ടില്ലാത്ത ഞാൻ "ഇല്ല" എന്ന മറുപടി പറഞ്ഞു.

"അതെന്താ?" അച്ഛൻ

"എനിക്ക് ഐ എ എസിൽ യാതൊരു താല്പര്യവുമില്ല. അദ്ധ്യാപ കനായി തുടരണമെന്നാണ് ഞാൻ ആഗ്രഹിക്കുന്നത്."

എന്റെ മറുപടി ദൃഢസ്വരത്തിലായിരുന്നു. അത് അച്ഛനെ വല്ലാതെ വിഷമിപ്പിച്ചെന്നു തോന്നുന്നു. അല്പനേരം അദ്ദേഹം മിണ്ടാതിരുന്നു. ഒടു വിൽ നിരാശ നിഴലിച്ച മുഖത്തോടെ അച്ഛൻ പറഞ്ഞു.

"ഐ എ എസ് എഴുതുന്നില്ലെങ്കിൽ വേണ്ട. എനിക്ക് നേടാൻ കഴി യാത്തത് എന്റെ മകൻ നേടണമെന്ന എന്റെ ആഗ്രഹം നടക്കില്ലെന്നേ യുള്ളൂ. എങ്കിലും നീ ഒന്നോർക്കണം. നിന്റെ കൂടെ പഠിച്ചവരാരെങ്കിലും നാളെ വിദ്യാഭ്യാസ സെക്രട്ടറിയോ മറ്റോ ആയേക്കാം. അയാളുടെ മുമ്പിൽ ഒരു നിവേദനവും കൊണ്ടു ചെല്ലുന്ന നിന്നെ, അറിയുന്ന ഭാവം പോലും കാണിക്കാതെ അയാൾ അപമാനിച്ചു തിരിച്ചയച്ചാൽ നീ പശ്ചാത്തപി ക്കേണ്ടി വരില്ലേ? ശാന്തമായി ആലോചിച്ചു തീരുമാനിക്കുക. കൂടുത ലൊന്നും ഞാൻ പറയുന്നില്ല. ഞാനിറങ്ങുന്നു. ഇനി എല്ലാം നിന്റെ ഇഷ്ടം പോലെ."

ഇടതടവില്ലാതെ ചുമച്ചുകൊണ്ട്, കടുത്ത ശ്വാസോച്ഛ്വാസവൈഷമ്യ ത്തോടെയാണ് അച്ഛൻ ഇത്രയും പറഞ്ഞത്. തുടർന്ന് തന്റെ പഴയ കുട യുമെടുത്ത് അച്ഛൻ ക്ഷീണിതനായി തമ്പാനൂർ ബസ് സ്റ്റാന്റിലേക്ക് നട ന്നു.

ആ രാത്രി എനിക്ക് ഉറക്കം വന്നില്ല. ദൈന്യം രൂപമെടുത്ത അച്ഛന്റെ മുഖം മനസ്സിനെ വേട്ടയാടി. എന്നെ വളർത്തിവലുതാക്കിയ ആ സാധു മനുഷ്യന്റെ ജീവിതാന്ത്യത്തിലെ ആഗ്രഹം സാധിച്ചുകൊടുത്തില്ലെങ്കിൽ ഈശ്വരൻ എന്നോട് പൊറുക്കുമോ? വെളുപ്പിന് എപ്പോഴോ കണ്ണടയ്ക്കും മുമ്പ് ഞാൻ തീരുമാനിച്ചിരുന്നു – അച്ഛനുവേണ്ടി ഒരിക്കൽ, ഒരിക്കൽ മാത്രം, പരീക്ഷയെഴുതുക (അന്ന് 21 നും 24 നും ഇടയ്ക്ക് രണ്ടു ചാൻസു കൾ മാത്രമാണ് ഉണ്ടായിരുന്നത്)

എഴുത്തുപരീക്ഷയും മുഖാമുഖ പരീക്ഷയും മുറപോലെ നടന്നു. ഡൽഹിയിൽനിന്നു തിരിച്ചെത്തി ഒരാഴ്ചയ്ക്കകം റിസൾട്ടു വന്നു. കേരളത്തിൽ നിന്ന് ഒന്നാമനായി മാവേലിക്കരക്കാരൻ ചെല്ലപ്പൻ പരമേ ശ്വരൻ നായർ എന്ന ഗ്രാമീണ യുവാവ് വിജയിച്ചിരിക്കുന്നു! പി സി മാത്യു

ഐ സി എസിന്റെയും പി എം മാത്യു ഐ എ എസിന്റെയും ഡോ. പി സി അലക്സാണ്ടർ ഐ എ എസിന്റെയും സി തോമസ് ഐ എ എസി ന്റെയും പിൻഗാമിയായ ബി എച്ച് ഹൈസ്കൂൾ വിദ്യാർത്ഥി.

എന്റെ ഐ എ എസ് ജീവിതത്തിന് പത്തുവർഷം മാത്രം പ്രായമു ള്ളപ്പോൾ വിധി അച്ഛനെ അപഹരിച്ചു. തിരുവനന്തപുരം കളക്ടർ, സിവിൽ സപ്ലൈസ് ഡയറക്ടർ, കൊച്ചി തുറമുഖ ട്രസ്റ്റ് ഡെപ്യൂട്ടി ചെയർമാൻ, മുഖ്യമന്ത്രി കെ കരുണാകരന്റെ സെക്രട്ടറി, ആഭ്യന്തര സെക്രട്ടറി, ചീഫ് സെക്രട്ടറി– ഓരോ ചവിട്ടുപടിയും കയറുമ്പോൾ ഹൃദയം എന്നെ അനു സ്മരിപ്പിക്കുമായിരുന്നു. ഇതൊന്നും എനിക്കുള്ളതല്ല ഈ മഹാപ്രപഞ്ച ത്തിലെവിടെയോ ഇരുന്ന് മകന്റെ ഉയർച്ച കണ്ടാനന്ദിക്കുന്ന എന്റെ അച്ഛ നുള്ളത്...!

ആൾക്കൂട്ടത്തിൽ തനിയെ

സാഹിത്യ പഞ്ചാനനൻ പി കെ നാരായണപിള്ളയെക്കുറിച്ച് ഒരു കഥ കേട്ടിട്ടുണ്ട് (ശ്രീ. പി കെ പരമേശ്വരൻനായർ രചിച്ച പ്രസിദ്ധമായ ജീവചരിത്രത്തിൽ ഈ കഥ പറഞ്ഞിട്ടുണ്ടെന്നാണോർമ്മ). അദ്ദേഹ ത്തിന്റെ ഏതോ പ്രബന്ധം വായിച്ചുകേട്ടുകൊണ്ടിരുന്ന, ശ്രീവിദ്യാധിരാജ ചട്ടമ്പിസ്വാമി തിരുവടികളുടെ ശ്രേഷ്ഠശിഷ്യനും മഹാകവിയും പണ്ഡി താഗ്രണിയുമായിരുന്ന നീലകണ്ഠതീർത്ഥപാദസ്വാമികൾ, ഒരു ഘട്ട ത്തിൽ പി കെയുടെ അധൃഷ്യമായ താർക്കിക പാടവം (Forensic skill) കണ്ട് ആശ്ചര്യവും ആഹ്ലാദവും കൊണ്ട് പരതന്ത്രനായി, 'അയം പഞ്ചാ നന ഏവ' (ഇദ്ദേഹം ശരിക്കും പഞ്ചാനനൻ തന്നെ) എന്ന് ഉദീരണം ചെയ്തുവത്രെ. കവി, നിരൂപകൻ, ഗവേഷകൻ, വാഗ്മി, നിയമജ്ഞൻ എന്നീ വിഭിന്നമേഖലകളിൽ ഒരുപോലെ പ്രാഗത്ഭ്യം തെളിയിച്ച ആ മഹാ രഥന് ഈ ഉപാഖ്യ തീർച്ചയായും യോജിച്ചതായിരുന്നുവല്ലോ. ഏതാണ്ട തുപോലെതന്നെ പഞ്ചാനനന്ത്വമാർജ്ജിച്ച ഒരു അതിവിശിഷ്ടവ്യക്തിയാ ണ് ഇക്കഴിഞ്ഞ ദിവസം ശതാഭിഷിക്തനായ പ്രൊഫ. പന്മന രാമചന്ദ്രൻനാ യർ. ഭാഷാ ശാസ്ത്രജ്ഞൻ, നിരൂപകൻ, വ്യാഖ്യാതാവ്, ഗദ്യകാരൻ, അദ്ധ്യാപകൻ എന്നീ നിലകളിൽ അദ്ദേഹം അനശ്വരമായ യശസ്സ് നേടി യിരിക്കുന്നു. പന്മനസാറിനെക്കുറിച്ച് (ഡോ. പി കെ രാജശേഖരൻ ഹൃദ്യ മായി പറഞ്ഞുവച്ചതുപോലെ അങ്ങനെയേ നാവ് വഴങ്ങൂ– തിരുവോന്ത രത്തുകാരുടെ സ്നേഹഭാജനമായിരുന്ന, 'എങ്കിക്ഷപിള്ളസാറിനെ', 'പ്രൊഫ. എൻ കൃഷ്ണപിള്ള' എന്ന്, കഞ്ഞിപ്പശയും നീലവും മുക്കി നനച്ചുതേച്ച് പേപ്പർ റോസ്റ്റ് പോലെയാക്കിയ നമ്മുടെ കോൺഗ്രസ് നേതാ ക്കളുടെ ഖദർക്കുപ്പായത്തിന്റെ ശൈലിയിൽ 'സ്റ്റിഫ് ആയി സംബോധന ചെയ്യാൻ മനസ്സുവരാത്തതുപോലെ' 'പ്രൊഫ. പന്മന കെ രാമചന്ദ്രൻനാ

യർ' എന്നു ചിരപരിചിതനായ അദ്ദേഹത്തെ വിളിക്കാൻ മനസ്സുവരുന്നില്ല)
സാറിന്റെ പ്രിയശിഷ്യന്മാരായ രവികുമാറും ഉണ്ണികൃഷ്ണനും ചേർന്ന്
തയ്യാറാക്കിയ ശതാഭിഷേക ഗ്രന്ഥത്തിന്റെ പേർ സൂചിപ്പിക്കുന്നതുപോലെ,
അദ്ദേഹം പ്രഥമതഃ 'കൈരളിയുടെ കാവലാൾ' തന്നെ. *തെറ്റും ശരിയും,
തെറ്റില്ലാത്ത മലയാളം, ശുദ്ധമലയാളം, തെറ്റില്ലാത്ത ഉച്ചാരണം, ഭാഷാ
ശുദ്ധി* – സംശയ പരിഹാരങ്ങൾ, നല്ല ഭാഷ, എന്ന ഒന്നല്ല ആറ് പുസ്ത
കങ്ങൾ തന്നെ, വാമൊഴിയിലും വരമൊഴിയിലും ഇന്നു സർവ്വസാധാര
ണമായ തെറ്റുകളെ, സൗമ്യമെങ്കിലും കർക്കശമായ ശൈലിയിൽ ചൂണ്ടി
ക്കാണിച്ച് തിരുത്തുന്നതിനായി അദ്ദേഹം രചിച്ചിട്ടുണ്ട്. സാഹിത്യപഞ്ചാ
നനന്റെ ഇന്ന് ലുപ്തപ്രചാരമായ *പ്രയോഗദീപികയിൽ* ആരംഭിച്ച്, കുട്ടി
കൃഷ്ണമാരാരുടെ ക്ലാസിക്കായ *മലയാള ശൈലി,* സി വി വാസുദേവഭട്ട
തിരിയുടെ *നല്ല മലയാളം,* കെ എൻ ഗോപാലപിള്ളയുടെ *അപശബ്ദ
ശോദിനി* എന്നിവയിലൂടെ പുരോഗമിച്ച ആ സ്ഖലിതോച്ചാടനയത്നം
അതിന്റെ പൗഷ്കല്യത്തിലെത്തിയിരിക്കുന്നത് ഈ ഗ്രന്ഥങ്ങളിലാണെന്ന്
എനിക്ക് തോന്നുന്നു. അവിശ്വസനീയമായ ഒരു വസ്തുത, പന്മനസാ
റിന്റെ പ്രായോഗിക വ്യാകരണ പുസ്തകങ്ങളുടെ ജനപ്രീതിയാണ്.
തെറ്റും ശരിയും എന്ന പുസ്തകത്തിന്റെ അരലക്ഷം കോപ്പികൾ ഇരുപ
തുകൊല്ലം കൊണ്ട് വിറ്റഴിഞ്ഞു. *തെറ്റില്ലാത്ത മലയാളം* 31,000 കോപ്പിയും
ശുദ്ധമലയാളം 13,000 കോപ്പിയും വിറ്റു. മലയാളത്തിൽ ചില മൂന്നാംകിട
നോവലുകൾക്കും ലൈംഗികത്തൊഴിലാളികളുടെയും സിനിമ എന്ന
മാസ്മരലോകത്തെ 'ഗ്ലാമർ' താരങ്ങളുടെയും ആത്മകഥകൾക്കും മാത്രം
കൈവരിക്കാൻ കഴിഞ്ഞിട്ടുള്ള ഈ വമ്പിച്ച കമ്പോളനേട്ടത്തിന്റെ രഹ
സ്യമെന്താണ്? സഹജമായ ആർജ്ജവത്തോടെ അദ്ദേഹം തന്നെ അത്
വിശദീകരിക്കുന്നു. "മൂന്ന് കാര്യങ്ങളിൽ ഞാൻ ശ്രദ്ധിക്കുന്നുണ്ട്. വ്യാക
രണത്തിലെ സാങ്കേതികപ്രയോഗങ്ങൾ ആവുന്നത്ര ഒഴിവാക്കുക. രണ്ട്,
പ്രതിപാദനം ഏറ്റവും ഋജുവും ലളിതവുമാക്കുക. മൂന്ന്, ഉദാഹരണങ്ങൾ
പറ്റുന്നിടത്തോളം രസകരമാക്കുക." ദിനപ്പത്രങ്ങളിലും ആനുകാലികങ്ങ
ളിലും സൂകരപ്രസവം പോലെ ദിനംതോറും പുറത്തുവരുന്ന പുസ്തക
ങ്ങളിലും സർവ്വോപരി വിദ്യാർത്ഥികളുടെ ഉത്തരക്കടലാസുകളിലുംനിന്ന്
ശേഖരിച്ചെടുത്തവയാണ് അദ്ദേഹം അത്ഭുതകരമായ ക്ഷമയോടും സംവി
ധാനചാരുതയോടും നർമ്മബോധത്തോടും തിരുത്തിയിട്ടുള്ള ഈ അപ
ശബ്ദശതങ്ങൾ. പന്മനസാറിന്റെ ഒറ്റയാൾ സമരത്തെക്കുറിച്ച് ഒരു വാരിക
എഴുതിയ ശ്രദ്ധേയമായ ഒരു മുഖപ്രസംഗത്തിൽ ഇങ്ങനെ പറയുന്നു.

"നമ്മുടെ റേഡിയോയും ടെലിവിഷനും പത്രവാരികകളുമൊക്കെ
ചേർന്ന് അടിച്ചുടയ്ക്കുന്ന ഭാഷാ ശബ്ദങ്ങളുടെ ദീനവിലാപം പുസ്തക
മാകെ മുഴങ്ങുന്നു. ഭാഷ ഒരു തൊഴുത്തായി മാറുന്നതിനെതിരെയുള്ള
ഒരു അദ്ധ്യാപകന്റെ പോരാട്ടം." ഹാർദ്ദവം, അനവദ്യേയത (വാരിയരാ
ശാൻ പൊറുക്കട്ടെ?), ദൈന്യത, ജാല്യത, ആസ്വാദ്യകരം, നിർലോഭം
(നിർലോപത്തിനു പകരം), അന്തർസംസ്ഥാനം എന്നൊക്കെ മലയാള

പ്രൊഫസർമാർ വരെ നിശ്ശങ്കം 'വെച്ചുകാച്ചുന്ന' ഇക്കാലത്ത് ഏകാന്തപ
ഥികനായ ഈ ഭാഷാഭിമാനി നിസ്തന്ത്രമായി, നിരന്തരമായി നിർവ്വഹി
ച്ചുപോരുന്ന അപശബ്ദ നിർമ്മാർജ്ജന യത്നത്തെ എത്ര പ്രശംസിച്ചാലും
അധികമാകുന്നതല്ല. സൈദ്ധാന്തിക വ്യാകരണത്തിനുപകരം ഏറ്റവും
വിവേകപൂർവ്വമായി പന്മനസാർ സ്വീകരിച്ചിരിക്കുന്നത് ജനകീയവും
പ്രായോഗികവുമായ ഒരു ശബ്ദശാസ്ത്രപദ്ധതിയാണ്. അദ്ദേഹത്തിന്റെ
ശുദ്ധീകരണപ്രക്രിയ ഒരു വമ്പിച്ച വിജയമായതിന്റെ കാരണവും അതു
തന്നെ.

കുഞ്ഞിക്കുട്ടൻ തമ്പുരാൻ നടുവത്തച്ചൻ നമ്പൂതിരിക്കയെച്ച (എന്നാ
ണോർമ്മ). ഒരു കത്തിൽ തുഞ്ചത്തുഗുരുപാദർക്ക് ഒരു 'നിർല്ലോഭ'മായ
പ്രശംസ നല്കിയിട്ടുണ്ട്.

"നമുക്കെഴുത്തച്ഛനെടുത്ത ഭാഷാ–
ക്രമക്കണക്കേ ശരണം; ജനങ്ങൾ
സമസ്തരും സമ്മതിയാതെ കണ്ടി–
സ്സമർത്ഥനോതില്ലൊരു വാക്കുപോലും.'

'സമർത്ഥ'നായ പന്മനസാറിന്റെ 'ഭാഷാക്രമക്കണക്കേശരണം' എന്ന്
നമുക്ക് ധൈര്യപൂർവ്വം പറയാം അദ്ദേഹത്തിന്റെ, ഭാഷാസ്നേഹവും
പാണ്ഡിത്യഗരിമയും വിട്ടുവീഴ്ചയില്ലാത്ത സ്ലലിത സംഹരണവ്യഗ്രതയും
അത്രമാത്രം വലുതാണ്. ഫൗളറുടെ (H W Fowler) *A Dictionary of
Modern English Usage, The King's English* എന്നീ പ്രസിദ്ധമായ
റഫറൻസ് ഗ്രന്ഥങ്ങൾക്ക് ഇംഗ്ലീഷ് ഭാഷയെ സംബന്ധിച്ചിടത്തോളം
പ്രസിദ്ധീകരിച്ച് ഏതാണ്ട് ഒരു നൂറ്റാണ്ടിനുശേഷം ഇന്നും നല്കിപ്പോ
രുന്ന പ്രാമാണ്യവും പ്രാമുഖ്യവും പന്മനസാറിന്റെ പുസ്തകങ്ങൾക്ക്
തീർച്ചയായും അവകാശപ്പെടാവുന്നതാണ്.

ഈ 'തിരുത്തൽ വാദി' ക്ക് ഭാഷാശുദ്ധിയെപ്പോലെതന്നെ പ്രധാന
മാണ് ഉച്ചാരണശുദ്ധിയും. അരനൂറ്റാണ്ടുമുമ്പുവരെ ഭാഷാദ്ധ്യാപനത്തിൽ
പരമപ്രാധാന്യം നല്കിപ്പോന്ന ഒരനുബന്ധ വിഷയമാണ് ഉച്ചാരണശുദ്ധി.
ഉൽഗാഡനം, ദനമന്ത്രി, ബവനനിർമ്മാണം, ഗട്ടംഗട്ടം, സ്ത്രീതനം, സ്രീമ
തിടിച്ചർ എന്നൊക്കെയുള്ള വികലപ്രയോഗങ്ങൾക്ക് നമ്മുടെ വാർത്താ
പാരായണക്കാരും മറ്റും അഭിലഷണീയമായ ഒരു തരം 'പൈങ്കിളിത്തം'
തന്നെ കല്പിച്ചിട്ടുണ്ടെന്ന് തോന്നുന്നു. അത്രമാത്രം അവ നമ്മെ നിത്യവും
പീഡിപ്പിക്കുന്നു. 'വിധ്യബ്യാസം' എന്ന് നിരന്തരംപറഞ്ഞുപോന്ന ഒരു
വിദ്യാഭ്യാസമന്ത്രിയെ ഓർക്കുന്നു. ദുശ്രവമായ ഈ വികലപ്രയോഗം
കേൾക്കുമ്പോഴൊക്കെ ശ്രേഷ്ഠഭാഷയുടെ 'വിധി'യെ പറ്റി എനിക്ക് ദുഃഖം
തോന്നിയിട്ടുണ്ട്. മറ്റൊരു 'വിധ്യബ്യാസ'ക്കാരൻ ഒരിക്കലും കടുത്ത ഒരു
ചമ്മൽ പറ്റിയതോർക്കുന്നു. സാംസ്കാരികവകുപ്പ് പ്രസിദ്ധീകരിച്ച
യാസ്കന്റെ വിശ്രുതമായ നിരുക്ത ഗ്രന്ഥത്തിന്റെ വ്യാഖ്യാനം അദ്ദേഹം
പ്രകാശിപ്പിക്കുകയാണ്. പലതവണ ശ്രമിച്ചിട്ടും മന്ത്രിപുംഗവന്
'യാക്സൻ' എന്നേ നാക്കിൽ വരൂ. മൈക്കൽജാക്സനെപ്പോലെ ഒരു

യാക്സൻ! ഒടുവിൽ യാക്സനെങ്കിൽ യാക്സൻ എന്നു പിറുപിറുത്തു കൊണ്ട്, ഒരു വിളറിയ വിഡ്ഢിച്ചിരിയോടെ തന്റെ കഠിനമായ വൈക്ലബ്യം ഒതുക്കിക്കൊണ്ട് അദ്ദേഹം പുസ്തകത്തിന്റെ വസ്ത്രാക്ഷേപം നടത്തി. പുസ്തകം ഏറ്റുവാങ്ങിയതാരെന്നറിയേണ്ടേ? ദേശീകോത്തമനും വരിഷ്ഠ പണ്ഡിതനുമായ ഗുപ്തൻനായർ സാർ!

വ്യാഖ്യാതാവെന്ന നിലയിൽ പന്മനസാറിന്റെ ചിരസ്ഥായിയായ യശസ്സ് പ്രതിഷ്ഠതമായിരിക്കുന്നത് *നളചരിതം ആട്ടക്കഥയ്ക്ക്* അദ്ദേഹം രചിച്ചിട്ടുള്ള സർവ്വാംശ്ലേഷിയും സർവ്വസംശയച്ഛേദിയുമായ വ്യാഖ്യാന ത്തിലാണ്. 'കാന്താരതാരക' പ്രമുഖങ്ങളായ പൂർവ്വവ്യാഖ്യാനങ്ങ ളിൽനിന്ന് സധൈര്യം വ്യതിചലിച്ച് ശ്രദ്ധേയമായ ചില നൂതനനിഗമന ങ്ങളും ഉപജ്ഞാനങ്ങളും അദ്ദേഹം അവതരിപ്പിച്ചിട്ടുണ്ട്. ഇന്ദ്രാദികൾ ഭൈമീകാമ്യകരല്ല, ദമയന്തി കാട്ടാളനെ ശപിക്കുന്നില്ല. ഋതുപർണ്ണൻ ഹാസ്യകഥാപാത്രമല്ല തുടങ്ങി അർത്ഥബോധത്തിന് ഏറെ പ്രയാസമു ണ്ടാക്കുന്ന പല ക്ലിഷ്ടപ്രയോഗങ്ങൾക്കും അദ്ദേഹം വ്യക്തമായ വ്യാഖ്യാ നങ്ങൾ നല്കിയിരിക്കുന്നു. ദീർഘമായ ആമുഖപഠനം ഒരു സ്വതന്ത്രഗ്ര ന്ഥമെന്നുപോലും പറയാവുന്നമട്ടിൽ പ്രൗഢവും സമഗ്രവുമാണ്. ഗുരു നാഥൻ ഗുപ്തൻനായർ സാർ അഭിപ്രായപ്പെടുന്നതുപോലെ ഇത് ആസ്വാ ദനത്തിന്റെയും വ്യാഖ്യാനത്തിന്റെയും ഒരു മേളപ്പദം തന്നെയാണ്. ഉണ്ണാ യിവാരിയർ എന്ന മഹാമനീഷിയുടെ പ്രതിഭ കണ്ടറിഞ്ഞ അപൂർവ്വം വ്യാഖ്യാതാക്കളിലൊരാൾ എന്ന ഖ്യാതിക്ക് പന്മനസാർ തീർച്ചയായും അർഹനാകുന്നു.

നിരൂപകപദവിയിൽ പന്മനസ്സാറിന്റെ ഏറ്റവും മികച്ച സംഭാവന കേരളപാണിനിയെക്കുറിച്ച് അദ്ദേഹം രചിച്ച വിസ്തൃതവും സമഗ്രവുമായ പഠനം- *നവയുഗശില്പി രാജരാജവർമ്മ* തന്നെ. രാജരാജവർമ്മ അവത രിപ്പിച്ച കാവ്യദർശം പുതിയ കാവ്യയുഗത്തിന്റെ സിദ്ധാന്തമായിരുന്നു. ആ സിദ്ധാന്തത്തിന്റെ കൂടുതൽ തെളിഞ്ഞ പ്രയുക്ത രൂപങ്ങളായി വേണം അദ്ദേഹത്തിന്റെ കാവ്യകൃതികളെ കാണാൻ' എന്നാണ് അദ്ദേ ഹത്തിന്റെ പക്ഷം. 'കാലഘട്ടത്തിന്റെ ആവശ്യമറിഞ്ഞ് യാഥാർത്ഥ്യബോ ധത്തോടെയും ശുഭാപ്തിവിശ്വാസത്തോടെയും രംഗത്തേക്കുവരുന്ന ഒരു വിപ്ലവകാരി'യായിരുന്നു രാജരാജവർമ്മ എന്ന് അദ്ദേഹം വസ്തുതകളു ടെയും അനുമാനങ്ങളുടെയും ഉൾക്കാഴ്ചകളുടെയും പിൻബലത്തോടെ അനിഷേധ്യമായി സ്ഥാപിക്കുന്നു. മലയാള സാഹിത്യത്തിന്റെ നവയുഗ നിർമ്മാണത്തിൽ ആ 'സ്ഥപതിമൂർദ്ധന്യൻ' (ഓർമ്മയില്ലേ ഉള്ളൂർ മഹാ കവിയുടെ ഉജ്ജ്വലമായ ശ്ലാഘ?) നിർവ്വഹിച്ച അനർഘവും നിർണ്ണായ കവും ദുരവ്യാപകവുമായ പങ്ക് പന്മനസാർ സവിസ്തരം പ്രപഞ്ചനം ചെയ്യുന്നു. അദ്ദേഹത്തിന്റെ പദ്യകൃതികളിൽ മലയാളത്തിലെ ആദ്യത്തെ 'പ്രീ റൊമാന്റിക്' കാവ്യമായ *മലയവിലാസ*ത്തിന്റെ പ്രാധാന്യവും വൈശി ഷ്ട്യവും അദ്ദേഹം ചൂണ്ടിക്കാണിക്കുന്നു. *പരിചയം* എന്ന പ്രബന്ധ സമാ ഹാരത്തിലെ പഠനങ്ങളും പന്മനസാറിന്റെ വിമർശനപ്രതിഭയുടെ സവി

ശേഷ നിദർശനങ്ങൾത്തന്നെ.

ലളിതമധുരങ്ങളായ ആറോളം ബാലസാഹിത്യകൃതികളും നാരാ
യണീയം എന്ന സ്തോത്രരത്നത്തിന്റെ ശ്ലോകാനുശ്ലോകമായ ഗദ്യപരി
ഭാഷയുമാണ് പന്മനസാറിന്റെ ഇതര സംഭാവനകൾ. അനുഗൃഹീതനായ
ഒരു ഗദ്യകാരനെന്ന നിലയിലും അദ്ദേഹം ശ്രദ്ധേയനാണ്. ശൈലീവല്ലഭ
നായിരുന്ന ഗുപ്തൻനായർ സാറിന്റെ ഗദ്യത്തിന്റെ സ്വച്ഛതയും സാര
ല്യവും കുലീനതയും ഒട്ടും കുറയാതെ അദ്ദേഹത്തിന്റെ പ്രേഷ്ഠശിഷ്യന്റെ
ശൈലിയിലും നമുക്ക് കണ്ടെത്താൻ കഴിയും. 'ശൈലിയാണ് മനുഷ്യൻ'
എന്ന പതിനെട്ടാം നൂറ്റാണ്ടിലെ ഫ്രഞ്ച് സാഹിത്യകാരനായ ജോർജ്
ബുഫോണിന്റെ പ്രസിദ്ധമായ പ്രസ്താവത്തെ ഇത്രയേറെ സാധൂകരി
ക്കുന്ന മറ്റൊരു ഗദ്യകാരൻ നമുക്കില്ല. ചില പുതുനിരൂപകർ ചെയ്തിട്ടു
ള്ളതുപോലെ പാണ്ഡിത്യനാട്യത്തിനു വേണ്ടി ദുർഗ്രഹശൈലി പ്രയോ
ഗിക്കരുത്. വായനക്കാർ വെറുപ്പോടെ അകന്നുപോകാനേ ഇതുപയോഗ
പ്പെടൂ. വായനക്കാർക്ക് മനസ്സിലാകുന്നില്ലെങ്കിൽപ്പിന്നെ എന്തിനാണെഴു
തുന്നത് എന്ന് ആ പരിണതപ്രജ്ഞൻ ചോദിക്കുന്നു. ചിന്താകലുഷ്യവും
ശൈലീകലുഷ്യവും ഒരു ട്രേഡ്മാർക്ക് ആയി കൊണ്ടുനടക്കുന്ന നമ്മുടെ
ചില 'ന്യൂജൻ' അക്കാദമിയ നിരൂപകർ ഈ ഉപദേശം സ്വീകരിച്ചിരുന്നെ
ങ്കിൽ എത്ര നന്നായിരുന്നു!

അനേകശതം അന്തേവാസികളുടെ സ്നേഹാദരങ്ങൾ ഏറ്റുവാങ്ങിയ
കർക്കശക്കാരനെങ്കിലും വാത്സല്യശേവധിയും വിദ്യാവ്യസനിയും
സമർപ്പിതചേതസ്സുമായ ഒരു ദേശികശ്രേഷ്ഠൻ കൂടിയായിരുന്നു പന്മന
സാർ. കാളിദാസൻ അദ്ദേഹത്തിന്റെ *മാളവികാഗ്നിമിത്രത്തിൽ* ഒരു മാതൃ
കാഗുരുനാഥനെ നിർവ്വചിച്ചിട്ടുണ്ട്.

"ശിഷ്ടാക്രിയാ കസ്യചിദാത്മസംസ്ഥാ
സംക്രാന്തിരന്യസ്യ വിശേഷയുക്താ
യസ്യോഭയം സാധു സ ശിക്ഷകാനാം
ധുരി പ്രതിഷ്ഠം പയിതവ്യ ഏവ"

എന്നാണ് ആ നിർവ്വചനം. ഒരാൾ മഹാവിദ്വാനാണ്. മറ്റൊരാൾക്ക്
നന്നായി തന്റെ വിജ്ഞാനം വിദ്യാർത്ഥികൾക്ക് പകർന്നുകൊടുക്കാൻ
കഴിയും. ഈ രണ്ടു സിദ്ധികളും ആർക്കാണോ വേണ്ടവിധത്തിലുള്ളത്,
അദ്ദേഹം തന്നെയാണ് ആചാര്യന്മാരിൽ ശ്രേഷ്ഠൻ എന്ന് ഏകദേശമായ
പരിഭാഷ. അത്തരത്തിലുള്ള ഒരദ്ധ്യാപകവര്യനായിരുന്നു പന്മനസാറെന്ന്
അദ്ദേഹത്തിന്റെ ശിഷ്യന്മാർ അനുഭവസാക്ഷ്യം പറയുന്നു.

തിരുവനന്തപുരത്തെ പി കെ പരമേശ്വരൻ നായർ ട്രസ്റ്റിന്റെ അദ്ധ്യ
ക്ഷനെന്ന നിലയിൽ ഒരുദശാബ്ദക്കാലമായി പന്മനസാർ അനുഷ്ഠിച്ചുവ
രുന്ന അമൂല്യമായ മാതൃഭാഷാ സേവനത്തെപ്പറ്റി പരാമർശിക്കാതെ വയ്യ.
അദ്ദേഹത്തിന്റെ സാരഥ്യത്തിൽ പ്രസിദ്ധീകരിച്ച പഠനസമാഹാരങ്ങളായ
ഇരുപതോളം കനപ്പെട്ട പുസ്തകങ്ങളുണ്ട്. അവയുടെ 'മകുടാലങ്കാര
ഹീരം' തന്നെയാണ് രണ്ടുവാല്യങ്ങളിലുള്ള *കേരള സംസ്കാരപഠനങ്ങൾ*

എന്ന ബൃഹദ് ഗ്രന്ഥം. മലയാളഭാഷയുടെ രൂപഭാവങ്ങളും വികാസപരി
ണാമങ്ങളും, ഗുരുകുലങ്ങൾ, ഗ്രന്ഥാലയങ്ങൾ, പുരാവസ്തുഗവേഷണം,
മതങ്ങളും ക്ഷേത്രങ്ങളും, ദൃശ്യകലകൾ, നൃത്തം, സംഗീതം, ശാസ്ത്ര
പൈതൃകം, ദർശനപാരമ്പര്യം, ചരിത്രം, ഭരണസമ്പ്രദായങ്ങൾ, കാർഷിക
സംസ്കൃതി, നാട്ടറിവുകൾ, കളികൾ, സൈനിക പാരമ്പര്യം, വാണിജ്യം
ഇതൊക്കെ ഈ ഗ്രന്ഥത്തിന്റെ രണ്ടായിരത്തി മുന്നൂറ് പേജുകളിൽ സവി
സ്തരം ചർച്ച ചെയ്യപ്പെടുന്നു. മലയാളത്തിൽ ശുഷ്കമായ വിജ്ഞാന
സാഹിത്യശാഖയ്ക്ക് വിലപേറില്ലാത്ത ഒരു സംഭാവനയാണ്. കേരള
സംസ്കാരപഠനങ്ങൾ എന്ന വിജ്ഞാനകോശം.

തൊട്ടറിയാവുന്ന നന്മയുടെയും പുരോഭാഗികൾക്കുപോലും നിഷേ
ധിക്കാനാവാത്ത, നാനാമുഖമായ വൈദുഷ്യത്തിന്റെയും വാർദ്ധക്യ
ത്തിനും രോഗത്തിനും തോല്പിക്കാനാവാത്ത കർമ്മശൂരത്വത്തിന്റെയും
മൂർത്തഭാവമായ ഈ വലിയ മനുഷ്യന് അദ്ദേഹം നിസ്സംശയം അർഹി
ക്കുന്ന ബഹുമതികളൊന്നും കിട്ടിയിട്ടില്ലെന്ന് ഖേദപൂർവ്വം സ്മരിക്കാതെ
വയ്യ. ഔദ്യോഗിക ബഹുമതികൾ ജാതീയമോ സാമ്പത്തികമോ രാഷ്ട്രീ
യമോ വ്യക്തിഗതമോ ആയ സ്വാധീനങ്ങളെയാണ് മുഖ്യമായും ആശ്ര
യിക്കുന്നതെന്നോർക്കുമ്പോൾ,

"സ്ഥാനമാനങ്ങൾ ചൊല്ലിക്കലെഹിച്ചു

നാണംകെട്ടു നടക്കുന്ന"വരിൽനിന്ന് എന്നും ഏറെ അകലം പാലി
ച്ചിട്ടുള്ള ഈ സ്ഥിതപ്രജ്ഞന് അതൊന്നും കിട്ടാതെ പോയതിൽ അത്ഭു
തമില്ല. അഥവാ സിംഹത്തെക്കുറിച്ച് പഴയ നീതിസാരക്കാരൻ

"വിക്രമാർജ്ജിത സത്വസ്യ

സ്വയമേവ മൃഗേന്ദ്രതാ"

എന്ന് സമാശ്വസിച്ചതുപോലെ ആയിരം പൂർണ്ണചന്ദ്രനെ കണ്ട ഈ
ധന്യാത്മാവിന് ഇന്നുള്ള 'സ്വയമേവ ബുധേന്ദ്രത'യേക്കാൾ വലിയ എന്തു
ബഹുമതി കിട്ടാനാണ്?

ദൈവനാമത്തിൽ

പറഞ്ഞതുതന്നെ വീണ്ടും പറയുകയാണ്. മുഖവുരയൊന്നും കൂടാതെ. ഒന്നു ചോദിച്ചു കൊള്ളട്ടെ– പരിപാവനമായ ആരാധനാ കേന്ദ്ര ങ്ങളും കലയുടെയും സംസ്കാരത്തിന്റെയും ആദിമ സ്രോതസ്സുകളും സമൂഹജീവിതത്തിന്റെ കേന്ദ്രബിന്ദുക്കളുമായ നമ്മുടെ ക്ഷേത്രങ്ങൾ ഉത്സ വങ്ങളുടെ പേരിൽ സങ്കല്പിക്കുന്നവ സമസ്ത കൊള്ളരുതായ്മകളു ടെയും വിഹാരരംഗമായി അധഃപതിച്ചുകൊണ്ടിരിക്കണോ?"

വൃശ്ചികത്തിൽ ഉത്സവകാലം സമാരംഭിക്കുന്നു. മീനമാസത്തിലാ ണല്ലോ ഉത്സവങ്ങളുടെ കൂട്ടപ്പൊരിച്ചിൽ. "ഇനി പത്തു ദിവസത്തേക്കു ചാണ്ടൂർക്കോണം ഉത്സവലഹരിയിൽ" എന്നു സ്വന്തം ലേഖകന്മാർ പത്ര പംക്തികളിൽക്കൂടി ആവേശപൂർവ്വം വിളംബരം ചെയ്യുന്നു. (ഭക്തിലഹ രിയോ കള്ളച്ചാരായത്തിന്റെ ലഹരിയോ കഞ്ചാവിന്റെ ലഹരിയോ എന്ന് ഉത്സവക്കമ്മിറ്റിക്കേ അറിഞ്ഞുകൂടു. ദൈവത്തിന്റെ സ്വന്തം നാട് ദക്ഷിണ ഏഷ്യയിലെ മയക്കുമരുന്നു വിപണനത്തിന്റെ 'ഹബ്ബ്' ആയി മാറുന്നു വെന്നു കേന്ദ്ര നാർക്കോട്ടിക് കൺട്രോൾ ബ്യൂറോ മുന്നറിയിപ്പു നല്കുന്നു) കള്ളച്ചാരായ വില്പനയും പൂർവ്വാധികം ഭംഗിയായി തന്നെ നടക്കുന്നു. പരമഭക്തരായ ലോക്കൽ പൊലീസ് – എക്സൈസ് ഉദ്യോ ഗസ്ഥന്മാരുടെയും ഉദരംഭരികളായ ചോട്ടാ രാഷ്ട്രീയ നേതാക്കളുടെയും അനുഗ്രഹാശിരസ്സുകളോടെത്തന്നെ. ഓരോ വർഷവും ഉത്സവത്തിന്റെ പേരിൽ ഈ വൈകൃതങ്ങൾമൂലം പവിത്രമായ ക്ഷേത്രാന്തരീക്ഷം അക്ഷ രാർത്ഥത്തിൽ മലീമസമാകുന്നതുകണ്ടു നിസ്സഹായരായ പഴയ തലമു റയിൽപ്പെട്ട ഒരു ചെറിയ ന്യൂനപക്ഷം– ഈ ലേഖകനെപ്പോലെ ദുഃഖഭാര ത്തോടെ നെടുവീർപ്പിട്ടു ശ്രീകോവിലിൽ നോക്കി നിറകണ്ണുകളോടെ കൈകൂപ്പി നില്ക്കുന്നു.

ലളിതാസഹസ്രനാമജപത്തിന്റെയും സൗന്ദര്യലഹരീ പാരായണത്തി ന്റെയും ത്രികാലപൂജയുടെയും തൊട്ടുപുറകെ വരുന്നു പ്രമുഖ ടി വി ടോക്ഷോ – സീരിയൽ – സിനിമാനടന്റെയും പരിവാരങ്ങളുടെയും മെഗാ കോമഡിഷോ, നിത്യവും ടി വി ചാനലുകളിൽ അദ്ദേഹത്തിന്റെ 'മികച്ച ഭാവാഭിനയം' വയർ നിറയെ കാണുന്നതു പോരേ? ക്ഷേത്രത്തിന്റെ പ്രാധാന്യമനുസരിച്ച് പ്രതിഫലം അഞ്ചുലക്ഷത്തോളം വരുമത്രെ. പിന്നെ മിമിക്സ് പരേഡ്, കുടുംബാംഗങ്ങൾക്കൊന്നിച്ചിരുന്നു കാണാൻ കൊള്ള രുതാത്ത ഐറ്റം ഡാൻസ്, കിലോമീറ്റുകളോളം നീണ്ടുപോകുന്ന ദീപാ ലങ്കാരത്തിന്റെ ധൂർത്ത്, കുഞ്ഞുങ്ങളുടെയും വൃദ്ധന്മാരുടെയും രോഗി കളുടെയും ഉച്ചഭാഷിണിയിലൂടെയുള്ള നിരന്തരമായ പീഡനം, ഇതൊ ക്കെയാണോ കരുണാമയനായ ഈശ്വരനുവേണ്ടത്?

ഉത്സവപ്പിരിവിന്റെ 'ഡ്രസ്കോഡിന്റെ' ഭാഗമായ ടൗവൽ ശക്തിയായി കുടഞ്ഞ്, കടുത്ത അഹന്തയുടെയും പരിഹാസത്തിന്റെയും സ്വരത്തി ലുള്ള പ്രതികരണം ഞാൻ കേൾക്കുന്നു– ഇതൊക്കെത്തന്നെയാ സാറേ ഭക്തജനങ്ങൾക്കു വേണ്ടത്? അതിനുപകരം സാറിന്റെ കഥകളിയും കഥാ പ്രസംഗവും പാട്ടുകച്ചേരിയും ആദ്ധ്യാത്മിക പ്രഭാഷണവും ഒക്കെവെച്ചാൽ പത്തുരൂപാ പിരിയൂല്ല!

ഉത്സവം കൊഴുപ്പിക്കാനെന്ന പേരിൽ എഴുന്നള്ളിക്കുന്ന ആനകളോടു കാട്ടുന്ന കൊടും ക്രൂരതകളെക്കുറിച്ചും അവയുടെ അനിവാര്യമായ ദുരന്ത ഫലങ്ങളെക്കുറിച്ചും ഏറെ എഴുതിയതാണ്. സമുന്നതമായ നീതിപീഠ ത്തിന്റെയും നാട്ടാനച്ചട്ടങ്ങൾ പോലുള്ള നിയമങ്ങളുടെയും സാമാന്യമായ വിവേകത്തിന്റെയും മനുഷ്യത്വത്തിന്റെയും പോലും വിലക്കുകളെ നിർവ്വി ശങ്കം വെല്ലുവിളിച്ചുകൊണ്ടാണ് (ടൂറിസം വകുപ്പിന്റെ ബിരിയാണി മേളയും പായസമേളയും പോലെ) ഗജമേളകൾ ഉത്സവങ്ങളുടെ അനു പേക്ഷണീയമായ ഒരു ഘടകമായിരിക്കുന്നത്. 2016 ൽ ആദ്യത്തെ നാലു മാസത്തിനകം ആനപ്പകയുടെ ഇരകളായത് പാവപ്പെട്ട എട്ടു പാപ്പാന്മാ രാണ്. ഒരു നിർദ്ദോഷിയായ ഭക്തയും. അസഹ്യമായ ചൂടും ഇളവില്ലാത്ത ക്ലേശവുംമൂലം ആനകൾ അക്രമാസക്തരാകുന്നു. ഇതൊക്കെ കേട്ടാൽ നമ്മുടെ കമ്മിറ്റിക്കാർ പരിഹസിച്ച് ചിരിക്കും. ആനയില്ലാതെ എന്തുത്സവം പൊന്നേ?

ഓരോ വർഷവും ഈശ്വരന്റെയും ഹിന്ദുമതത്തിന്റെയും പേരിൽ കൃത്യമായി, അനിവാര്യമായി നടന്നുപോരുന്ന തരംതാണ, സംസ്കാര ശൂന്യമായ വിവിധ കലാപ്രകടനങ്ങളെപ്പോലെ നികൃഷ്ടവും അപലപനീ യവുമാണ് അവയോടു ബന്ധപ്പെട്ട ക്ഷേത്രാചാരങ്ങളുടെ പേരിൽ പാവ പ്പെട്ട 'സഹ്യന്റെ മക്ക'ളോടു കാട്ടുന്ന കൊടും ക്രൂരത. എഴുന്നള്ളിക്കുന്ന ആനകളുടെ എണ്ണം നോക്കിയാണ് ഉത്സവത്തിന്റെ ഗാംഭീര്യം നിർണ്ണയി ക്കുന്നത്. ഒരു ഉത്സവപ്പറമ്പിൽനിന്നു മറ്റൊന്നിലേക്കു കൊടുംവെയിലത്ത് കുംഭച്ചൂടും മീനച്ചൂടും കൊണ്ടു ചുട്ടുപഴുത്തു കിടക്കുന്ന ടാർ റോഡിൽക്കൂടി. ക്രൂരതയുടെ പര്യായമായ ആനപ്പപ്പാന്മാർ ആട്ടിത്തെ

ലിച്ചു കൊണ്ടുപോകുന്ന ഈ മിണ്ടാപ്രാണികളുടെ കദനവും വേദനയും ആരറിയുന്നു? മൃഗീയമായ നിരന്തര പീഡനം സഹിക്കാനാവാതെ ആന പിണങ്ങി പാപ്പാനെ കുത്തിമലർത്തിയതും വിളകൾക്കും കെട്ടിടങ്ങൾക്കും വാഹനങ്ങൾക്കും ലക്ഷങ്ങളുടെ നാശം വരുത്തിക്കൂട്ടിയതുമായ കഥക ളൊക്കെ വാർത്തകളേ അല്ലാതായിരിക്കുന്നു. ആന ചവിട്ടിക്കൊന്ന പാപ്പാന്റെ കുടുംബത്തിന്റെ ദൈന്യം ആരോർക്കുന്നു? "ഉത്സവകാല മാല്യോ, ഇങ്ങനൊക്കെ നടന്നെന്നിരിക്കും അവന്റെ തലേലെഴുത്ത് അല്ലാ തെന്തുവാ" എന്നൊക്കെ ഉത്സവക്കമ്മിറ്റിക്കാർ നാട്ടുകാരെ സമാശ്വസി പ്പിക്കുന്നു.

മധ്യതിരുവിതാംകൂറിലെ ഒരു മഹാക്ഷേത്രത്തിലെ ഒരു ആചാരത്തെ ഇവിടെ പരാമർശിക്കേണ്ടിയിരിക്കുന്നു. 'ആനവാൽപ്പിടി' എന്നാണത്രെ ഇതിന്റെ അർത്ഥവത്തായ പേർ. ഉത്സവത്തിനെഴുന്നള്ളിച്ചിരിക്കുന്ന മിണ്ടാ പ്രാണിയുടെ വാലിൽ അഹമിഹമികയാ 'ഭക്തജനങ്ങൾ' ആവേശപൂർവ്വം പിടിച്ചു പിറകോട്ടു വലിക്കുക, പാണ്ടിമേളത്തിന്റെയും വായ്ക്കുരവകളു ടെയും കതിനാവെടിയുടെയും 'വൻജനാവലി'യുടെ ആർപ്പുവിളികളു ടെയും ഘോരമായ ശബ്ദഘോഷത്തിന്റെയും അകമ്പടിയോടെ വേദനയും പരിഭ്രമവും കൊണ്ട് വിവശനായ ആ സാധുമൃഗത്തെ ക്ഷേത്രത്തിനു ചുറ്റും ഓടിക്കുക എത്ര പ്രദക്ഷിണം വേണമെന്ന് ഉത്സവക്കമ്മിറ്റി തീരു മാനിക്കുന്നതായിരിക്കും. തീരുമാനം അന്തിമവും ചോദ്യംചെയ്യപ്പെടാൻ പാടില്ലാത്തതുമാകുന്നു! വിചിത്രവും ക്രൂരവും പ്രാകൃതവുമെന്നു നമുക്കു തോന്നുന്ന ഈ 'ആചാര'ത്തിനു ഒരു വ്യാഖ്യാനമുണ്ട്. ത്രേതായുഗ ത്തിൽ സുബ്രഹ്മണ്യൻ ഗണപതിയുടെ വാൽ പിടിച്ചു വലിച്ചതിന്റെ അനു സ്മരണം. എന്തൊരു പാരമ്പര്യബോധം! എന്തൊരു മതഭക്തി! ഈ ദുരാ ചാരം നിരോധിക്കാനുള്ള സാമാന്യമായ ധാർമ്മിക ബോധം പോലുമി ല്ലാത്ത തിരുവിതാംകൂർ ദേവസ്വം ബോർഡ് അടിയന്തരമായി ഒരു 'വേദ വ്യാസപുരസ്കാരം' ഏർപ്പെടുത്തുകയും അത് ഈ അഭിനവ 'ഗണേശ പുരാണം' രചിച്ച അഭിനവവേദവ്യാസനു സമ്മാനിക്കുകയും വേണ്ടതാ കുന്നു.

ആനക്കാർ ഭൂരിപക്ഷവും തീർത്തും മദ്യത്തിനടിമകളാണ്. തിരുവി താംകൂർ ദേവസ്വം ബോർഡ് കമ്മീഷണറായിരിക്കെ ബാല്യകാലസ്മര ണകൾ പുതുക്കാൻ വേണ്ടി ഒരു പ്രമുഖ ക്ഷേത്രത്തിന്റെ ക്യാമ്പ് ഷെഡ് സന്ദർശിക്കാനിടയായി. മന്നത്തുപത്മനാഭൻ, ആർ ശങ്കർ, അനന്തപു രത്തു കൊട്ടാരത്തിൽ രാമവർമ്മ വൈദ്യൻ കോയിത്തമ്പുരാൻ, ജസ്റ്റിസ് ശങ്കരനാരായണ അയ്യർ തുടങ്ങി ദേവസ്വം ബോർഡിന്റെ ആദ്യകാല മഹോന്നത സാരഥികൾക്കു മാത്രമല്ല, ഉത്സവത്തിനെത്തുന്ന പ്രശസ്ത രായ കലാകാരന്മാർക്കും ഒരു കാലത്ത് ആതിഥ്യമരുളിയ ആ വിശാല മായ മുറിയിൽ എന്നെ എതിരേറ്റത് ഞെട്ടിക്കുന്ന ഒരു ദൃശ്യമായിരുന്നു- ചങ്ങല, വടി, തോട്ടി, കത്തി തുടങ്ങിയ പീഡനോപകരണങ്ങൾക്കും ദുർഗ്ഗന്ധം വമിക്കുന്ന മലിനമായ കൈലികൾക്കും തോർത്തുകൾക്കു

മൊപ്പം മൂലയിൽ വാരിക്കൂട്ടിയിരുന്ന ചാരായക്കുപ്പികളുടെ കൂന. വിശദീ
കരണം ആവശ്യപ്പെട്ടപ്പോൾ കൂടെയുണ്ടായിരുന്ന ദേവസ്വം ബോർഡ്
ഉദ്യോഗസ്ഥന് പറയാനുണ്ടായിരുന്നത് ഇത്രമാത്രം- ക്യാമ്പ് ഷെഡ് ആന
ക്കാരുടെ ഉപയോഗത്തിന് വിട്ടുകൊടുത്തിരിക്കുകയാണ്. അതെങ്ങനെ
ഉപയോഗിക്കുന്നുവെന്ന് അന്വേഷിക്കാൻ അയാൾക്ക് ബാധ്യതയില്ല!

ഒട്ടേറെ ചർച്ച ചെയ്യപ്പെട്ടിട്ടും യാതൊരു പരിഹാരവുമില്ലാതെ തുട
രുന്ന മനുഷ്യത്വരഹിതമായ ഈ 'ഗജമേധ'ത്തെക്കുറിച്ച് ആധികാരിക
മായി രണ്ട് അഭിപ്രായ പ്രകടനങ്ങൾ വായിച്ചതോർക്കുന്നു. പലതു
കൊണ്ടും വ്യത്യസ്തനായ ഒരു വനം വകുപ്പ് മന്ത്രിയായിരുന്ന ബിനോയ്
വിശ്വത്തിന്റേതാണ് ഒന്ന്. ഉത്സവവേദികളിൽ ദൈവത്തിന്റെ മേൽവിലാ
സത്തിനു കീഴിൽ ഭയാനകമായ ഹേമദണ്ഡനങ്ങൾ ഏറ്റുവാങ്ങാനാണ്
അവയുടെ വിധി. മനുഷ്യനെപ്പോലെ സംസാരിക്കാൻ ആനകൾക്ക് കഴി
യുമായിരുന്നുവെങ്കിൽ സ്വന്തം സഹനകഥകൾ അവ പറയുമായിരുന്നു.
ആ കഥകൾ കേട്ടാൽ ദൈവങ്ങൾ പോലും "തലയിൽ കൈവച്ചിരുന്നു
പോയേനെ" എന്ന് ഹൃദയാലുവായ ബിനോയ് വിലപിക്കുന്നു. പോയ
കാലത്ത് അധികാരത്തിന്റെയും പ്രതാപത്തിന്റെയും പ്രൗഢിയുടെയും
പ്രതീകങ്ങളായാണ് ജന്മിഗൃഹങ്ങളിൽ ആനകൾ ഗണിക്കപ്പെട്ടിരുന്നത്.
അവയുടെ ഉടമകളായ കരപ്രമാണികൾ കുടുംബാംഗങ്ങളെപ്പോലെ
സ്നേഹത്തോടും ശ്രദ്ധയോടും കൂടി അവയെ പരിപാലിച്ചു പോന്നു എന്ന്
അദ്ദേഹം അനുസ്മരിക്കുന്നു.

ജന്മിയും നാടുവാഴിയും പോയി. 'ജനകീയം' വന്നതോടുകൂടി ആന
കളുടെ ഭീകരമായ ശനിദശ തുടങ്ങി. കമ്പോള തേർവാഴ്ചയുടെ ദാരുണ
നൃത്തം അവയുടെ കാര്യത്തിലും ആരംഭിച്ചു. തടിപിടിക്കാൻ യന്ത്രങ്ങൾ
വന്നതോടെ ഉത്സവപ്പറമ്പിൽ നിന്നുകിട്ടുന്ന 'ഏകം' മാത്രമായി ആന
ഉടമകളുടെ വരുമാനമാർഗ്ഗം. യാതൊരു കാരുണ്യവുമില്ലാതെ വാർദ്ധ
ക്യവും രോഗവുംമൂലം അവശരായ ആനകളെപ്പോലും പൊരിവെയിലിൽ
നാഴികകളോളം നടത്തിയും ഉത്സവങ്ങളിൽ ചലനം പോലും ഇല്ലാതെ
നീണ്ട മണിക്കൂറുകൾ തീവെട്ടിയുടെ കൊടുംചൂടിൽ നിർത്തിയും പീഡി
പ്പിക്കുന്ന കണ്ണിൽ ചോരയില്ലാത്ത ഏർപ്പാട് ഇന്നു സാധാരണമാണ്. ഈ
ക്രൂരതയ്ക്ക് അറുതിവരുത്താൻ വനംവകുപ്പുമന്ത്രിയായിരുന്നപ്പോൾ
ബിനോയ് ഒരു നാട്ടാന പരിപാലന നിയമം വഴി ആനകൾക്ക് വെള്ളവും
ഭക്ഷണവും വിശ്രമവും ഉറപ്പുവരുത്താൻ ശ്രമിച്ചത് കൃതജ്ഞതയോടെ
ഓർക്കുന്നു. നിശ്ചിത ദൂരത്തിനപ്പുറം അവയെ നടത്തിക്കൊണ്ടുപോക
രുതെന്നും കൊടും വെയിലത്ത് ദീർഘനേരം നിർത്തി ദ്രോഹിക്കരു
തെന്നും ആ നിയമം വ്യവസ്ഥ ചെയ്യുന്നു. ആനകൾക്കു വൈദ്യപരിശോ
ധന അത് നിർബ്ബന്ധമാക്കുന്നു. പക്ഷേ, ഈ നിയമവ്യവസ്ഥകളൊക്കെ
എത്രകണ്ട് അനുവർത്തിക്കപ്പെടുന്നു എന്ന അസുഖകരമായ ചോദ്യം
അവശേഷിക്കുന്നു.

ഉത്സവങ്ങൾക്ക് ആനയെഴുന്നള്ളത്ത് നിർബ്ബന്ധമാണോ? 'കരിയും

കരിമരുന്നും വേണ്ട' എന്ന് കരുണാമയമായ ശ്രീനാരായണ ഗുരു കർശ നമായി വിലക്കിയതായി കേട്ടിട്ടുണ്ട്. തന്ത്രി മുഖ്യനായ ശ്രീ അക്കീര മൺ കാളിദാസഭട്ടതിരി ഈ വിഷയത്തിൽ കുറേക്കാലം മുമ്പ് അർത്ഥ ശങ്കയ്ക്കിടയില്ലാത്ത ഒരു വിശദീകരണം നല്കിയിരുന്നു. നമ്മുടെ ദേവസ്വം ബോർഡ് അധികൃതരും സ്ഥിരം ഉത്സവകമ്മിറ്റിമാരും ചില്ലിട്ടു ഫ്രെയിം ചെയ്ത് ഭിത്തിയിൽ തൂക്കേണ്ട ശ്രദ്ധേയമായ ഒരു ലേഖനത്തിൽ അദ്ദേഹം പറയുന്നു:

"തന്ത്രശാസ്ത്രത്തിൽ ഒരിടത്തും തന്നെ എഴുന്നള്ളിപ്പുകൾക്ക് ആന കൾക്കു മാത്രമേ ആകാവൂ എന്നു പറയുന്നില്ല എന്നതാണു സത്യം. ദേവനെ എഴുന്നള്ളിക്കുമ്പോൾ അത് പൂജാരിയായാലും ആനപ്പുറത്താ യാലും അതതു വാഹനമന്ത്രം അർപ്പിച്ചാണ് കൊടുക്കാറുള്ളത്. ഇങ്ങ നെയുള്ള എഴുന്നള്ളിപ്പുകൾ പ്രത്യേക രഥങ്ങളിലോ അല്ലെങ്കിൽ തിട മ്പുകൾ ചുമലിലോ തലയിലോ വച്ചും ആകാവുന്നതാണ്. ആനയെ എഴു ന്നള്ളിക്കുന്നത് തന്ത്രശാസ്ത്രപരമായ വിഷയമല്ല എന്നതാണ് പ്രശ്നം. അത് പൊങ്ങച്ചം കാണിക്കാൻ വേണ്ടി ചിലർ ഉണ്ടാക്കിയെടുക്കുന്നതാണ്. ഒരുതരത്തിൽ പറഞ്ഞാൽ ആചാരത്തിന്റെ പേരിലുള്ള തട്ടിപ്പാണത്. ദേവന് കിട്ടുന്നതിനേക്കാൾ പ്രാധാന്യമാണ് പെരുകേട്ട ആനകൾക്ക് സംഘാടകർ കൊടുത്തു കാണുന്നത്."

ആനയുടെ ആരോഗ്യസ്ഥിതിയെക്കുറിച്ച് മൃഗഡോക്ടർമാരിൽനിന്ന് കള്ളസർട്ടിഫിക്കറ്റ് വാങ്ങുന്നതുവരെ ഈ തട്ടിപ്പ് തുടരുന്നുവെന്ന് അനു ഭവസമ്പന്നനായ ശ്രീ. ഭട്ടതിരി പറയുന്നു. ആനന്ദം കിട്ടാൻ, പൊങ്ങച്ചം കാണിക്കാൻ ഒക്കെയായി ആനയെക്കൊണ്ടുവരുന്നവർ ആനയെ മാത്ര മല്ല ഉപദ്രവിക്കുന്നത്. നിഷ്കളങ്കരായ ആളുകളെ കൂടിയാണ്. ആനപ്പു റത്ത് എഴുന്നള്ളിക്കാൻ നിർബന്ധിതരാകുന്ന പൂജാരിമാരോടും മറ്റുള്ള വരോടും ചെയ്യുന്ന ഒരു മനുഷ്യാവകാശലംഘനമായി വേണം ഇതിനെ ക്കാണാൻ എന്ന് അദ്ദേഹം ഈ അനാചാരത്തെ ശക്തിയായി തള്ളിപ്പ റയുന്നു.

പാപ്പാനെ ചവിട്ടിയരച്ച, തലസ്ഥാനത്തിന്നടുത്തുള്ള പ്രധാനക്ഷേ ത്രത്തിലെ ഭക്തജനത്തിന്റെ വാത്സല്യപാത്രമായ കൊമ്പന്റെ പരാക്രമം കേട്ട ആനപ്രേമിയുടെ പ്രതികരണം ഇങ്ങനെയായിരുന്നുവത്രെ. "വോ, അവൻ വന്ന് ഇത്തിരിപ്പോരം കുറുമ്പുകാട്ടി അത്രതന്നെ." സാധുവായ ഒരു മനുഷ്യനെ ചവിട്ടിക്കൊന്നത്, അയാളുടെ നിരാശ്രയമായ കുടും ബത്തെ ദുരിതത്തിന്റെയും അനിശ്ചിതത്വത്തിന്റെയും നടുക്കടലിൽ വലി ച്ചെറിഞ്ഞത് 'ഇത്തിരിപ്പോരം കുറുമ്പുകാട്ടൽ' ആണത്രെ. ഇതിനേക്കാൾ കടുത്ത ഹൃദയ ശൂന്യത സങ്കല്പിക്കാനാകുമോ?

2016 ഏപ്രിലിൽ ആണ് കൊല്ലം ജില്ലയിലെ ഒരു ക്ഷേത്രത്തിൽ നില വിലുള്ള സകല നിയമങ്ങളെയും കാറ്റിൽപ്പറത്തി നടത്തിയ ഒരു 'മത്സര ക്കമ്പ'ത്തിൽപ്പെട്ട് നൂറിലധികം നിരപരാധികൾ വെന്തുരുകി മരിച്ചത്. കേരളത്തിന്റെ ചരിത്രത്തിലെ ഏറ്റവും ഭയങ്കരമായ വെടിക്കെട്ടപകടമാ

യിരുന്നു ഇത്. പതിവനുസരിച്ചുള്ള 'ഞെട്ടലുകളും' അനുശോചനങ്ങളും (തിരഞ്ഞെടുപ്പുകാലമായതിനാൽ പതിവിലേറെ ശക്തമായി) ഉണ്ടായി. പതിവനുസരിച്ചുള്ള ദുരിതാശ്വാസ പ്രഖ്യാപനവും ജുഡീഷ്യൽ അന്വേഷണ തീരുമാനവും പുറകെ വന്നു. ഉത്സവങ്ങൾ 'കൊഴുപ്പുകൂട്ടാൻ' കരി മരുന്നു പ്രയോഗം അനിവാര്യമാണോ എന്ന വിഷയം ചാനലുകളിലെ ചർച്ചാ വിദഗ്ദ്ധന്മാർക്കു വിടുന്നു. ഉത്തരം കിട്ടാത്ത ഗൗരവം നിറഞ്ഞ ചില ചോദ്യങ്ങൾ ഇന്നും അവശേഷിക്കുന്നു. അതിഭീകരമായ ദുരന്ത സാദ്ധ്യതകൾ സാമാന്യ ബുദ്ധിയുള്ള ആർക്കും തെളിഞ്ഞു കാണാവുന്ന മത്സരക്കമ്പത്തെപ്പറ്റി മുൻകൂട്ടി അറിഞ്ഞിട്ടും അത് ഫലപ്രദമായി തട യാൻ ജില്ലാ ഭരണകൂടവും പൊലീസും നടപടിയെടുക്കാത്ത അക്ഷന്ത വ്യമായ ഉദാസീനതയ്ക്കും നിഷ്ക്രിയത്വത്തിനും എന്തു വിശദീകരണ മാണുള്ളത്? ഇത്ര നിസ്സങ്കോചമായ, ഇത്ര ഗുരുതരമായ, ഇത്ര വിപല്ക്ക രമായ നിയമലംഘനത്തിന് ദേവസ്വം അധികൃതർക്കും ഉത്സവക്കമ്മി റ്റിക്കും കരാറുകാർക്കും മൗനാനുവാദം മാത്രമല്ല വ്യക്തമായ പ്രോത്സാ ഹനം തന്നെ നല്കിയത് ഏത് ഉന്നതകേന്ദ്രങ്ങളാണ്? ബന്ധപ്പെട്ടവർ അല്പം കൂടി വിവേകം കാണിച്ചിരുന്നെങ്കിൽ ഈ കൊടിയ മനുഷ്യക്കു രുതി ഒഴിവാക്കാമായിരുന്നില്ലേ? ഹൃദയമുള്ളവർ അന്ന് ചോദിച്ച ഈ ചോദ്യങ്ങൾക്ക് ഇന്നും ഉത്തരം കിട്ടിയിട്ടില്ല.

ഹിന്ദുസമൂഹത്തെ വിനാശകരമായ ധൂർത്തും വൃത്തികേടുകളും നിറഞ്ഞ ഉത്സവ ആഘോഷങ്ങളും അർത്ഥശൂന്യവും ക്രൂരവുമായ ആന യെഴുന്നള്ളിപ്പുകളും പോലെയുള്ള ഹീനമായ ദുരാചാരങ്ങളിൽനിന്ന് രക്ഷിക്കാൻ ഒരു ദയാനന്ദസരസ്വതിയോ വിദ്യാധിരാജനോ ശ്രീനാരായ ണനോ പിറക്കാറായോ എന്നെനിക്ക് അറിഞ്ഞുകൂടാ. പക്ഷേ, ഒന്ന് തീർച്ച. ദയനീയമായ ഈ അപചയങ്ങൾക്കെതിരെ ഹൈന്ദവ ജനത ഉണർന്നെ ഴുന്നേറ്റ് അവയെ ശക്തിയായി പ്രതിരോധിക്കാത്തപക്ഷം ആറു സഹ സ്രാബ്ദങ്ങൾ പഴക്കമുള്ള മഹത്തായ നമ്മുടെ ആദ്ധ്യാത്മിക സംസ്കാ രത്തെ കാത്തിരിക്കുന്നത് ഭീതിദമായ ഒരുതമോഗർത്തമായിരിക്കും.

ഒന്നു കുളിച്ചാൽ മതിയായിരുന്നു!

"ദീപാളി കുളിക്കുക" എന്നൊരു ഹൃദ്യമായ നാടൻപ്രയോഗം നമ്മുടെ ഈടുവയ്പിലുണ്ട്.

ന്യൂ ജനറേഷൻ എന്ന പുതിയ തലമുറയ്ക്ക്, ഭാഷയുടെ ആത്മാവായ, ഇത്തരം രസനീയങ്ങളായ, അർത്ഥഗർഭങ്ങളായ മറ്റു പല പ്രയോഗങ്ങളെപ്പോലെ ഇതും അപരിചിതമാകാനാണ് സാദ്ധ്യതയെങ്കിലും ലക്കും ലഗാനുമില്ലാതെ പണം ധൂർത്തടിച്ചു കളയുക എന്നാണ് ഈ ശൈലിയുടെ സാമാന്യമായ അർത്ഥം.

അടിച്ചുപൊളിക്കുക, പൂട്ടിക്കുക തുടങ്ങിയ ആധുനികോത്തര പ്രയോഗങ്ങളുടെ പൊരുൾ തന്നെ, തന്തപ്പടി വഴിക്കും തള്ളവഴിക്കും കിട്ടിയ മുതലെല്ലാം കളീക്കലെ ഗുണവർദ്ധനകൈ്ക്കമെൾ ദീപാളി കുളിച്ചു കളഞ്ഞു. ഒടുവിൽ കളിത്തട്ടേൽ കിടന്നു വെള്ളമെറങ്ങാതെ ചത്തു എന്നു ശൈലീപ്രയോഗത്തിന് ഉദാഹരണം.

പക്ഷേ, സൂക്ഷ്മമാലോചിച്ചാൽ ഈ പ്രയോഗം അത്ര വളരെ ശരിയാണോ എന്നു സംശയം തോന്നാം. കാരണം ഓണത്തിനോ വിഷു വിനോ നല്കിവരുന്ന പ്രാധാന്യം മലയാളി ദീപാവലി എന്ന ഗീർവാണത്തിൽ പറയുന്ന ദീവാളിക്കു നല്കുന്നില്ല എന്നതുതന്നെ – മുമ്പും ഇപ്പോഴും. കാണം വിറ്റും ഓണമുണ്ണണം എന്ന പഴമൊഴിയിൽ സൂചിപ്പിക്കുന്ന, കണ്ണുമടച്ചുള്ള ധാരാളിത്തമൊന്നും ദീപാവലി ആഘോഷത്തിനില്ല എന്നതാണ് നേര്. സമൂഹത്തിന്റെ ഏറ്റവും താഴത്തെ തട്ടിൽ നില്ക്കുന്നവർ പോലും. നടപ്പൂശൈലിയിൽ ദാരിദ്ര്യരേഖയ്ക്കു താഴെ കൂനിക്കൂടിയിരിക്കുന്ന പട്ടിണിപ്പാവങ്ങൾ പോലും ആണ്ടിലൊരിക്കൽ പ്രജകളെ കാണാനെഴുന്നള്ളുന്ന മാവേലിജിയെ എതിരേല്ക്കുമ്പോൾ യാതൊരു വീണ്ടുവിചാരവും നിയന്ത്രണവുമില്ലാതെ വായ്പ വാങ്ങിയും ഇൻസ്റ്റാൾമെന്റിനു ചേർന്നും പണം തുലയ്ക്കുന്നു. കണ്ണുമടച്ചുള്ള ശുദ്ധ

പോഴത്തമായ ഈ പാഴ്ച്ചെലവൊന്നും ദീപാവലിക്കില്ല. ഇന്ത്യയിലെ സംസ്ഥാനങ്ങളിൽ ഏറ്റവും ചുരുങ്ങിയരീതിയിൽ ഈ ഉത്സവം നടത്തു ന്നത് കേരളത്തിലാണത്രെ. എന്നിട്ടും അക്ഷന്തവ്യമായ ധൂർത്തിന്റെയും ദുർവ്യയത്തിന്റെയും ഇല്ലാത്ത പാപഭാരം നാം അതിന്റെ തലയിൽ കെട്ടി വയ്ക്കുന്നു.

ധർമ്മസംരക്ഷകനായ ഭഗവാൻ ശ്രീകൃഷ്ണൻ തന്റെ പ്രിയ പത്നിയായ സത്യഭാമയുടെ സഹായത്തോടെ ത്രൈലോക്യ കണ്ടക നായ നരകാസുരനെ നിഗ്രഹിച്ച ദിവസമാണ് 'നരകചതുർദ്ദശി' എന്നു കൂടി പേരുള്ള ദീപാവലി എന്ന് കേരളീയർ വിശ്വസിക്കുന്നു. ആശ്വിന മാസം കാർത്തികമാസത്തിലേക്ക് സംക്രമിക്കുന്നതിനു തൊട്ടുമുമ്പുള്ള കൃഷ്ണചതുർദ്ദശി ദിവസമാണ് ദീപാവലിയായി നാം ആഘോഷിക്കു ന്നത്. രാവണനെ നിഗ്രഹിച്ച് സാധുജനസംരക്ഷണം നിർവ്വഹിച്ച ഭഗ വാൻ ശ്രീരാമചന്ദ്രൻ സീതാസമേതനായി, വിജയശ്രീലാളിതനായി, പതി നാലു വർഷത്തിനുശേഷം അയോദ്ധ്യയിൽ തിരിച്ചെത്തിയ ദിവസമാണ് ദീപാവലി എന്നാണ് ഉത്തരേന്ത്യയിൽ പൊതുവിലുള്ള വിശ്വാസം. പാലാ ഴിമഥനത്തിനിടയ്ക്ക് ലക്ഷ്മിദേവി പ്രത്യക്ഷപ്പെട്ട സുദിനം, ഭഗവാൻ മഹാ വിഷ്ണു വാമനരൂപമെടുത്ത്, പരമഭക്തനെങ്കിലും ഐശ്വര്യദൃപ്തനായ മഹാബലി ചക്രവർത്തിയെ പാതാളത്തിലേക്കയച്ച ദിവസം എന്നൊക്കെ ദീപാവലിക്ക് പാഠാന്തരങ്ങളുണ്ട്. പക്ഷേ, ചില പൊതുവായ അംശങ്ങൾ ഭാരത്തിലൊട്ടാകെയുള്ള ദീപാവലി ആഘോഷങ്ങളിൽ കാണാൻ കഴിയും. എല്ലായിടത്തും ദീപാവലി ഐശ്വര്യത്തിന്റെ പ്രതീകം തന്നെ. തിന്മയുടെ മേൽ നന്മയുടെ വിജയത്തിന്റെ പ്രതീകം തന്നെ. പല സംസ്ഥാ നങ്ങളിലും ദീപാവലി ഒരു വിളവെടുപ്പുത്സവമാണ്– നമ്മുടെ ഓണം പോലെ. വിളവെടുപ്പുതന്നെ സമൃദ്ധിയുടെ, ഉർവ്വരതയുടെ, അദ്ധ്വാന ത്തിന്റെ വിജയകരമായ പരിസമാപ്തിയുടെ പ്രതീകമാണല്ലോ. ഇനിയുമുണ്ട് സമാനമായ അംശങ്ങൾ വെളിച്ചം ജ്ഞാനത്തിന്റെയും ഇരുട്ട് അജ്ഞാനത്തിന്റെയും സൂചകങ്ങളായിട്ടാണ് ചിരന്തനമായ ഭാര തീയ സങ്കല്പം. "തമസ്സോ മാ ജ്യോതിർഗമയ" എന്ന വിശ്രുതമായ പ്രാർത്ഥനയുടെ പൊരുൾ തന്നെ, എന്നെ അജ്ഞാനമാകുന്ന ഇരു ട്ടിൽനിന്നും ജ്ഞാനമാകുന്ന വെളിച്ചത്തിലേക്ക് നയിച്ചാലും എന്നാണ്. *ഭഗവദ്ഗീതയിൽ* പ്രസിദ്ധമായ ഒരു ശ്ലോകമുണ്ട്.

തേഷാ മേവാനുകമ്പാർത്ഥ–
മഹമജ്ഞാനജം തമഃ
നാശയാമ്യാത്മ ഭാവസ്ഥോ
ജ്ഞാന ദീപേന ഭാസ്വതം

എന്നെ സദാ ഭജിക്കുന്ന ഭക്തന്മാരെ അനുഗ്രഹിക്കാനായി, സർവ്വ ചരാചരങ്ങളുടെയും അന്തരാത്മാവായ ഞാൻ പ്രകാശപൂർണ്ണമായ ജ്ഞാ നമേകുന്ന ദീപത്താൽ അവരുടെ അജ്ഞാനമാകുന്ന ഇരുട്ടിനെ നശിപ്പി ക്കുന്നു എന്നർത്ഥം. ഇവിടെയും പ്രകാശം ജ്ഞാനത്തെ കുറിക്കുന്നു. ദീപാവലി– ദീപങ്ങളുടെ കൂട്ടം– അനുസ്യൂതമായ പ്രകാശത്തിന്റെ സ്രോത

സ്ഥാണല്ലോ. ഈ സങ്കല്പത്തെ സാർത്ഥകമാക്കാനാണ് പല സമൂഹങ്ങ ളിലും ദീപാവലി നാളിൽ മൺചെരാതുകളിൽ ലക്ഷക്കണക്കിനു ദീപ ങ്ങൾ തെളിക്കുന്നത്. മധുരപലഹാരവിതരണമാകട്ടെ, ആഹ്ലാദവും ആവേ ശവും തിരതള്ളുന്ന ആഘോഷങ്ങളുടെ അനുപേക്ഷണീയമായ ഭാഗമാണ് – അതിനു നിദാനം നരകാസുരന്റെ വധമായാലും രാവണനിഗ്രഹമാ യാലും അലർമേൽമങ്കയുടെ അവതാരമായാലും, നൂതന വസ്ത്രധാര ണത്തിന്റെയും ബന്ധുക്കൾക്കും സുഹൃത്തുക്കൾക്കും സമ്മാനങ്ങൾ വിത രണം ചെയ്യുന്നതിന്റെയും പൊരുളും ഇതുതന്നെ.

ഏതുപ്രവർത്തനവും ആരംഭിക്കാനുള്ള അത്യുത്തമമമായ ദിനമായി ദീപാവലി കരുതപ്പെടുന്നു. പുതിയ വീടും പുരയിടവും വാഹനവും ആഭ രണങ്ങളും ഗൃഹോപകരണങ്ങളും വാങ്ങാൻ, പുതിയ ബിസിനസ് തുട ങ്ങാൻ എന്നുവേണ്ട ഏതു പുതിയ സമാരംഭത്തിനും അന്നു വേണം തുടക്കംകുറിക്കേണ്ടത്. ചിലയിടങ്ങളിൽ ദീപാവലിക്ക് സഹോദരീ സഹോ ദരന്മാർ പരസ്പരം സമ്മാനങ്ങൾ നല്കി, സഹോദരബന്ധം ഉറപ്പിക്കു ന്നു. മറ്റു ചില സമൂഹങ്ങളിൽ ഭാര്യ ഭർത്താവിനെ തിലകം ചാർത്തു മ്പോൾ ഭർത്താവ് ഭാര്യക്ക് ഉപഹാരങ്ങൾ നല്കി ആജീവനാന്ത സംര ക്ഷണം വാഗ്ദാനം ചെയ്യുന്നു. ഗുജറാത്ത് പോലെ ചില ദേശങ്ങളിൽ ദീപാവലി കഴിഞ്ഞുവരുന്ന ശുക്ലപക്ഷ പ്രഥമയാണ് നവവത്സരദിനം– നമ്മുടെ ചിങ്ങം ഒന്നാം തീയതി പോലെ.

കന്യാകുമാരി മുതൽ കാശ്മീരം വരെ ഇന്ത്യയിലെ എല്ലാ ദേശങ്ങ ളിലും മാത്രമല്ല, ശ്രീലങ്കയിലും നേപ്പാളിലും മലേഷ്യയിലും സിംഗപ്പൂ രിലും എന്തിന് യൂറോപ്പിലും അമേരിക്കയിലും വരെ ജനങ്ങൾ സാഘോഷം കൊണ്ടാടുന്ന ഈ മഹാമഹം, നേരത്തെ സൂചിപ്പിച്ചതു പോലെ, കേരളത്തിൽ വലിയ ബഹളമൊന്നുമില്ലാതെ പരമ്പരാഗതമായ, ഔപചാരികമായ ചടങ്ങുകൾ മാത്രമുള്ള ഒരു 'ലോ കീ' സംഭവമായി ട്ടാണ് നടന്നുപോരുന്നത്– കലണ്ടറിലെ ഒട്ടനവധി ചുവപ്പുദിനങ്ങളിൽ ഒരെണ്ണം. പക്ഷേ, ഒരു കാര്യം പറയാതെ വയ്യ. ഓണത്തിന് സംഭവിച്ച തുപോലെ, കഴിഞ്ഞ അരനൂറ്റാണ്ടിനിടയിൽ ദീപാവലി ആചരിക്കു ന്നതിലും വന്നിട്ടുള്ള വമ്പിച്ച മാറ്റങ്ങൾ അത്ഭുതാവഹവും രസകരവു മാണ്. പൊതുസമൂഹത്തിന്റെ സ്വഭാവത്തിൽ, അഭിരുചികളിൽ, കാഴ്ച പ്പാടുകളിൽ, താല്പര്യങ്ങളിൽ, ജീവിതശൈലിയിൽ ഇക്കാലത്ത് സംഭ വിച്ചിട്ടുള്ള അമ്പരപ്പിക്കുന്ന മാറ്റങ്ങൾ അന്നും ഇന്നുമുള്ള ആചരണങ്ങ ളിൽ പ്രതിഫലിച്ചുകാണാം. ഉറക്കമുണരുന്നതു തൊട്ടുതുടങ്ങാം. സൂര്യോ ദയത്തിന് ഏറെ മുമ്പ്, കഴിയുമെങ്കിൽ ബ്രാഹ്മമുഹൂർത്തമെന്നു മാറാ പ്പേരുള്ള ഏഴര വെളുപ്പിനു തന്നെ ഉണരണമെന്നായിരുന്നു പണ്ടത്തെ ചിട്ട. അത് ഐശ്വര്യത്തിനും ആരോഗ്യത്തിനും ദീർഘായുസ്സിനും ബുദ്ധ ിയുടെ പ്രസാദത്തിനുമൊക്കെ നിദാനമാകുമെന്ന് നമ്മുടെ പൂർവ്വികർ വിശ സിച്ചു. ആധുനിക വൈദ്യശാസ്ത്രവും ഈ വിശ്വാസത്തെ പിന്താങ്ങു ന്നു. പക്ഷേ, കൊച്ചുവെളുപ്പാൻകാലത്തോളം നീണ്ടുനില്ക്കുന്ന, സായിപ്പ്

'partying' എന്നു വിളിക്കുന്ന അടിപൊളിച്ചടങ്ങുകൾ – തീറ്റിയും കുടിയും ആട്ടവും പാട്ടും സൊള്ളലും പുന്നാരിക്കലും കൂവലും അലർച്ചയും– ഒക്കെക്കഴിഞ്ഞ് തളർന്നെത്തി സാക്ഷാൽ ബ്രാഹ്മമുഹൂർത്തത്തിൽ ഷെത്ത യിലേക്ക് ചടഞ്ഞുവീഴുന്ന പുത്തൻ തലമുറയോട് ഈ വേദാന്തമൊക്കെ പറഞ്ഞിട്ട് കാര്യമില്ല. ഉച്ചവരെ ബോധംകെട്ട് കിടന്നുറങ്ങുന്നത് തങ്ങളുടെ മിതവും ന്യായവുമായ അവകാശമാണെന്ന് നമ്മുടെ കുഞ്ഞുങ്ങൾ വിശ്വ സിക്കുന്നു. അതിനെതിരായ ഒരാക്ഷേപവും പ്രതിഷേധവും അവർ വക വയ്ക്കാൻ പോകുന്നില്ല.

അടുത്തത് എണ്ണ തേച്ചുകുളി അഥവാ അഭ്യംഗസ്നാനമാണ്. ഉച്ചി മുതൽ ഉള്ളംകാൽവരെ എണ്ണ അമർത്തി തേച്ചുപിടിപ്പിച്ച് രണ്ടു നാഴിക കഴിഞ്ഞ് പയറുപൊടിയും ഈഞ്ചയുംകൊണ്ട് മെഴുക്കിളക്കിക്കളയുന്ന ഏർപ്പാട് പഴമക്കാർ കുറഞ്ഞത് ആഴ്ചയിൽ രണ്ടുദിവസമെങ്കിലും ബുധനും ശനിയും– കൃത്യമായി ആചരിച്ചിരുന്നു. 'അഭ്യംഗം നിത്യമായ ചരേത്' എന്നാണ് ആയുർവ്വേദ വിധി. വെളുപ്പിന് ഉണർന്നെഴുന്നേല്ക്കുന്ന ശീലത്തിന് നേരത്തെ പറഞ്ഞ എല്ലാ മേന്മകളും പത്തിരട്ടിയായി അഭ്യം ഗസ്നാനത്തിനും അവകാശപ്പെടാം. നിത്യവും ആചരിച്ചില്ലെങ്കിലും ദീപാ വലി ദിവസമെങ്കിലും പോയ തലമുറ അതു കൃത്യമായി നിർവ്വഹിച്ചു പോന്നു. ഇന്നോ? ശിവ ശിവ! പൊള്ളുന്ന വിലയുള്ള ഏറ്റവും പുതിയ സൗന്ദര്യവർദ്ധകസാമഗ്രികൾ നിർല്ലോപം വാരിക്കോരി തേക്കുന്നതിന്ന പ്പുറം, സ്നാനത്തിന്റെ ആരോഗ്യപരമായ വൈശിഷ്ട്യത്തെക്കുറിച്ച് ആർക്ക റിയണം? എണ്ണതേച്ചുകുളിയുടെ കാര്യം പറയാനുമില്ല. വെളിച്ചെണ്ണയുടെ വില വാണംപോലെ ഉയർന്ന് കിലോക്ക് തൊണ്ണൂറ്റഞ്ചു രൂപയിലെത്തി യതു കൊണ്ടൊന്നുമല്ല ഈ വെറുപ്പ്. എണ്ണതേപ്പ് എന്ന ഏർപ്പാട്, മുൻകു ടുമ വയ്ക്കുന്നതുപോലെയോ കാതുകുത്തി വില്ലുകടുക്കൻ ഇടുന്നതു പോലെയോ, കൗപീനം ധരിക്കുന്നതുപോലെയോ ഉള്ള അത്യന്തം പ്രാകൃ തമായ ഒരേർപ്പാടാണെന്ന് അരിശം ചൊടിച്ച യുവതലമുറ കരുതുന്നതു കൊണ്ടുമാത്രം! വന്നുവന്ന് 'ദീപാളി കുളിക്കുക' എന്ന ചൊല്ലുതന്നെ അർത്ഥശൂന്യമായിരിക്കുന്നു എന്നു സാരം.

ദോഷം പറയരുതല്ലോ ഒരു കാര്യത്തിൽ ദീപാവലി ആഘോഷത്തിന് അന്നും ഇന്നും വലിയ ഭേദമില്ല– തീറ്റിയുടെ കാര്യത്തിൽ. വിശിഷ്ട ഭോജ്യ ങ്ങളെ സംബന്ധിച്ചിടത്തോളം പലഹാരങ്ങളായാലും സദ്യയായാലും യുവതലമുറ ആവേശപൂർവ്വം സ്വാഗതം ചെയ്യുന്നു. അതേസമയം ദീപാ വലി പുണ്യകാലത്ത് അമ്പലത്തിൽ പോവുക. ദേവദർശനം നടത്തുക ഇത്യാദി അറുപഴഞ്ചനും പിന്തിരിപ്പനുമായ ഫ്യൂഡൽ, നവലിബറൽ ആചാ രങ്ങളിലൊന്നും അവർ വിശ്വസിക്കുന്നില്ല. പക്ഷേ, അവർക്കും പടക്കങ്ങ ളോടുള്ള ആവേശപൂർണ്ണമായ ആഭിമുഖ്യം ഇന്നും തുടരുന്നു. ഒരു വ്യത്യാസം - ഇമ്മിണി ബല്യ വ്യത്യാസം മാത്രം. പണ്ടു രൂപയ്ക്ക് പത്തു കിട്ടിയിരുന്ന ഓലപ്പടക്കവും ഏറുപടക്കവും പൊട്ടാസും ഒക്കെയേ ഉണ്ടാ യിരുന്നുള്ളൂ. ഇന്നാകട്ടെ പടക്കം പൊട്ടിക്കൽ ഒരു 'ബിഗ് ബഡ്ജറ്റ്' ഏർപ്പാ

ടായി മാറിയിരിക്കുന്നു. അയ്യായിരമോ പതിനായിരമോ രൂപ ചെലവാക്കി
യാൽപ്പോലും കാര്യമായ ഒരു പടക്കം പൊട്ടിക്കൽ മേള നടത്താനാവാത്ത
സ്ഥിതിയാണിന്ന്. പടക്കങ്ങളോ? രണ്ടു കിലോമീറ്റർ ചുറ്റളവുവരെ ജന
ങ്ങൾ ഞെട്ടിത്തെറിച്ചുപോകുന്ന ശബ്ദപ്രഹരണശേഷിയുള്ള ആറ്റം
ബോംബ്, ഹൈഡ്രജൻ ബോംബ്, ന്യൂട്രോൺ ബോംബ് തുടങ്ങി കേട്ടാൽ
അറിയാവുന്നതും പേരറിഞ്ഞുകൂടാത്തതുമായ ഒട്ടനവധി ഇനങ്ങളുണ്ട്
ഇന്നത്തെ പടക്ക 'മെനുവിൽ'. രാത്രി പത്തുണിക്കും പുലർച്ചെ ആറുമ
ണിക്കും മദ്ധ്യേ പടക്കം പൊട്ടിക്കരുത്. പൊട്ടിക്കുന്നതിന്റെ ശബ്ദം ഇത്ര
ഡെസിബല്ലിൽ താഴെയായിരിക്കണം എന്നൊക്കെയുള്ള നമ്മുടെ ജന
മൈത്രി പൊലീസിന്റെ സാരോപദേശം കേൾക്കാം. അനുസരിക്കാൻ ആളി
ല്ലെന്നു മാത്രം!

ഒന്നോർത്താൽ ഇതൊക്കെ എന്തിരിക്കുന്നു? പണ്ടു കേട്ടിട്ടുപോലു
മില്ലാത്ത എന്തെല്ലാം വിശേഷങ്ങൾ ഇന്നത്തെ ദീപാവലിക്ക് വന്നുകൂടി
യിരിക്കുന്നു! ഗുജറാത്തി കച്ചവടക്കാർ ദീപാവലി ദിവസം പുതിയ നാൾവ
ഴിയും പേരേടും എടുത്തുവച്ച് 'ശുഭ്–ലാഭ്' എന്ന് വെണ്ടയ്ക്കാ അക്ഷര
ത്തിൽ കാച്ചി നവവത്സരത്തിലെ ബിസിനസ് തുടങ്ങുന്നതുപോലെ, ഏതു
ശുഭാരംഭങ്ങൾക്കും ദീപാവലി ശ്രേഷ്ഠം എന്ന, നടേ സൂചിപ്പിച്ച ജനസാ
മാന്യത്തിന്റെ ചിരകാലവിശ്വാസം സകലമാന കച്ചവടക്കാരും പരമാവധി
മുതലെടുക്കുന്നു. ആഭരണങ്ങൾ, തുണിത്തരങ്ങൾ, ഗൃഹോപകരണങ്ങൾ
ഫ്ളാറ്റുകൾ, കാറുകൾ എന്നുവേണ്ട സൂര്യനു താഴെയുള്ള സമസ്ത
പുണ്യവസ്തുക്കളും കോടികൾ മടക്കിയുള്ള സൂപ്പർസ്റ്റാറുകളെ
ബ്രാൻഡ് അംബാസഡർമാരാക്കിയുള്ള പരസ്യപ്രളയത്തിന്റെ പിൻബ
ലത്തോടെ വിറ്റഴിച്ച് അവർ ശുദ്ധഗതിക്കാരായ ജനങ്ങളെ യാതൊരു കാരു
ണ്യവുമില്ലാതെ ചൂഷണം ചെയ്യുന്നു. ഉപഭോഗ സംസ്കാരത്തിന്റെ ഭയ
പ്പെടുത്തുന്ന താണ്ഡവനൃത്തം. ഓണക്കാലത്തോളമില്ലെങ്കിലും നമ്മുടെ
ചുറ്റും കാതടിപ്പിക്കുന്ന ശബ്ദഘോഷത്തോടെ നാം കേൾക്കുന്നു. ഇഷ്ട
താരങ്ങൾ അണിനിരക്കുന്ന സൂപ്പർഹിറ്റ് പടങ്ങൾ വമ്പിച്ച ദീപാവലി റിലീ
സുകളായി പാവം ജനത്തെ പ്രലോഭിപ്പിക്കുന്നു. ബിവറേജസ് കോർപ്പ
റേഷന്റെ സമസ്ത ചില്ലറ വില്പന കേന്ദ്രങ്ങളിലും നീണ്ടുനീണ്ടുപോ
കുന്ന 'ക്യൂ'കളുടെ സാന്നിദ്ധ്യത്തിൽ ദീപാവലി കച്ചവടം പൊടിപൊടി
ക്കുന്നു. പഴയ റെക്കോഡുകൾ തകരുന്നു. പുതിയവ രൂപമെടുക്കുന്നു.
ഇങ്ങനെ എന്തെല്ലാം മായാജാലങ്ങൾ! ഒരു വലിയ ആശ്വാസമുണ്ട്. ഓണ
ക്കാലത്തെപ്പോലെ പുതുമുഖനടികളുടെ പുന്നാരവർത്തമാനങ്ങളും
മുട്ടിനു മുട്ടിനുള്ള വിഡ്ഢിച്ചിരികളും സാംസ്കാരിക നായകന്മാരുടെ പഴ
മ്പുരാണങ്ങളും നമ്മെ ബോറടിപ്പിച്ചു കൊല്ലാൻ ഉണ്ടാവില്ല.

"പുരാണ മിത്യേവ ന സാധു സർവ്വം"– പഴയതെല്ലാം കുറ്റമറ്റതല്ല
എന്നനുസ്മരിപ്പിക്കുന്നു കവികുലഗുരു കാളിദാസൻ. പക്ഷേ, ഇന്നത്തെ
ദീപാവലി ആഘോഷങ്ങൾ കാണുമ്പോൾ ആ പഴയ നല്ല കാലത്തെ
തേച്ചുകുളിയുടെയും സദ്യയുടെയും ഓർമ്മ കടുത്ത ഗൃഹാതുരത്വം
ഉണർത്തുന്നുവെന്നു പറയാതെ വയ്യ.

ഓർമ്മകൾ മേയുന്ന തിരുമുറ്റം

"**ഇം**കിരീസു പഠിക്കാൻ മനസ്സുള്ള ആളുകളെ ധർമ്മത്തിനായിട്ട് അഭ്യസിപ്പിക്കേണ്ടതിന് പിടിപ്പതായിട്ടുള്ള ആളിനെ ഇവിടെ ആക്കിയിട്ടില്ലാഴികകൊണ്ട് ഇപ്പോൾ ആ വകയ്ക്ക് നാഗർകോവിലിൽ പാർത്തിരിക്കുന്ന മെസ്തർ റോബർട്ടിനെ ആക്കിയാൽ ജാഗ്രതയായിട്ടും ഇംകിരീസ് അഭ്യസിപ്പിക്കുന്നതാകകൊണ്ടും അതിന്മണ്ണം മെസ്തർ റോബർട്ടിനെ ആക്കി മാസം ഒന്നിനു രൂപാ നൂറുവീതം പതിവിൽ കൂട്ടി എഴുതി കൊടുപ്പിച്ചു. ഇംകിരീസ് അഭ്യസിപ്പിച്ചുകൊള്ളത്തക്കവണ്ണം നിദാനം വരുത്തിക്കൊള്ളുകയും വേണം."

കൊല്ലവർഷം 1009 മിഥുനം പത്താം തീയതി (1834 ജൂൺ മാസത്തിൽ) അന്നത്തെ തിരുവിതാംകൂർ ഭരണാധികാരിയായിരുന്ന സ്വാതി തിരുനാൾ രാമവർമ്മ മഹാരാജാവ് പുറപ്പെടുവിച്ച ഒരു ഉത്തരവാണു മുകളിൽ കാണിച്ചത്. അദ്ദേഹം നാഗർകോവിൽ ലണ്ടൻ മിഷൻ സൊസൈറ്റിയുടെ പ്രശസ്തമായ ഇംഗ്ലീഷ് സ്കൂൾ സന്ദർശിച്ചതിനെത്തുടർന്ന് തന്റെ പ്രജകൾക്കു ചിട്ടയായ 'ഇംകിരീസ്' വിദ്യാഭ്യാസം നല്കാൻ പര്യാപ്തമായ ഒരു വിദ്യാലയം തലസ്ഥാനത്ത് സ്ഥാപിക്കണമെന്ന് തീരുമാനിച്ചു. നാഗർകോവിൽ സ്കൂളിലെ 'ഇംകിരീസ്' അദ്ധ്യാപകനായ റോബർട്ടിനെ (അന്ന് അവിശ്വസനീയമായ നൂറുരൂപ ശമ്പളം കൊടുത്ത്) തിരുവനന്തപുരത്ത് അത്തരം ഒരു ആധുനിക വിദ്യാലയം സ്ഥാപിച്ചു നടത്താൻ ആ ക്രാന്തദർശി നിയോഗിച്ചു. "എച്ച് എച്ച് ദ മഹാരാജാസ് ഫ്രീ സ്കൂൾ" എന്നറിയപ്പെട്ടിരുന്ന ഈ സ്ഥാപനമാണ് കഴിഞ്ഞവർഷം ശതോത്തരസുവർണ്ണ ജൂബിലി ആഘോഷിച്ച തിരുവനന്തപുരം യൂണിവേഴ്സിറ്റി കോളേജിന്റെ മുതുമുത്തച്ഛൻ. 1866 ൽ അത് "എച്ച് എച്ച് ദ മഹാരാജാവ് യൂണിവേഴ്സിറ്റി കോളേജ്" ആയി ഉയർത്തപ്പെട്ടു.

വിദ്യാർത്ഥികളുടെ ബാഹുല്യം കാരണം യൂണിവേഴ്സിറ്റി കോളേജ് 1924 ൽ വിഭജിക്കപ്പെട്ടു. ആ വർഷം മെയ് മാസം 9-ാം തീയതി പുറപ്പെ ടുവിച്ച ഒരു സർക്കാർ ഉത്തരവനുസരിച്ചാണ് "എച്ച് എച്ച് ദ മഹാരാ ജാസ് കോളേജ് ഓഫ് ആർട്സ്" ജന്മംകൊണ്ടത്. ജൂലൈ 4 ന് കോളേ ജിന്റെ ഉദ്ഘാടനം നടന്നു. ഇംഗ്ലീഷ്, ചരിത്രം, ധനതത്ത്വശാസ്ത്രം, സംസ്കൃതം, ദ്രാവിഡഭാഷകൾ ഇവ പുതിയ കോളേജിലേക്കു മാറ്റപ്പെട്ടു. ആധ്യത്തം തികഞ്ഞ ഓണേഴ്സ് കോഴ്സുകൾ (എം എയ്ക്കു തുല്യം) ഇംഗ്ലീഷ്, ചരിത്രം, ധനതത്ത്വശാസ്ത്രം എന്നീ വിഷയങ്ങളിൽ ആരം ഭിച്ചു. തത്ത്വശാസ്ത്രം തുടങ്ങിയത് 1925 ൽ ആണ്. മലയാളം ഓണേഴ്സ് ആരംഭിച്ചത് 1935 ൽ. പിറ്റേവർഷം സംസ്കൃതം എം എ കോഴ്സ് തുടങ്ങി.

1937 ൽ തിരുവിതാംകൂർ സർവ്വകലാശാല നിലവിൽ വന്നതോടു കൂടി വീണ്ടും രണ്ടു കോളേജുകളും കൂട്ടിച്ചേർക്കപ്പെട്ടു. 1947 ൽ ആർട്സ് കോളേജ് കെട്ടിടം "യൂണിവേഴ്സിറ്റി പ്രീവിയസ് സ്കൂൾ" ആയി രൂപാ ന്തരപ്പെട്ടു. ഈ സംവിധാനം നിർത്തി, 1949 ൽ രണ്ടുവർഷ ഇന്റർമീഡി യറ്റ് കോഴ്സ് ആരംഭിച്ചു. അതോടെ കോളേജിന്റെ പേര് "ഇന്റർമീഡി യറ്റ് കോളേജ്" എന്നു മാറി. ഈ കോഴ്സ് 1956 ൽ നിർത്തി, പകരം 1957 ൽ ഒരു വർഷം പ്രീയൂണിവേഴ്സിറ്റി കോഴ്സ് നിലവിൽ വന്നു. രണ്ടുവർഷ പ്രീഡിഗ്രി കോഴ്സ് തുടങ്ങിയത് 1964 ൽ ആണ്. ശ്രദ്ധേയമായ ഒരു മാറ്റം 1964 ൽ ഉണ്ടായി. പഴയ ആർട്സ് കോളേജിന്റെ പുനർ ജന്മമായിരുന്നു അത്. ഇതിനിടയ്ക്ക് 1957–63 കാലഘട്ടത്തിൽ ഒരു പ്രീ പ്രൊഫഷണൽ കോഴ്സും ഈ കോളേജിൽ നടന്നു. ദശാബ്ദങ്ങൾക്കുശേഷം ഒരി ക്കൽക്കൂടി സ്ത്രീസാന്നിധ്യം കോളേജിനെ വർണ്ണശബളമാക്കി. ഇന്ന് ആർട്സ് കോളേജിൽ ധനതത്ത്വശാസ്ത്രം, കൊമേഴ്സ്, ബോട്ടണി, ബയോടെക്നോളജി എന്നീവിഷയങ്ങളിൽ ബിരുദകോഴ്സുകളും ഇംഗ്ലീ ഷ്, കൊമേഴ്സ്, ധനതത്ത്വശാസ്ത്രം, അനലിറ്റിക്കൽ കെമിസ്ട്രി എന്നീ വയിൽ ബിരുദാനന്തര കോഴ്സും നടത്തി വരുന്നു. വിദ്യാർത്ഥികളുടെ എണ്ണം എഴുന്നൂറിലെത്തിയിരിക്കുന്നു.

പൂർവ്വ വിദ്യാർത്ഥികളെ സംബന്ധിച്ചിടത്തോളം യൂണിവേഴ്സിറ്റി കോളേജിനെപ്പോലെതന്നെ ധന്യമായ, അഭിമാനകരമായ ഒരുപാരമ്പര്യം ആർട്സ് കോളേജിനുമുണ്ട്. രാഷ്ട്രപതി കെ ആർ നാരായണൻ, ഇന്ദിരാ ഗാന്ധിയുടെയും രാജീവ് ഗാന്ധിയുടെയും ഉപദേഷ്ടാവായിരുന്ന മുതിർന്ന ഐ എ എസ് ഉദ്യോഗസ്ഥനായ പി സി അലക്സാണ്ടർ, മലയാള സാഹി ത്യത്തിന് അവിസ്മരണീയരായ ചങ്ങമ്പുഴ, എസ് ഗുപ്തൻനായർ, എൻ കൃഷ്ണപിള്ള, ഐ എസ് ആർ ഒ ചെയർമാനായിരുന്ന ജി മാധവൻ നായർ, പത്മവിഭൂഷൺ ഡോ. എം എസ് വല്യത്താൻ, നെഹ്റു കാലഘ ട്ടത്തിലെ പ്രഗല്ഭനായ ധനകാര്യ സെക്രട്ടറിയായിരുന്ന എസ് ഭൂതലിംഗം ഐ സി എസ്, കഴിഞ്ഞ തലമുറയിലെ ഏറ്റവും പ്രശസ്തനായ ഹാസ സാഹിത്യകാരനും നടനും നാടകകൃത്തുമൊക്കെയായ എൻ പി ചെല്ല പ്പൻ നായർ (ഈ ലേഖകന്റെ അച്ഛൻ) എന്നിങ്ങനെ നീണ്ടുപോകുന്നു

അഭിജാതമായ ആ പരമ്പര.

മഹത്തായ ഒരു പാരമ്പര്യത്തിനും ചരിത്രത്തിനും ഉടമയായ ഈ വിദ്യാലയത്തിൽ ഞാൻ പഠിക്കാനെത്തിയത് 1954 ജൂൺ മാസത്തിലാണ് – പഴയ ഇന്റർ മീഡിയറ്റ് ക്ലാസിൽ. പതിന്നാലു വയസ്സുകാരനായ സി പരമേശ്വരൻ നായർ എന്ന ശുദ്ധ ഗ്രാമീണനായ ബാലന് എസ് എസ് എൽ സി പരീക്ഷയ്ക്ക് സംസ്ഥാനത്തു രണ്ടാം സ്ഥാനം നേടാൻ കഴിഞ്ഞ 'ഗമ' ഒട്ടും ഇല്ലായിരുന്നുവെന്നു മാത്രമല്ല, ആദ്യമായി വീട്ടിൽനിന്നും മാറി നില്ക്കേണ്ടിവന്നതുമൂലം ജനിച്ച തീവ്രമായ ഗൃഹാതുരത്വവുമുണ്ടായി രുന്നു. (ഞാനുൾപ്പെടെ നിക്കർ ധാരികൾ ക്ലാസിൽ മൂന്നുപേരുണ്ടായിരു ന്നു. ഞങ്ങളെ കണക്കു പഠിപ്പിച്ച സി എം ജോൺ സാർ 'കുട്ടപ്പന്മാർ' എന്നു വിളിച്ചുപോന്നു. ഞാൻ രണ്ടാംവർഷം മുണ്ടുധാരിയായി) പാള യത്തെ ചിരപുരാതനമായ യൂണിവേഴ്സിറ്റി ഹോസ്റ്റലിൽ താമസം (വാർഡൻ സാക്ഷാൽ ഡോ. കെ ഭാസ്കരൻ നായർ, ഡെപ്യൂട്ടി വാർഡൻ മലയാളം പ്രൊഫസർ ശ്രീകണ്ഠേശ്വരം കുഞ്ഞു കൃഷ്ണപിള്ള). കോളേ ജിൽ ചേർന്ന് ആദ്യത്തെ കുറേ മാസങ്ങളിൽ ഇംഗ്ലീഷിലുള്ള ലക്ചറു കൾ ഒരക്ഷരം മനസ്സിലാകാതെ ഹോസ്റ്റലിലെ ദുസ്സഹമായ ഏകാന്തത യിൽ ഞാൻ രാത്രിയിൽ കരഞ്ഞുകരഞ്ഞുറങ്ങി. (എന്നെ എഞ്ചിനീയറാ ക്കാൻ ആഗ്രഹിച്ച അച്ഛൻ നിർബ്ബന്ധിച്ച് അന്നത്തെ 'ഫസ്റ്റ് ഗ്രൂപ്പിൽ' ആണു ചേർത്തത്- കണക്കും ഫിസിക്സും കെമിസ്ട്രിയും ഐച്ഛികവി ഷയങ്ങൾ) ഈ 'വൈഷമ്യ'ത്തിൽ അസാധാരണമായി ഒന്നുമില്ലെന്നും ഇംഗ്ലീഷ് ഭാഷാനിലവാരം ഉയർത്താൻ ബോധപൂർവ്വമായ ഒരു ശ്രമം അനു പേക്ഷണീയമാണെന്നും എന്നെ വാത്സല്യപൂർവ്വം ഉപദേശിച്ചത്. സ്കൂളിൽ ഞാൻ ഏറ്റവും അധികം ആദരിച്ചിരുന്ന കെ ഒ ഉമ്മൻ സാറാ ണ്. ഇംഗ്ലീഷ് ഭാഷയോടും സാഹിത്യത്തോടും അങ്ങനെ ആരംഭിച്ച പരി ചയമാണ് രണ്ടുകൊല്ലം കൊണ്ടു കടുത്ത ആരാധനയായി മാറിയതും എഞ്ചിനീയറിങ്ങിനു മെരിറ്റ് കോട്ടയിൽ അഡ്മിഷൻ കിട്ടിയതു വേണ്ടെ ന്നുവച്ച് ഇംഗ്ലീഷ് ഓണേഴ്സിനു ചേരാൻ പ്രേരണ നല്കിയതും.

വേറൊരു ഗ്രഹപ്പിഴയും വന്നുഭവിച്ചു. സ്വാഭാവികമായും മലയാള മാണു ഞാൻ രണ്ടാം ഭാഷയായി തെരഞ്ഞെടുത്തത്. (എസ് എസ് എൽ സിക്കു ഞാൻ മലയാളത്തിന് ഒന്നാമനായി) ഭാവിയിൽ മത്സരപ്പരീക്ഷ കളും മറ്റും എഴുതുന്നതിന് ഹിന്ദി ഭാഷാ പരിജ്ഞാനം അനുപേക്ഷണീ യമാണെന്നു ഹോസ്റ്റലിലെ ചില ഹിന്ദി പ്രേമികൾ പറഞ്ഞതുകേട്ടു ഞാൻ ഹിന്ദിഗ്രൂപ്പിലേക്കു കാലുമാറി. ചേർന്നു കഴിഞ്ഞപ്പോഴാണ് ഹൈസ്കൂൾ നിലവാരത്തിലുള്ള ഹിന്ദിപഠനത്തിൽനിന്നും കിഴുക്കാൻ തൂക്കായ ഒരു കരിമല കയറ്റം തന്നെയാണ് ഇന്റർമീഡിയറ്റിലെ ഹിന്ദി പഠനമെന്ന ബോധം ഉദിച്ചത്. ഹിന്ദി കവിത വിശേഷിച്ചും വളരെ ഉയർന്ന നിലവാര ത്തിലുള്ളതായിരുന്നു. ഒട്ടേറെ സമയം ഹിന്ദി പുസ്തകങ്ങളോടു മല്ലിട്ടു പാഴാക്കേണ്ടിവന്നു. എന്റെ നിലവാരം എത്രമോശമായിരുന്നുവെന്നതിന്, എസ് എസ് എൽ സിക്ക് 92 ശതമാനം എന്ന ദീർഘകാലം നിലനിന്ന

റെക്കോർഡ് സൃഷ്ടിച്ച ഞാൻ ഇൻർമീഡിയറ്റിനു 43 ശതമാനം എന്ന പരമദയനീയമായ സ്കോർ കൊണ്ടു തൃപ്തിപ്പെടേണ്ടിവന്നു എന്നതു തന്നെ അനിഷേധ്യമായ തെളിവാണ്.

അക്കാദമിക് മികവുകൊണ്ടും അദ്ധ്യാപന പാടവംകൊണ്ടും വളരെ ഉയർന്നുനിന്നു അന്നത്തെ അദ്ധ്യാപകർ. പ്രിൻസിപ്പൽ വെങ്കടാചലം അയ്യർ പ്രശസ്തനായ കെമിസ്ട്രി പ്രൊഫസറായിരുന്നു. കറുത്തു ചടച്ച പെരുമ്പാവൂർക്കാരനായ ഒരു സാധു ബ്രാഫണൻ. ടി എൻ കേശവപിള്ള, രവീന്ദ്രൻ നായർ, എസ് വി നായർ, ഗോവിന്ദസ്വാമി, വെങ്കടേശ്വരൻ, ഇംഗ്ലീഷ് ഓണേഴ്സ് പരീക്ഷ ഒന്നാം ക്ലാസിൽ ഒന്നാമനായി ജയിച്ച അമ്പ ലപ്പുഴക്കാരൻ അതീവ ലജ്ജാലുവായ നാരായണസ്വാമി എന്ന ഇരുപ ത്തൊന്നുകാരൻ ഇവരായിരുന്നു ഇംഗ്ലീഷ് അദ്ധ്യാപകർ. പരമസാത്വി കനും മഹാതപസ്വിയുമായ ഉത്തരകാശി തപോവനസ്വാമിയുടെ ആരാ ധകനുമായിരുന്നു കേശവപിള്ള സാർ. അനപത്യതാദുഃഖവും അനാരോ ഗ്യവും അദ്ദേഹത്തെ പീഡിപ്പിച്ചിരുന്നു. കവിതയും ഷേക്സ്പിയറുടെ *എ മിഡ്സമ്മർ നൈറ്റ്സ് ഡ്രീം* എന്ന നാടകവുമാണ് അദ്ദേഹം പഠിപ്പിച്ച ത്. പംഗുപാദനെങ്കിലും അനുഗൃഹീതനായ അദ്ധ്യാപകനായിരുന്നു. ഗോവിന്ദസ്വാമി. ചെന്തിട്ടക്കാരൻ വെങ്കടേശ്വരൻ പരമസാധുവായിരുന്നു. മുഷിഞ്ഞ ജുബ്ബായും ഒറ്റമുണ്ടും നെറ്റിയിൽ ചെന്തിട്ട ഭഗവതിയുടെ കുങ്കുമപ്രസാദവുമായി എത്തിയിരുന്ന അദ്ദേഹം ഗൈഡുകളെഴുതിയാ ണത്രേ രണ്ടറ്റവും കൂട്ടിമുട്ടിച്ചിരുന്നത്. യുവാവായ ശിവരാമൻ മിടുക്ക നായ ഫിസിക്സ് അദ്ധ്യാപകനായിരുന്നു. ടി എസ് രാമകൃഷ്ണൻ (ചീഫ് സെക്രട്ടറി നളിനി നെറ്റോയുടെ അച്ഛൻ), സി എം ജോൺ എന്നിവർ കണക്കു പഠിപ്പിച്ചു. തുവെള്ള മുണ്ടും ജുബ്ബായുമായി പതുക്കെ നടന്നെ ത്തിയിരുന്ന ജോൺസാർ മധ്യവയസ്കനായ പഴയമട്ടിലുള്ള ഒരു ചെങ്ങ ന്നൂർക്കാരനായിരുന്നു. അവിവാഹിതനായിരുന്ന അദ്ദേഹത്തിനു വിദ്യാർത്ഥികളോടു പിതൃനിർവ്വിശേഷമായ വാത്സല്യമാണുണ്ടായിരുന്നത്. "സി എം ജോണിന് ഒരാഗ്രഹമേ ഉള്ളൂ– തന്റെ കുട്ടികൾ ജീവിതത്തിൽ ഔന്നത്യങ്ങൾ എത്തിപ്പിടിക്കുന്നതു കാണണമെന്ന്" എന്നും കൂടെക്കൂടെ പറയും. അപ്പോൾ തളർന്ന കണ്ണുകളിൽ പൊഴിയാത്ത കണ്ണുനീർത്തു ള്ളികൾ തുയിലുണരും. മഹാദേവയ്യർ എന്ന അതിസമർത്ഥനായ ആല പ്പുഴക്കാരനും വി എസ് കൃഷ്ണൻ നായർ എന്ന പുജപ്പുരക്കാരനും കെമിസ്ട്രി പഠിപ്പിച്ചു. പിന്നീട് കേന്ദ്രധനകാര്യമന്ത്രാലയത്തിൽ സ്പെഷ്യൽ സെക്രട്ടറിയായി വിരമിച്ച പറവൂർക്കാരൻ വെങ്കിട്ടരാമയ്യരാ യിരുന്നു റാങ്കുകാരനായ മറ്റൊരു കെമിസ്ട്രി അദ്ധ്യാപകൻ.

1956 ഫെബ്രുവരിയിൽ അഞ്ചാംപനി ബാധിച്ചതിനെത്തുടർന്ന് ഞാൻ ഹോസ്റ്റൽ വിട്ടു. പിന്നീട് ഒന്നരവർഷത്തെ താമസം അച്ഛനോടും അമ്മ യോടുമൊപ്പം ഈശ്വരവിലാസം (അതാണു ശരിയായ പേര്) റോഡിലെ ഒരു വീട്ടിലായിരുന്നു ആ വർഷം. ഞാൻ ഇന്റർ മീഡിയറ്റ് പരീക്ഷ ഡിസ്റ്റി ങ്ഷനോടു കൂടി ജയിച്ചു.

1960 ജൂൺ മാസത്തിൽ ഇംഗ്ലീഷ് അദ്ധ്യാപകനായി ആർട്സ് കോളേ ജിൽ വീണ്ടും കാലുകുത്തിയപ്പോൾ ശരിക്കും ഒരു 'ഹോം കമിങ്ങിന്റെ' ആഹ്ലാദവും അഭിമാനവും തോന്നി. എന്നും തിരുവനന്തപുരത്തുകാരുടെ സ്നേഹാദരഭാജനമായിരുന്ന 'എങ്കിക്ഷപിള്ളസാർ' എന്ന പ്രൊഫ. എൻ കൃഷ്ണൻപിള്ളയായിരുന്നു പ്രിൻസിപ്പൽ. വിശിഷ്ടനായ ഗുരുനാഥൻ, വിഖ്യാതനായ നാടകകൃത്ത്, പ്രഗല്ഭനായ നിരൂപകൻ. എന്നോട് എന്നും നിറഞ്ഞ വാത്സല്യമേ അദ്ദേഹം കാണിച്ചിട്ടുള്ളൂ. ആ സ്നേഹധനൻ താംബൂലരസം കൊണ്ട് അരുണാഭമായ ദന്തനിര മുഴുവൻ കാട്ടി, നിഷ്ക ളങ്കതയുടെ പ്രതീകമായ കുലുങ്ങിക്കുലുങ്ങിയുള്ള ചിരിയുതിർക്കുന്ന ചിത്രം വർഷങ്ങൾക്കുശേഷവും മനസ്സിൽ നിറഞ്ഞു നില്ക്കുന്നു.

എന്റെ ആദരണീയരായ മുൻ അദ്ധ്യാപകരായ കേശവപിള്ള, ഗോവിന്ദസ്വാമി, എസ് വി നായർ എന്നിവർ ഇംഗ്ലീഷ് വകുപ്പിലുണ്ടായി രുന്നു. കൂടുതലായി വന്നുചേർന്നതു യൂണിവേഴ്സിറ്റി കോളേജിൽ എന്റെ സീനിയർമാരായിരുന്ന വെങ്കിടാചലവും രാമചന്ദ്രൻ നായരുമാണ്. രാമ ചന്ദ്രൻ നായർ ഒരു വർഷം കഴിഞ്ഞ് ഐ എ എസ് പരീക്ഷ ജയിച്ചു കോളേജ് വിട്ടുപോയി. വെങ്കിടാചലത്തിന് എന്റെ ലോക്കൽ 'ഗാർഡി യ'ന്റെ സ്ഥാനമായിരുന്നു. ഞാൻ മെച്ചപ്പെട്ട ആഹാരം കഴിക്കണം. ആരോഗ്യം ശ്രദ്ധിക്കണം. ഐ എ എസ് പരീക്ഷയ്ക്കു കാര്യമായി പഠി ക്കണം എന്നൊക്കെ നിരന്തരം എന്നെ നിർബ്ബന്ധിച്ചിരുന്നത് ആ സ്നേഹ സമ്പന്നനാണ്. ഐ എ എസ് പഠനത്തിന് ഏറെ പ്രയോജനപ്പെട്ട പുസ്ത കങ്ങളും നോട്ടുകളും സമ്പാദിച്ചു തന്നതും അദ്ദേഹം തന്നെ. ആ പ്രിയ പ്പെട്ട ജ്യേഷ്ഠസഹോദരന്റെ പ്രോത്സാഹനമില്ലായിരുന്നെങ്കിൽ ഞാൻ പരീക്ഷ എഴുതുമായിരുന്നോ എന്നുതന്നെ സംശയമാണ്.

കോളേജ് ലൈബ്രേറിയനും നാടകകൃത്തുമായിരുന്ന പൂജപ്പുര കെ എസ് നായർ സിവിൽ സർവ്വീസ് പരീക്ഷയ്ക്കു പ്രയോജനകരമായ പുസ്തകങ്ങൾ കണ്ടെടുത്തു തന്നത് എന്നെ ഏറെ സഹായിച്ചു. അന്തർദ്ദേശീയ പ്രശസ്തി നേടിയ ചലച്ചിത്രസംവിധായകനായ പ്രിയ ദർശന്റെ അച്ഛനാണദ്ദേഹം. പിന്നീട് എന്റെ സഹപ്രവർത്തകരായ കൃഷ്ണകുമാറും (ഐ എ എസിൽനിന്നും രാജിവച്ച് രാഷ്ട്രീയപ്രവർത്ത കനായി കേന്ദ്ര മന്ത്രിയായി ആ മിടുക്കൻ) എൻ കൃഷ്ണൻ നായരും (ഞാൻ ചീഫ് സെക്രട്ടറിയായിരുന്നപ്പോൾ എന്റെ വിജിലൻസ് ഡയറ ക്ടർ) അന്നേ എന്റെ കൂട്ടുകാരാണ്. ചെട്ടിക്കുളങ്ങര ക്ഷേത്രത്തിനു മുമ്പി ലുള്ള ഒരു ലോഡ്ജിലായിരുന്നു രണ്ടു വർഷവും താമസം. (അവിടെ ഇന്ന് ഒരു ടി വി ചാനലിന്റെ എമണ്ടൻ കെട്ടിടം വന്നിരിക്കുന്നു) ആ വീട്ടിൽ മുമ്പെങ്ങോ താമസിച്ചിരുന്ന ഒരുകുടുംബത്തിലെ ഗൃഹനാഥ കുപ്പി മരു ന്നാണെന്നു കരുതി അബദ്ധത്തിൽ ടിങ്ചർ ഓഫ് അയഡീൻ കുടിച്ചു മൃതിയടഞ്ഞത്രെ. സംഭവം നടന്നത് ഞാൻ താമസിക്കുന്ന മുറിയിൽ വച്ചാ ണെന്നു ഞാനറിഞ്ഞതു വളരെ വൈകിയാണ്! യർവാദാ ജയിൽ ആറാഴ്ച നിരാഹാരവ്രതം അനുഷ്ഠിച്ച ഗാന്ധിജിയേക്കാൾ കൃശഗാത്ര

നായ എന്നോടുള്ള കരുണ കൊണ്ടാവണം അമ്മച്ചി എന്നെ വെറുതെ
വിട്ടത്!

എന്നും രാവിലെ ഭഗവതിയെ വണങ്ങിയിട്ടാണു കോളേജിൽ പോക്ക്.
രാവിലെ 9.05 ന് ഓവർ ബ്രിഡ്ജിലെത്തുന്ന വഴുതക്കാട് – ശാസ്തമം
ഗലം– പേരൂർക്കട– മുട്ടട സർക്കുലറിൽ കോളേജിലെത്തുന്നു. ഉച്ചയ്ക്കു
ശാസ്താംകോവിലിനടുത്തുള്ള ബ്രാഹ്മണാൾ കാപ്പിശാപ്പാടു ഹോട്ടലിൽ
നിന്നും തണുത്ത ദോശകളും ഒരു കാപ്പി– മൊന്തയിൽ അതിനേക്കാൾ
തണുത്തകാപ്പിയും പ്യൂൺ വേലുപ്പിള്ള വാങ്ങിക്കൊണ്ടു വരുന്നു. (വേ
ലുപ്പിള്ള ഭായി ഹാപ്പിയാണ്. അദ്ദേഹത്തിന്റെ ലഞ്ചും ഞങ്ങളുടെ അക്കൌ
ണ്ടിൽ ഡെബിറ്റു ചെയ്യാം!) രണ്ടു കാര്യങ്ങൾ അനുസ്മരിക്കാതെ വയ്യ.
ഒന്ന് – (കാരണമെന്തായാലും) പരമശാന്തമായ കോളേജ് അന്തരീക്ഷം.
പഠിക്കാനും പഠിപ്പിക്കാനും ഏറ്റവും അനുയോജ്യം. രണ്ട് വിദ്യാർത്ഥി
കളും അദ്ധ്യാപകരും തമ്മിൽ നിലനിന്ന ഊഷ്മളമായ സ്നേഹബന്ധം.
ഇന്ന് അരനൂറ്റാണ്ടുകഴിഞ്ഞിട്ടും ഞാൻ പഠിപ്പിച്ച ചിലരെങ്കിലും ആ ഇഴ
യടുപ്പം നിലനിർത്തുന്നു. വാർദ്ധക്യത്തിലെത്തിയ പഴയ മാഷിന് അതി
നപ്പുറം എന്തുവേണം?

ഐ എ എസ് പരീക്ഷയിൽ വിജയിച്ചതിനെത്തുടർന്ന് 1962 മെയ്
മാസത്തിലെ ഒരു സായാഹ്നത്തിൽ ഞാൻ പ്രിയപ്പെട്ട കോളേജിനോടു
വിടവാങ്ങി. മദ്ധ്യവേനലവധിക്കാലമായതിനാൽ കോളേജും പരിസരവും
വിജനമായിരുന്നു. റിലീവിങ് ഓർഡറുമായി അച്ഛന്റെയും എന്റെയും കാല
ടികൾ ഏറെ പതിഞ്ഞിട്ടുള്ള ഏണിപ്പടികൾ അവസാനമായി ഇറങ്ങവേ,
മനസ്സിലിരുന്നു പ്രിയപ്പെട്ട കവി മാഷ് മന്ത്രിച്ചു:

"രത്നഗർഭേ, മറക്കാ നിൻ
മുലപ്പാലിന്റെ മാധുരി;
വാത്സല്യത്തിൻ കടം ബാക്കി
വച്ചുപോകുന്നു ധാത്രി, ഞാൻ!"

ഭജ രേ മാനസ...

ഏതാണ്ട് ഏഴു പതിറ്റാണ്ടു മുമ്പ് ഗ്രാമഫോണുകൾ നാട്ടിൻപുറ ങ്ങളിൽപ്പോലും പ്രചാരം നേടിയിരുന്ന കാലത്ത്, പരമഭാഗവതനും ഗായക ശിഖാമണിയുമായിരുന്ന ചെമ്പൈ വൈദ്യനാഥ ഭാഗവതരുടെ ഒരു രാഗ മാലിക പതിവായി കേട്ടിരുന്നതോർക്കുന്നു- കൊളംബിയ റെക്കോഡിങ് കമ്പനി വകയായിരുന്നെന്നാണോർമ്മ – ശ്രീരാമകർണ്ണാമൃതം' എന്ന അജ്ഞാതകർത്തൃകമായ കൃതിയിലെ വിഖ്യാതമായ ഒരു ശ്ലോകം. "ജിഹേ! ശ്രീരാമമന്ത്രം ജപ ജപ സതതം ജന്മസാഫല്യമന്ത്രം" എന്ന്, ഭഗവത്നാമ മാഹാത്മ്യത്തെ കീർത്തിക്കുന്ന ആ പദ്യം, 'അഭിനവത്യാഗ ബ്രഹ്മം' എന്നു പുകൾപെറ്റ ആ ധന്യാത്മാവിന്റെ ഘനഗംഭീരമായ ശാരീ രത്തിൽ കർണ്ണപുടത്തിൽ അമൃതസേചനം ചെയ്തിരുന്നതും, ബാലനായ എന്റെ ഹൃദയത്തെപ്പോലും ഭക്തിതരളിതമാക്കിയിരുന്നതും ഇന്നും ധന്യ മായ ഒരു സ്മരണയാണ്.

രാമനാമ മഹിമയെ വർണ്ണിക്കുന്ന അനവധി സൂക്തിരത്നങ്ങൾ സംസ്കൃതഭാഷയിലെ അതീവസമ്പന്നമായ സ്തോത്രസാഹിത്യ സാഗ രത്തിൽനിന്നും കണ്ടെടുക്കാൻ കഴിയും.

"ശ്രീരാമരാമ രാമേതി

രമേ രാമേ മനോരമേ!

സഹസ്രനാമ തത്തുല്യം

രാമനാമ വരാനനേ!"

എന്നു ഭഗവാൻ ശ്രീ പരമേശ്വരൻ പാർവ്വതീദേവിക്കു നല്കുന്ന ഉപ ദേശം *ശ്രീമഹാഭാരതത്തിൽ* നാം കണ്ടെത്തുന്നു.

"കുജന്തം രാമരാമേതി

മധുരം മധുരാക്ഷരം

ആരുഹ്യ കവിതാശാഖാം
വന്ദേ വാല്മീകി കോകിലം"
എന്ന വാല്മീകി വന്ദനം പ്രസിദ്ധമാണല്ലോ.
"ആപദാമപഹർത്താരം
ദാതാരം സർവ്വസമ്പദാം
ലോകാഭിരാമം ശ്രീരാമം
"ഭൂയോ ഭൂയോ നമാമ്യഹം"
എന്ന മന്ത്രം കഴിഞ്ഞ തലമുറ സർവ്വാപന്നിവൃത്തിക്കായി ജപിച്ചു
പോന്നതാണ്. ഹനുമന്നാടകം എന്ന കൃതിയിലെ "കല്യാണാനാം
നിധാനം കലിമലമഥനം പാവനം പാവനാനാം പാഥേയം യന്മുമുക്ഷോഃ
സപദിപരപദ പ്രാപ്തയേ പ്രസ്ഥിതസ്യ വിശ്രാമസ്ഥാനമേകം കവിവര
വചസാം ജീവനം സജ്ജനാനാം ബീജം ധർമ്മദ്രുമസ്യ പ്രഭവതു ഭവതാം
ഭൂതയേ രാമനാമ" എന്ന ശ്ലോകം രാമനാമമന്ത്രത്തിന്റെ സർവ്വാതിശായി
യായ മഹത്ത്വം കണ്ഠതഃ പ്രഖ്യാപിക്കുന്നു.

ഭക്തിലഹരിയിൽ ആമഗ്നനായി, നമ്മുടെ തുഞ്ചത്തു ഗുരുപാദരും
"വാരിധി തന്നിൽ തിരമാലകളെന്നപോലെ" അഭിധാനപുഷ്പങ്ങൾ തന്തി
രുവടിയുടെ തൃച്ചേവടികളിൽ നിർല്ലോപം വാരിച്ചൊരിയുന്നു.
"സുന്ദരം രാമചന്ദ്രം പരമാനന്ദ-
മന്ദിരമിന്ദ്രാദി വൃന്ദാരകവൃന്ദ-
വന്ദിതമിന്ദിരാമന്ദിരോരഃ സ്ഥല-
മിന്ദ്രാവരജമിന്ദീവര ലോചനം
ദുർവ്വംദളനിഭ ശ്യാമളം കോമളം
പൂർവ്വജം നീലനളിനദളേക്ഷണം
രാമം ജടാമകുടം വല്ക്കലാംബരം
സോമബിംബാഭ പ്രസന്നവക്ത്രാംബുജം"
വിഷ്ണു സഹസ്രനാമസ്തോത്രത്തിന്റെ വ്യാഖ്യാനങ്ങളിൽ രാമ
ശബ്ദത്തിനു നാനാർത്ഥങ്ങൾ കല്പിച്ചിട്ടുണ്ട്. "യാതൊരുവനിൽ (യോഗി
ജനങ്ങൾ) അഭിരമിക്കുന്നുവോ അവൻ രാമൻ" എന്നാണ് ഒന്നാമത്തെ
അർത്ഥം.[1] സമാധികളിൽ യോഗികൾ ജാഗ്രത്ത്, സ്വപ്നം, സുഷുപ്തി
എന്ന അവസ്ഥാത്രയം വിട്ടു തുരീയാവസ്ഥയിൽ പരമാഹ്ലാദം അനുഭവി
ക്കുന്നു. "സത്യം ജ്ഞാനമനന്തം ബ്രഹ്മ" എന്നു ശ്രുതി നിർവ്വചിക്കാൻ
ശ്രമിക്കുന്ന ആ ചിദാനന്ദസ്വരൂപനാണു രാമൻ.
"രാമന്തേ യോഗിനോഽനന്തേ
നിത്യാനന്ദേ ചിദാത്മനി
ഇതിരാമപദേനൈതത്
പരം ബ്രഹ്മാഭിധീയതേ"

---

1. "രമു ക്രീഡായാം" എന്ന ധാതുവിന്റെ അധികരണേ ഘഞന്തം എന്നു സി പി
കൃഷ്ണനെളയതിന്റെ വ്യാഖ്യാനം.

എന്നു പത്മപുരാണം ഘോഷിക്കുന്നു. "രമയതി ഇതി രാമഃ" ശ്രീരാ
മാവതാരം പൂണ്ട് ഐഹിക ശ്രേയസ്സും പാരത്രിക ശ്രേയസ്സും നല്കി
ഭക്തജനങ്ങളെ അനശ്വരമായ ആനന്ദത്തിലാറാടിക്കുന്നവൻ എന്ന് മറ്റൊ
രർത്ഥം. പരശുരാമൻ, ബലരാമൻ എന്നും അർത്ഥകല്പന ചെയ്യാം.

രാമനാമത്തിന് 'താരകമന്ത്രം' എന്നു പ്രസിദ്ധമായ ഒരപര നാമമു
ണ്ട്. ദുഃഖനിമിധമായ സംസാരസാഗരത്തിൽ മുങ്ങി ജനനമരണങ്ങൾ
വീണ്ടും വീണ്ടും സഹിച്ചുകൊണ്ടിരിക്കുന്ന ഭക്തന്മാരെ ആ പെരുങ്കടൽ
കടത്തുന്നവൻ എന്നാണു താരക ശബ്ദത്തിന്റെ പൊരുൾ. 'ജനനീജഠരേ
ശയന'ത്തിലാരംഭിക്കുന്ന ക്ലേശങ്ങൾ, ദുഃഖമയമായ ജീവിതത്തിലെ യാത
നകൾ, വാർദ്ധക്യത്തിലെ ദയനീയമായ പാരതന്ത്ര്യവും പരാശ്രയവും
മരണവേദന എന്നിവയിൽ നിന്നെല്ലാം ആ രഘുകുലോത്തമൻ നമ്മെ
കരകയറ്റുന്നു.

"അബ്രഹ്മഭുവനാല്ലോകാഃ
പുനരാവർത്തിനോഽർജ്ജുന!
മാമുപേത്യ തു കൗന്തേയ!
പുനർജ്ജന്മ ന വിദ്യതേ"

എന്നു *ഭഗവദ്ഗീതയിൽ* ശ്രീകൃഷ്ണാവതാരം പൂണ്ട് അവിടുന്നു
തന്നെ വാഗ്ദാനം ചെയ്യുന്നു

"ഉച്ചാര്യമാണ് ഏവ ഗർഭജന്മജരാമരണ സംസാര മഹായാഭത് താര
യതി തസ്മാദുച്ചാര്യതേ താരം" എന്ന് അഥർവ്വ ശിഖാ വിശദീകരിക്കു
ന്നു.[2]

ആധുനിക കാലത്തു രാമമന്ത്രോപാസന കൊണ്ടു സിദ്ധി നേടു
കയും തന്റെ ഒട്ടനവധി കൃതിരത്നങ്ങളിലൂടെ ആ നാമതല്ലജത്തിന്റെ
മഹിമ ഉദ്ഘോഷിക്കുകയും ചെയ്ത രാമഭക്താ ഗ്രഹണികളിൽ പ്രഥമ
ഗണനീയനാണു ദാക്ഷിണാത്യവാഗ്ഗേയകാരന്മാരിൽ അഗ്രേസരനായ
ത്യാഗരാജസ്വാമികൾ. "രാമചന്ദ്രഃസർവ്വമിതി സ മഹാത്മാ സുദുർലഭഃ"
എന്ന് അദ്ദേഹത്തെക്കുറിച്ചു പറയാമെന്നു തോന്നുന്നു. ത്യാഗരാജനു
ശ്രീരാമൻ പരദേവതയും സുഹൃത്തും മാർഗ്ഗദർശിയും ഗുരുവും എല്ലാ
മായിരുന്നു. രാമകൃഷ്ണയതി എന്നൊരു സിദ്ധൻ അദ്ദേഹത്തിനു യഥാ
വിധി രാമമന്ത്രം ഉപദേശിക്കുകയും സ്വാമികൾ ഗുരുപദേശാനുസരണം
അതു തൊണ്ണൂറ്റാറു കോടി ജപിച്ചു സിദ്ധി വരുത്തുകയും ചെയ്തുവ
ത്രേ. *നാരായണീയ* രചനാന്ത്യത്തിൽ ഭട്ടപാദർക്കു ശ്രീഗുരുവായൂരപ്പന്റെ
ദർശനം സിദ്ധിച്ചതുപോലെ, ത്യാഗരാജനു ശ്രീജാനകീ സൗമിത്രി ഹനു

---

2. മേല്പത്തൂർ ഭട്ടപാദരുടെ ഗുരുവായ തൃക്കണ്ടിയൂർ അച്യുതപ്പിഷാരടി ആസന്ന മര
ണനായിക്കിടന്നപ്പോൾ, "ആഗത്യ സ്വയമേവ നഃ കരുണയാ കാത്യായനീ കാമുകഃ
കർണ്ണേ വർണ്ണയതാം ഭവാർണ്ണ വ ഭയാദുത്താരകം" എന്നുവരെ ചൊല്ലിയപ്പോഴേക്കും
സംസാരിക്കാൻ വയ്യാതെയെന്നും പ്രതിഭാശാലിയും ഉചിതജ്ഞനുമായ ശിഷ്യൻ
"താരകം" എന്നു ചേർത്തു പാദപൂരണം നടത്തിയെന്നും ഐതിഹ്യം.

മത്സമേതനായ ഭഗവാന്റെ ദർശനം ലഭിച്ചുവെന്നും ആ ആനന്ദലഹരി യിലും ഭക്ത്യുന്മാദത്തിലും ആ പരമഭക്തൻ രചിച്ചതാണ് അഠാണരാഗ ത്തിലുള്ള *ഏല നീ ദയരാദു* എന്ന കൃതിയെന്നും വിശ്വസിക്കപ്പെടുന്നു.

രാമനാമമാഹാത്മ്യത്തെക്കുറിച്ച് എത്ര കീർത്തിച്ചാലും സ്വാമി കൾക്കു തൃപ്തിയില്ല. "താരകനാമ, ത്യാഗരാജനുത" എന്ന ദേവഗാന്ധാര രാഗത്തിലുള്ള *ക്ഷീരസാഗരശയന* എന്ന പ്രസിദ്ധ കൃതിയിൽ അദ്ദേഹം ഭഗവാനെ സംബോധന ചെയ്യുന്നു. നാമം തന്നെയാണ് ഭഗവാന്റെ രൂപം "നാമജപവർണ്ണരൂപമാ" (എന്റെ നാമജപത്തിലെ വർണ്ണരൂപമായ മൂർത്തി) എന്നു *നാജീവാധാര* എന്ന കൃതിയിൽ സ്വാമികൾ അദ്ദേഹത്തെ വർണ്ണിക്കുന്നു. ഉപായവും ഉപേയവും കരണവും കാര്യവും തമ്മിൽ ഈ മന്ത്രമൂർത്തി സങ്കല്പത്തിൽ അഭേദം ഭവിക്കുന്നു- *ത്രിപുടി മുടിഞ്ഞ്* എന്ന് ശിവഗിരിയിലെ മഹാമുനി സൂചിപ്പിച്ചിട്ടുള്ളതുപോലെ. *സാരമേ ഗാനി* എന്ന കൃതി രാമനാമമഹിയുടെ ദീർഘമായ ഒരു വർണ്ണനമാണ്. രാമനാ മമൊഴികെ കാമ്യമായി മറ്റൊന്നുമില്ലെന്ന് സ്വാമികൾ നിർവ്വിശങ്കം പ്രഖ്യാ പിക്കുന്നു. *ഊരകേ ഗല്ഗുനാ* എന്ന കൃതിയിൽ "ഈ ത്യാഗരാജന്റെ നാവിൽ വിളയാടുന്ന രാമനാമത്തെ സദാ ജപിക്കുന്ന ഭാഗ്യവാന്മാർക്ക ല്ലാതെ മറ്റുള്ളവർക്കു രാമഭക്തി ലഭിക്കുമോ" എന്ന് ആ ഭക്താഗ്രണി ചോദിക്കുന്നു. തന്റെ നാവ് രാമനാമം തന്നെ നിരന്തരമായി ആമ്രേഡനം ചെയ്യുമാറാകണേ എന്നാണു *ശ്രീ രഘുവര* എന്ന കൃതിയിലെ പ്രാർത്ഥന. ശൈശവാത് പ്രഭൃതി ശ്രീരാമഭക്തനായിരുന്നു താനെന്ന് ആ സുകൃതി വര്യൻ ഒട്ടനവധി കൃതികളിൽ സൂചിപ്പിക്കുന്നുണ്ട്. 'പ്രഹ്ലാദനെപ്പോലെ അദ്ദേഹവും ഒരു 'ഗർഭ ഭാഗവത'നായിരുന്നു എന്ന വിശ്രുത സംഗീത ശാസ്ത്രജ്ഞനായ ഡോ. വി രാഘവൻ സ്വാമികളെ ശ്ലാഘിക്കുന്നു.

"ഓം നമോ നാരായണായ" എന്ന വൈഷ്ണവ മന്ത്രത്തിലെ രേഫവും "ഓം നമഃ ശിവായ" എന്ന ശൈവമന്ത്രത്തിലെ മകാരവും ചേർന്നാണു 'രാമ'മന്ത്രവും സംഭവിച്ചതെന്ന സിദ്ധാന്തത്തെ *എവരനി* എന്ന കൃതിയിൽ സ്വാമികൾ അംഗീകരിക്കുന്നു. "രാമ നീയെഡ" എന്ന കീർത്തനത്തിൽ നിരുപാധികമായ സ്നേഹത്തോടെ വേണം രാമനാമു ച്ചരിക്കേണ്ടത് എന്ന് അദ്ദേഹം നിർദ്ദേശിക്കുന്നു. നാമജപം മനസ്സിനെ പവിത്രമാക്കുന്നു എന്നു *ജ്ഞാനമൊ സഗരാദ* എന്ന കൃതിയിൽ സ്വാമി കൾ ഉപദേശിക്കുന്നു. *മേലുമേലു* എന്ന കൃതി രാമനാമം നല്കുന്ന അവാ ച്യമായ നിർവൃതിയെപ്പറ്റിയുള്ള ദീർഘമായ പ്രപഞ്ചനമാണ്. എന്തിനേറെ? "വന്ദനമു" എന്ന കീർത്തനത്തിൽ സമസ്ത ശ്രേയസ്സും കൈവരിക്കാ നുള്ള മാർഗ്ഗം രാമനാമോപാസന തന്നെയെന്ന് ആ ഭക്തോത്തംസം പ്രഖ്യാപിക്കുന്നു.

നേരത്തെ ഒരടിക്കുറിപ്പിൽ സൂചിപ്പിച്ചതുപോലെ, "ദേഹാന്തേ ദേവഃ പരം ബ്രഹ്മ താരകം വ്യാചഷ്ടേ" എന്നു ശ്രുതി ഉദ്ഘോഷിക്കുന്നു. സാക്ഷാൽ വാരാണസീപതിയായ ഭഗവാൻ വിശ്വനാഥൻ തന്നെ സുകൃ തികൾക്കു കാശിയിലെ മണികർണ്ണികാഘട്ടത്തിൽവച്ച് അന്ത്യനിമിഷ

ത്തിൽ "ചെവിയിലോത്തു" നടത്തുന്ന മഹാമന്ത്രമായ താരകത്തിന്റെ, ആകൃതിയിൽ ഹ്രസ്വമെങ്കിലും ഫലവൈപുല്യത്തിൽ അവാച്യമായ രാമ മന്ത്രത്തിന്റെ മഹിമയും ഗരിമയും ആധുനിക കാലത്തു നാദ ബ്രഹ്മോ പാസനാരൂപമായ സംഗീതത്തിലൂടെ നമ്മെ ഉദ്ബോധിപ്പിച്ച ആ മഹർഷി കല്പന്, ത്യാഗബ്രഹ്മത്തിന്, സാഷ്ടാംഗ പ്രണാമമർപ്പിക്കാം.

"കലൗ നാസ്ത്യേവ നാസ്ത്യേവ
നാസ്ത്യേവ ഗതിരന്യഥാ"

എന്ന ആപ്തവാക്യം ഭക്തിവിശ്വാസപൂർവ്വം സ്മരിക്കാം.

എന്തിന് ഇത്ര ഒച്ച?

എറണാകുളത്തു താമസിക്കുന്ന മകളെയും കുഞ്ഞുങ്ങളെയും കാണാനാണ് ഞാനും ഭാര്യയും ബോംബെ ജയന്തി ജനത തീവണ്ടി യുടെ ഒരു സ്ലീപ്പർ കമ്പാർട്ടുമെന്റിൽ കയറിയത്.

വിഷാദം തളം കെട്ടിയ മുഖവുമായി ഒരു പെൺകുട്ടി ഞങ്ങളുടെ അടുത്തിരുന്നു. വൃദ്ധനായ അച്ഛനെ തലസ്ഥാനത്തെ പേരെടുത്ത ക്യാൻസർ ആശുപത്രിയിലെ പരിശോധനയ്ക്ക് വിധേയനാക്കി നാട്ടി ലേക്ക് മടങ്ങുകയാണ്. അമ്മ നേരത്തെ മരിച്ചു. ഏക സഹോദരൻ വിദേ ശത്താണ്. അച്ഛന്റെ ചികിത്സയുടെയും ശുശ്രൂഷയുടെയും ചുമതല അവ ളുടെ ദുർബ്ബലമായ ചുമലിലാണ്.

മുകളിലത്തെ ബർത്തിൽ കിടന്ന വൃദ്ധൻ ഇടയ്ക്കിടെ വേദന കൊണ്ട് ഞരങ്ങുന്നുണ്ടായിരുന്നു. ഞാനെഴുന്നേറ്റ് ആ സാധു മനുഷ്യന്റെ നെറ്റിയിൽ തൊട്ടു നോക്കി. പൊള്ളുന്ന ചൂട്.

"ഗുളിക കൊടുത്തു. ഇനി പനി കുറഞ്ഞോളും. ഒന്നുറങ്ങിയിരുന്നെ ങ്കിൽ വയ്യായിക തല്ക്കാലം മാറിക്കിട്ടിയേനെ." മകൾ പറഞ്ഞു.

വാതിൽ തള്ളിത്തുറന്ന് ഒരു കൂട്ടം ചെറുപ്പക്കാർ കമ്പാർട്ടുമെന്റിൽ കയറി പലയിടത്തായി ഇരുന്നു. ഒരാൾ കാൽ പൊക്കി ഞങ്ങളിരിക്കുന്ന സീറ്റിലേക്ക് വച്ചു. പെൺകുട്ടിയുടെ ദേഹത്ത് തൊട്ടു തൊട്ടില്ല എന്ന മട്ടിൽ. അവൾ ഞെട്ടി ഒഴിഞ്ഞുമാറിയിരുന്നു.

ഒരു കേന്ദ്ര പൊതുമേഖലാ സ്ഥാപനത്തിലെ ജീവനക്കാരാണെന്നു സംഭാഷണത്തിൽനിന്നും മനസ്സിലായി. കീഴ്ഘടകങ്ങൾ പരിശോധിക്കാ നുള്ള യാത്രയാണ്. 'അടിച്ചുപൊളിക്കാൻ' തന്നെ തീരുമാനിച്ച മട്ടിലാണ് വന്നുകയറിയപ്പോൾ മുതലുള്ള പെരുമാറ്റം.

മരുന്നു കഴിച്ചു മയങ്ങിത്തുടങ്ങിയിരുന്ന വൃദ്ധൻ അത്യുച്ചത്തിലുള്ള

സംഭാഷണം കേട്ടു ഞെട്ടിയുണർന്നു വീണ്ടും ഞരക്കം തുടങ്ങി. മകൾ ദയനീയമായി എന്റെ മുഖത്തു നോക്കി.

ഏതോ സഹപ്രവർത്തകയുടെ അംഗലാവണ്യത്തെപ്പറ്റിയുള്ള ചൂടായ ചർച്ചയാണ്. ഇടയ്ക്കിടയ്ക്ക് പൊട്ടിച്ചിരി. പരസ്പരം അടിച്ചും പിടിച്ചും രസിക്കയാണവർ. കമ്പാർട്ടുമെന്റ് ശബ്ദമുഖരിതമായത് അറിയാത്ത മട്ടിലായിരുന്നു സംവാദം. പെൺകുട്ടി അസ്വസ്ഥയാകുന്നത് ഞാൻ ശ്രദ്ധിച്ചു. ധൈര്യം സംഭരിച്ച് ഞാൻ ചർച്ചയിൽ ഇടപെട്ടു.

"ക്ഷമിക്കണം തീരെ സുഖമില്ലാത്ത പ്രായമായ ഒരാൾ മുകളിലത്തെ ബർത്തിൽ കിടക്കുന്നു. മരുന്നു കഴിച്ച് മയങ്ങുകയാണ്. ശബ്ദം അല്പം താഴ്ത്തി സംസാരിച്ചാൽ നന്നായിരുന്നു."

രസച്ചരടു പൊട്ടിയതിൽ പ്രകടമായ ഈർഷ്യയോടെ നേതാവ് എന്നോടു ചോദിച്ചു.

"ശ്ശെടാ! അതിന് മുപ്പിൽ നേരത്തെ കേറി ബർത്തിൽ കിടന്നതു ഞങ്ങളറിഞ്ഞില്ലല്ലോ. നമ്മളാരാ മുപ്പിലേടെ? എവിടെ കണ്ടിട്ടുണ്ടല്ലോ."

ഞാൻ വൃദ്ധന്റെ ആരുമല്ലെന്നും ഒരു സാധാ പൗരൻ മാത്രമായ എന്നെ കണ്ടിരിക്കാനിടയില്ലെന്നും വിനീതമായി അറിയിച്ചു.

ചെറുപ്പക്കാർ പരസ്പരം നോക്കി. ഒരു നിമിഷത്തെ നിശ്ശബ്ദതയ്ക്കു ശേഷം യാതൊന്നും സംഭവിച്ചിട്ടില്ലാത്തതുപോലെ ഒരാൾ മൊബൈൽ ഫോൺ എടുത്തു സംഭാഷണം തുടങ്ങി. ഉച്ചത്തിലുള്ള സംസാരം. ഇടയ്ക്കിടെ പൊട്ടിച്ചിരി. സീനിയർ എക്സിക്യൂട്ടീവായ തന്റെ മാഹാത്മ്യം പോഴ ന്മാർ സഹയാത്രികർ മനസ്സിലാക്കട്ടെ എന്ന മട്ടിലാണ് സംഭാഷണം. പത്തിരുപതു മിനിറ്റു കഴിഞ്ഞു. നിർത്തുന്ന മട്ടില്ല. നിവൃത്തിയില്ലാതെ ഞാൻ വീണ്ടും ഇടപെട്ടു.

"പ്ലീസ് ശബ്ദം അല്പം താഴ്ത്തി."

മൊബൈൽ ഫോണുകാരൻ ക്ഷുഭിതനായി പൊട്ടിത്തെറിച്ചു.

"ലുക്ക്, നിങ്ങൾക്ക് പ്രൈവസി ഇത്രയും പോരെങ്കിൽ സെക്കന്റ് ഏസീലോ മറ്റോ യാത്ര ചെയ്യണം. ഞങ്ങളും നിങ്ങളെപ്പോലെ തന്നെ ടിക്കറ്റെടുത്ത് യാത്രചെയ്യുന്നവരാ. വർത്തമാനം പറഞ്ഞെന്നും ചിരി ച്ചെന്നും ജോക്കടിച്ചെന്നും ഫോൺ ചെയ്തെന്നുമൊക്കെയിരിക്കും. അതിനു നിങ്ങൾ കേറി കോർത്തിട്ടു കാര്യമില്ല. ഈസ് ദാറ്റ് ക്ലിയർ?"

നിശ്ശേഷം തോറ്റുവെന്ന് എനിക്ക് മനസ്സിലായി. പതഞ്ഞുപൊങ്ങി വന്ന കോപം കടിച്ചടക്കി ഞാൻ വെളിയിലേക്ക് നോക്കിയിരുന്നു. എന്റെ നിസ്സഹായതയിൽ എനിക്ക് തന്നെ പുച്ഛം തോന്നി.

ഇത്തരം സന്ദർഭങ്ങൾ നമ്മുടെ നിത്യജീവിതത്തിൽ എത്ര സാധാര ണമാണ്! ഇവിടെ പ്രസക്തമായതും സഹയാത്രികരോടുള്ള സാമാന്യ മര്യാദയും മാന്യതയും കെട്ട പെരുമാറ്റം മാത്രമല്ല, നവനാഗരികതയുടെ മഹാശാപമായ ശബ്ദശല്യം കൂടിയാണ്. വായു, ജലം, ഭക്ഷണസാധന ങ്ങൾ, ഔഷധങ്ങൾ – സർവ്വത്ര മാലിന്യം നിറഞ്ഞ ഇന്നത്തെ ലോക ത്തിൽ ശബ്ദംകൊണ്ടുള്ള മലിനീകരണവും വരുത്തിക്കൂട്ടുന്ന ദ്രോഹം

ചില്ലറയല്ല. ഒരു പകൽ മുഴുവൻ ക്ലേശിച്ചു പണിയെടുത്തു വീട്ടിലെത്തി, ഒരു കപ്പു ചായയുമായി ഒരു പുസ്തകമോ മാസികയോ കൈയിലെ ടുത്തു ചടഞ്ഞുകൂടുമ്പോഴാണ് തൊട്ടടുത്ത കല്യാണവീട്ടിൽനിന്നും അത്യുച്ചത്തിലുള്ള അഖണ്ഡ ചലച്ചിത്രഗാനപ്രക്ഷേപണ ഘോഷം. അത ല്ലെങ്കിൽ ഒരു തുണിക്കടയുടെയോ ആഭരണക്കടയുടെയോ പരസ്യപ്ര ഘോഷണം. പ്രിയങ്കരനായ, നാടിന്റെ ഓമനപ്പുത്രനായ നമ്മുടെ സ്ഥാനാർത്ഥിക്ക് വോട്ടുചെയ്യാൻ അഭ്യർത്ഥിക്കുകയാണ്. അപേക്ഷിക്കു കയാണ് എന്ന കോലാഹലം. രോഗവും വാർദ്ധക്യത്തിന്റെ അവശത കളുംമൂലം രാവും പകലും കട്ടിലിൽ തിരിഞ്ഞും പിരിഞ്ഞും കിടന്നു നരകിക്കുന്ന ദൗർഭാഗ്യവാന്മാർ, പരീക്ഷയ്ക്കു തിരക്കിട്ടു പഠിക്കുന്ന കുട്ടി കൾ, പരിക്ഷീണരായി അല്പം ശാന്തതയ്ക്കുവേണ്ടി ദാഹിക്കുന്ന നമ്മെ പ്പോലുള്ള സാധാരണക്കാർ– ആരെയും ഈ മാരണം വിടുന്നില്ല. നഗര ജീവിതത്തിന്റെ ഒഴിയാബാധയായിരിക്കുന്നു ഞെട്ടിക്കുന്ന ടെലിഫോൺ മണിയടി. മൊബൈൽ ഫോണിന്റെ അമ്പരപ്പിക്കുന്ന പ്രചാരത്തോടെ ഈ ജനദ്രോഹം എട്ടിരട്ടിയായി വർദ്ധിച്ചിരിക്കുന്നു. ഉച്ചഭാഷിണികളുടെ ഒടു ങ്ങാത്ത ആരവം, മോട്ടോർ വാഹനങ്ങളുടെ അത്യുച്ചത്തിലുള്ള ഫോൺ, ആംബുലൻസുകളുടെ നിലവിളി, മനഃപൂർവ്വം 'സൈലൻസർ' ഊരിക്ക ളഞ്ഞ് എട്ടുദിക്കും പൊട്ടുന്ന ശബ്ദഘോഷത്തോടെ പൗരുഷം മാളോരെ ബോദ്ധ്യപ്പെടുത്താൻ മണിക്കൂറിൽ നൂറുകിലോമീറ്റർ വേഗത്തിൽ മര ണത്തെ വെല്ലുവിളിച്ചുകൊണ്ട് ബൈക്കിൽ പാഞ്ഞുപോകുന്ന കോടി ശ്വര സന്തതികളുടെ ശല്യം – ശബ്ദമലിനീകരണം എന്ന പീഡനത്തിന് അന്തമില്ല.

ഒരു നീക്കുപോക്കുമില്ലാതെ ദേവാലയങ്ങളിൽനിന്നും ദിവസം രണ്ടു നേരം ഒഴുകിയെത്തുന്ന ഭക്തിഗാനങ്ങൾ യഥാർത്ഥത്തിൽ ഭക്തിയുടെ സ്ഫുരണമാണോ എന്ന് ഈശ്വരവിശ്വാസിയും ക്ഷേത്രവിശ്വാസിയുമായ ഞാൻ പലപ്പോഴും ചിന്തിച്ചിട്ടുണ്ട്. പത്തിരുപത്തഞ്ചു കൊല്ലം മുമ്പുവരെ താരതമ്യേന ശാന്തമായിരുന്ന നാട്ടിൻപുറങ്ങളിലെ വെളുപ്പാൻകാലങ്ങ ളെയും സായം സന്ധ്യകളെയും ഭക്തിസംഗീതം ഇന്നു ശബ്ദമുഖരിതമാ ക്കുന്നു. അമ്പലമാണോ, മൈക്ക് സെറ്റ് കൂടാതെ വയ്യ! അത് ഒരു 'സ്റ്റാറ്റസ് സിംബൽ' ആയിരിക്കുന്നു. ഉത്സവകാലത്തെ ഭീകരതയാണ് അതിദുസ്സ ഹം. ഒന്നും രണ്ടും കിലോമീറ്റർ ദൂരത്തിൽ വരെ മൈക്കുകൾ സ്ഥാപിച്ചു ഘോരഘോരം (ചെണ്ടമേളം വരെ!) പ്രക്ഷേപണം നടത്തിയില്ലെങ്കിൽ പരമകാരുണികനായ ഈശ്വരൻ ശപിച്ചുകളയും എന്ന മട്ടിലാണ് 'പൂർവ്വാ ധികം ഭംഗിയായി' വമ്പിച്ച പണപ്പിരിവിന്റെ അകമ്പടിയോട ഉത്സവം കൊണ്ടാടുന്ന കമ്മിറ്റികളുടെ മട്ട്. "സംഗതി മതവികാരമാണ്, ഇടപെ ടാൻ നിവൃത്തിയില്ല" എന്നാണ് സിവിൽ പൊലീസ് ആഫീസർ മുതൽ മേലോട്ടുള്ള ക്രമസമാധാനപാലകന്മാരുടെ സ്ഥിരമായ ഒഴികഴിവ്. "ദൈവ ത്തിന് എന്തിന് ഇത്ര ഒച്ച?" എന്ന ശീർഷകത്തിൽ പരമരസികനായി രുന്ന ഡി സി കിഴക്കേമുറി പണ്ടൊരു ലേഖനമെഴുതിയതോർക്കുന്നു.

(ഡി സിക്ക് നാളിതുവരെ ആരും മറുപടി പറഞ്ഞതായി അറിവില്ല.)

ശബ്ദശല്യം ആരോഗ്യത്തിനു വരുത്തിക്കൂട്ടുന്ന അപകടത്തെപ്പറ്റി ഒരു വലിയ വിഭാഗം ജനങ്ങൾ അജ്ഞരാകുന്നു. ശബ്ദത്തിന്റെ തീവ്രത അള ക്കുന്ന മാനകം ഡെസിബൽ' (Decibel) ആണ്. ചില സാധാരണ ശബ്ദ ങ്ങളുടെ തീവ്രത താഴെക്കൊടുക്കുന്നു–

പിറുപിറുക്കുക/ശാന്തമായ റീഡിങ് റൂം – 30 ഡെസിബൽ

സാധാരണ സംഭാഷണം/തയ്യൽ മെഷീൻ – 60 ഡെസിബൽ

ഉച്ചത്തിലുള്ള സംഭാഷണം – 70–80 ഡെസിബൽ

ലോറി – 90 ഡെസിബൽ

മോട്ടോർ ഫോൺ – 115 ഡെസിബൽ

ജെറ്റ് എഞ്ചിൻ/ വെടിയൊച്ച – 140 ഡെസിബൽ

നമ്മുടെ ചെവിക്കു താങ്ങാവുന്ന ശബ്ദതീവ്രതയ്ക്ക് ഒരു നിശ്ചിത പരിധിയുണ്ട്. എട്ടുമണിക്കൂർ നേരം 85 ഡെസിബൽ, രണ്ടുമണിക്കൂർ 100 ഡെസിബൽ, 10 മിനിറ്റ് 115 ഡെസിബൽ എന്നിങ്ങനെയാണ് ആ പരിധി. പരിധി നിരന്തരമായി ലംഘിച്ചാൽ ശ്രവണശക്തി ക്രമേണ നിശ്ശേഷം നശിക്കുമെന്നു മാത്രമല്ല ഗുരുതരമായ രോഗങ്ങളുമുണ്ടാകു ന്നു. – ഹൃദയത്തിന്, നാഡീവ്യൂഹത്തിന്, മനസ്സിന്.

ഇക്കാര്യത്തിൽ നിലവിലുള്ള നിയന്ത്രണങ്ങൾ ദൈവത്തിന്റെ സ്വന്തം നാട്ടിൽ നിർവ്വിശങ്കം ലംഘിക്കപ്പെടുന്നു. പൊലീസിന്റെ കുറ്റകര മായ അനാസ്ഥയും അലംഭാവവും നേരത്തെ സൂചിപ്പിച്ചു. പകൽ പരമാ വധി 55 ഡെസിബൽ, രാത്രി 45 ഡെസിബൽ എന്നീ നിയമാനുസൃത മായ പരിധികൾ കടലാസിൽ മാത്രമാണുള്ളത്. രാത്രി പത്തുമണിക്കും രാവിലെ ആറുമണിക്കും ഇടയ്ക്ക് ഉച്ചഭാഷിണിയുടെ ഉപയോഗം നിരോ ധിച്ചുകൊണ്ടുള്ള ഉത്തരവും തഥൈവ. വിദ്യാലയങ്ങൾ, കോടതികൾ, ആശുപത്രികൾ തുടങ്ങിയവ നിശ്ശബ്ദമേഖല (Silent Zone) എന്നാണ് വയ്പ്. അനുഭവത്തിൽ ഈ നിയന്ത്രണവും കാണാനില്ല. നിരോധിക്ക പ്പെട്ടിട്ടുള്ള കോണിക്കൽ (Conical) ഉച്ചഭാഷിണികൾ അനുവദനീയമായ 'പെട്ടി' (Box) ഉച്ചഭാഷിണികളാണെന്നു തോന്നിക്കത്തക്ക വിധത്തിൽ പെട്ടികളിൽ ഒളിച്ചുവച്ച് ഉപയോഗിക്കുന്നതും സാധാരണ മാത്രം. മോട്ടോർവാഹന നിയമത്തിലും ചട്ടങ്ങളിലും ഇന്ത്യൻ ശിക്ഷാനിമയ ത്തിലും ക്രിമിനൽ നടപടി നിയമത്തിലും ശബ്ദമലിനീകരണത്തിനു തട യിടുന്ന കർക്കശ വ്യവസ്ഥകളുണ്ട്. പക്ഷേ, അവ കേവലം കടലാസ് പുലികൾ മാത്രമാണ്. പൊതുജനങ്ങൾക്കിടയിൽ ശക്തവും വ്യാപകവു മായ അവബോധം സൃഷ്ടിക്കുക മാത്രമാണ് ഈ മഹാശാപത്തിനുള്ള പ്രതിവിധി.

ഞാൻ പപ്പു!

പരിശരേ, ചുങ്കക്കാരേ, എടത്തട്ടുകാരേ, ചെവി തുറന്നു കേൾപ്പിൻ! അഭിനവ പാണിനി മഹർഷി തൊള്ളതുറന്നു പ്രഖ്യാപിച്ചിരിക്കുന്നു. പദ്മനാഭൻ എന്നൊരു പദമേയില്ല!

അതു ഭാഷയിലും നിഘണ്ടുവിലുമൊന്നും ഇല്ലാത്ത പദമാകുന്നു!

മഹാ ഗുരുവിന്റെ യുക്തി ഇങ്ങനെ:

സാർവ്വത്രികമായി പത്മനാഭൻ എന്നാണെഴുതുന്നത്. പിന്നെ വട്ടു പിടിച്ച എഴുത്തുകാരും കമ്പോസിറ്റർമാരും കൂടിക്കൊണ്ടുവന്നു തിരുകി ക്കയെറ്റി പരിഷ്കരിച്ച പദ്മനാഭൻ വേണ്ടേ വേണ്ട!

പദ്മനാഭൻ ഒഴിക!

പത്മനാഭൻ ഹാവോ!

ഓനെ ചുട്ടുകരിച്ച് അയ്യാറെട്ടിനു വളമാക്കിനെടാ! (ഗുരു ചില്ലറക്കാ രനല്ല. പണ്ട് അദ്ദേഹം വ്യാകരണത്തിന്റെ കരണത്ത്, ഇടത്തും വലത്തും പെട കൊടുത്തയാളാണ്.)

അദ്ദേഹം ഉവാച:

പ്രാരബ്ധം എന്നല്ല, പ്രാരാബ്ധം എന്നാണു വേണ്ടത്. (ആ നീട്ടിനു കാരണമെന്ത് എന്നദ്ദേഹം പറഞ്ഞില്ല.) അന്തസ്സംസ്ഥാനം, അന്തസ്സർവ്വ കലാശാലാ എന്നൊന്നും വേണ്ടേടേ പരട്ടകളേ! അന്തർസംസ്ഥാനം അന്തർ സർവ്വകലാശാല എന്നാണു ശരിയായ രൂപം. (തുമ്പി ഇരയ്ക്കു ന്നതു പോലെയുള്ള ആർ എങ്ങനെവന്നു ഗുരോ എന്നാരും ചോദിക്കാൻ ധൈര്യപ്പെട്ടില്ല!)

മഹർഷി പൊറുക്കണം. കോപിക്കരുത്, പണ്ട് അഹല്യേടത്തിയെ ശപിച്ചുകല്ലാക്കിയപോലെ കടുംകൈ ഒന്നും ചെയ്തുകളയരുത്. പണ്ടി താഘണ്ഡലനായ അവിടന്ന് ഇഷ്ടപ്പെട്ടാലും ഇല്ലെങ്കിലും. പദ്മനാഭൻ

എന്നൊരു പദമുണ്ട്. യെസ് സാർ ഉണ്ട്.

പോരാ സാർ, അതുതന്നെയാണ് ശരിയായ പദം, അതു സംസ്കൃ
തത്തിൽനിന്നു കടമെടുത്തതാണ്. പദ്മനാഭൻ എന്നുതന്നെയാണ്
സംസ്കൃതത്തിൽ എഴുതുന്നത്, പത്മനാഭൻ എന്നല്ല.

അതുകൊണ്ടാണു സാർ, സംസ്കൃതം പഠിച്ച ശബ്ദതാരാവലിക്കാ
രൻ ഓരോ പത്മത്തിനുമൊപ്പം ബ്രാക്കറ്റിൽ പദ്മ എന്നെഴുതാനോർത്തത്.
മൂലം സംസ്കൃതമാണ്. അവിടെ പദ്മനാഭൻ എന്നുതന്നെയാണ് എഴു
തുന്നതും ഉച്ചരിക്കുന്നതും. എറ്റിമോളജി, സാർ അതുകൊണ്ടാണ് സാർ,
മഹാപണ്ഡിതനായ ബി സി ബാലകൃഷ്ണൻ അദ്ദേഹത്തിന്റെ ആധികാ
രികമായ ശബ്ദസാഗരം എന്ന മഹാനിഘണ്ടുവിൽ 'പദ്മ' എന്ന രൂപം
തന്നെ കൊടുത്തിരിക്കുന്നത്.

അതുകൊണ്ടു തന്നെയാണ് സാർ സംസ്കൃത സാഹിത്യത്തിൽ
ആസകലാൽപ്പാടെ 'പദ്മ' എന്നു തന്നെ പഠിക്കുന്നത്.

അവിടന്നു കലമ്പരുത്. സഹസ്രാബ്ദങ്ങളായി അതങ്ങനെയാണ്.
അതു മാറ്റാൻ നമുക്കാർക്കും അധികാരമില്ല സാർ.

പ്രഗത്ഭൻ, പ്രഗത്ഭൻ, പ്രഗൽഭൻ എന്നൊക്കെ പ്രൊഫസർമാർ
വരെ വച്ചുകാച്ചുന്നില്ലേ സാർ? അങ്ങേക്കറിയാം. പ്രഗല്ഭൻ എന്നാണ്
ശരിയായ രൂപം.

വാത്മീകി, വാൽമീകി, വാല്മീകി എന്നൊക്കെ വിളിച്ച് ആദി കവി
വാല്മീകിയെ അപമാനിക്കുന്നില്ലേ സാർ?

അതുപോകട്ടെ പപ്പനാവനു കുഴപ്പമൊന്നുമില്ല. (പൽപ്പനാവനാ
യാലും കുഴപ്പമില്ല) നമ്മളൊക്കെ ശ്രീപപ്പനാവസ്സ്വാമീരെ ആറാട്ടു കണ്ടു
തുടങ്ങിയിട്ടു കാലം കുറേ ആയല്ലോ. ഇത്തിപ്പൊറം കൂടെ പുരോഗമി
ച്ചാലോ സാർ? പപ്പനാവൻ എന്നു നീട്ടിവലിച്ചു പേശുന്നതെന്തിനു സാർ?
പപ്പൻ പോരേ? അല്ലെങ്കിൽ പപ്പു? ശ്രീകണ്ഠേശ്വരം പപ്പൻ പിള്ള! ശ്രീക
ണ്ഠേശ്വരം പപ്പുള്ള!

ഗ്രേറ്റ്!

അതല്ലെങ്കിൽ, കേരള പാണിനി പണ്ടുപറഞ്ഞതുപോലെ, "തമിഴിന്റെ
വഴിക്ക്" ആയാലോ?

പത്തനാവൻ!

(നമ്മ ഫിനാൻസ് സെക്രട്ടറി പത്തനാവയ്യരെ മറന്തുപോച്ചാ സാർ?
രൊമ്പ കട്ടിക്കാരൻ! അടേ അപ്പാ!) ഇനിയും ചുരുക്കാം.

പത്തു, പട്ടു!

സരസകവി മൂലൂർ പത്മനാഭപ്പണിക്കരെ സാർ കേട്ടുകാണുകയി
ല്ല. (യു ജി സികൾപോലും കേട്ടുകാണുകയില്ല)

അദ്ദേഹത്തിന്റെ അസാമാന്യമായ സിദ്ധികൾ കണ്ടു സന്തുഷ്ടനായ
അന്നത്തെ സാഹിത്യലോകത്തെ സാർവ്വഭൗമൻ, കേരളവർമ്മ വലിയ
കോയിത്തമ്പുരാൻ, പണക്കാരെ നിരന്തരം പ്രോത്സാഹിപ്പിച്ചു പോന്നു.
ഒരു പൊൻമോതിരം സമ്മാനിച്ചു.

സവർണ്ണ കവികൾക്കു രസിച്ചില്ല. ജാതിക്കുശുമ്പന്മാർ അദ്ദേഹത്തെ നിരന്തരം ആക്ഷേപിച്ചു. അദ്ദേഹത്തിന്റെ "കവി രാമായണ"ത്തിന്റെ പാര ഡിയായി ഒടുവിൽ കുഞ്ഞിക്കൃഷ്ണമേനോൻ ഒരു "കവി മൃഗാവലി' എഴുതി.

"അപ്പ്ത്ര പംക്തികൾ തകർത്തമറുന്ന കൂറ്റൻ
പപ്പുപ്പണിക്കർ തടിയൻ കിടിയാണു നൂനം"
എന്നായിരുന്നു ഹീനമായ പരിഹാസം (കിടി= പന്നി, കാട്ടുപന്നി)

പോകട്ടെ സാർ. ഭാഷാപരിഷ്കരണമൊന്നും നമുക്കു വേണ്ട. അയ്യം തന്നെ! അതൊക്കെ നമുക്കു വീസിമാർക്കും മുൻ വീസിമാർക്കും ശ്രേഷ്ഠ ഭാഷാ ഉസ്താദുമാർക്കും മഹാകവികൾക്കും പലവക സാംസ്കാരിക നായകന്മാർക്കും ബുദ്ധിജീവികൾക്കുമൊക്കെ വിട്ടുകൊടുക്കാം.

അല്ലെങ്കിൽത്തന്നെ ഗൂഗിളിന്റെയും വാട്ട്സാപ്പിന്റെയും ടിറ്ററിന്റെയും ബ്ലോഗിന്റെയുമൊക്കെ ഈ മധുരമനോഹരമനോജ്ഞകാലത്ത്, നിഘ ണ്ടുവും വ്യാകരണവും നോക്കാൻ ആരുമെനക്കെടും. കൂവെ എന്നു ചോദിക്കുന്നത് ടി വഹക്കാരാണ്. അക്ഷരത്തെറ്റും വ്യാകരണത്തെറ്റും ഉച്ചാരണത്തെറ്റുമൊക്കെ അവിടെക്കിടക്കട്ടെ. ടോ മൂപ്പിലേ! ആശയം മന സ്സിലായാൽപ്പോരെ എന്നാണു ചോദ്യം!

കലികാലം തന്നെ സാർ!

എന്റെ ശ്രീപദ്മനാഭാ!

മാന്യമഹാജനങ്ങളേ...!

നമ്മുടെ പൊതുയോഗങ്ങളുടെ ചടങ്ങുകൾ ചിട്ടപ്പെടുത്തിയത് ഏതു മനുവോ യാജ്ഞവല്ക്യനോ എന്നു നിശ്ചയമില്ല. ആരായാലും വേണ്ട തില്ല. 'ആട്ടക്കാലശട്ടങ്ങൾ' കാസർഗോഡ് മുതൽ കളിയിക്കവിളവരെ ഒരു പോലെ തന്നെ. പ്രാർത്ഥന (മൗനമോ ശബ്ദായമാനമോ), സ്വാഗത പ്രസംഗം (ഇയാൾ സ്ഥലത്തെ എയിഡഡ് സ്കൂൾ വാദ്ധ്യാരും സഹക രണ സംഘം പ്രസിഡന്റും ക്ഷേത്രോപദേശക സമിതി സെക്രട്ടറിയും പഞ്ചായത്തു മെമ്പറും കടുത്ത ഭരണകക്ഷിരാഷ്ട്രീയക്കാരും പ്രൊഫഷ ണൽ പണപ്പിരിവാശാനും സർവ്വോപരി ആഘോഷക്കമ്മിറ്റി ചെയർമാ നുമായിരിക്കും) അദ്ധ്യക്ഷന്റെ (മിക്കവാറും സ്ഥലം എം എൽ എ), ഉപ ക്രമം, ഉദ്ഘാടനം (മിക്കവാറും വകുപ്പ് മന്ത്രി– നാടമുറിച്ചോ വിളക്കുക ത്തിച്ചോ തേങ്ങാ ഉടച്ചോ ആകാം), അദ്ധ്യക്ഷന്റെ വിസ്തരിച്ചുള്ള പ്രഭാ ഷണം, മുഖ്യപ്രഭാഷണം (സ്ഥലത്തെ ഏതെങ്കിലും ബുദ്ധിജീവിയോ സാംസ്കാരിക നായകനോ), ആശംസാ പ്രസംഗം (കളക്ടർ), ആശം സാപ്രസംഗം (ജില്ലാ പഞ്ചായത്ത് മെമ്പർ), പിന്നെ പലവക ആശംസാ പ്രസംഗങ്ങളുടെ ഒരു പെരുമഴക്കാലം (മുപ്പത്തിനാലുവരെയാകാമെന്ന് ഈയിടെ കിട്ടിയ ഒരു ക്ഷണക്കത്തിൽനിന്നും മനസ്സിലാക്കി). കൃതജ്ഞ താപ്രകടനം (ഇതു സ്വാഗതപ്രസംഗത്തിന്റെ ഒരു 'റീറൺ' തന്നെ) ഇങ്ങനെ പോകുന്നു 'യോഗസാധാരണ'മായ സ്ഥിരം കാര്യപരിപാടി. 'തിരുവനന്തപുരത്ത് ഇന്ന്', 'കൊല്ലത്ത് ഇന്ന്' തുടങ്ങിയ പംക്തികൾ ശ്രദ്ധിച്ചിട്ടുണ്ടോ വായനക്കാർ! മിക്കപ്പോഴും ഒരേ പേരുകൾ തന്നെ– ചാനൽ പരസ്യങ്ങളിൽ വാനാറ്റത്തെക്കുറിച്ചും 'വായതുറന്നുള്ള ചിരി'യെപ്പറ്റിയും കറിമസാലയെക്കുറിച്ചും കീടാണുവിനെക്കുറിച്ചും ഒരേ ഈണത്തിൽ ഒരേ സ്ത്രീശബ്ദം തന്നെ ഇരുട്ടെവെളുക്കെ നമ്മെ ബോധ

വല്ക്കരിക്കുന്നതുപോലെ, എലിപ്പനി ശില്പശാല ഉദ്ഘാടനം ചെയ്യുന്ന സർവ്വജ്ഞൻ തന്നെയാണ് പെണ്ണെഴുത്തിനെക്കുറിച്ചു പ്രഭാഷിക്കുന്നത്. അദ്ദേഹം തന്നെ പങ്കാളിത്ത പെൻഷനെക്കുറിച്ചും ചില്ലറ മേഖലയിലെ വിദേശ നിക്ഷേപത്തെക്കുറിച്ചും സ്വകാര്യകോളേജുകൾക്കു സ്വയം ഭരണം നല്കുന്നതിനെക്കുറിച്ചും ആഗോളതാപനത്തെക്കുറിച്ചും പ്രസംഗം കാച്ചുന്നു. ത്യാഗരാജസ്വാമികൾ മുതൽ ഇലക്ട്രിക് മൈതീൻ ഫയൽവാൻവരെ ആരെക്കുറിച്ചും ശ്രേഷ്ഠഭാഷ മുതൽ എണ്ണക്കുരുവിനെ തേങ്ങയായി പ്രഖ്യാപിക്കുന്നതുവരെ ഏതിനെക്കുറിച്ചും ചാടിവീണ് 'മുഖ്യപ്രഭാഷണം' നടത്തുന്ന സാംസ്കാരിക സൗണ്ട് തോമാമാരെ ക്കൊണ്ടു തലസ്ഥാന നഗരി പൊറുതിമുട്ടിയിരിക്കുന്നു. ഈ ഉദ്ദണ്ഡശാ സ്ത്രികൾ തന്നെ നിരാഹാര സത്യഗ്രഹം 'കാലം കൂടുമ്പോൾ' നാര ങ്ങാനീരു കൊടുക്കാൻ ഒരു വിടർന്ന ചിരിയുമായി ഓടിയെത്തുന്നു. ഐശ്വര്യപൂജയ്ക്കു വിളക്കുകൊളുത്തുന്നു. ചുണ്ടൻവള്ളം നീറ്റിലിറക്കു ന്നു. സമൂഹസദ്യ ഉദ്ഘാടനം ചെയ്യുന്നു. മൂത്രപ്പുര രാഷ്ട്രത്തിനു സമർപ്പി ക്കുന്നു. ഇത്ര വിശ്വതോന്മുഖമായ വിജ്ഞാനസമ്പത്തുള്ള മഹാപ്രതിഭ ന്മാർ നമ്മുടെ ഈ കൊച്ചു സംസ്ഥാനത്തു ജീവിച്ചിരിക്കുന്നല്ലോ എന്നു നാം അജ്ഞാനികൾ അത്ഭുതപ്പെടുന്നു.

പൊതുയോഗങ്ങളുടെ ചടങ്ങുകൾ ഏതാണ്ട് ഒരു ശതാബ്ദമായി വലിയ മാറ്റമൊന്നുമില്ലാതെ തുടരുന്നു 'ഈശ്വരപ്രാർത്ഥന' ഇന്നും ഒഴി ച്ചുകൂടാൻ പാടില്ലാത്തതാകുന്നു- ഉദ്ഘാടനം അദ്ധ്യക്ഷനും മുഖ്യപ്ര ഭാഷകനും കടുത്ത നിരീശ്വരവാദികളാണെങ്കിലും. സ്ഥലം പഞ്ചായത്ത് മെമ്പറുടെയോ കരയോഗം പ്രസിഡന്റിന്റെയോ എട്ടോ പത്തോ വയസ്സ് പ്രായമായ മകൾ മുടി ചീകിക്കെട്ടി പിച്ചിപ്പൂചൂടി, പട്ടുപാവാടയും മാച്ചിങ് ബ്ലൗസുമണിഞ്ഞ്, മാങ്ങാത്താലി ചാർത്തി സിന്ദൂരപ്പൊട്ടുതൊട്ട് ഉച്ചഭാ ഷിണിയുടെ മുമ്പിൽ നിന്ന് 'ചന്തമേറിയ പൂവിലു'മോ 'അഖിലാണ്ഡമ ണ്ഡല'മോ, ദുസ്സഹമായ അപശ്രുതിയോടും ഉച്ചാരണ വൈകല്യത്തോടും ആലപിക്കുന്നു. തുടർന്ന് സ്വാഗതപ്രസംഗമാണ്. വിശിഷ്ടാതിഥികളെ സ്വാഗതം ചെയ്യുന്നതിനേക്കാൾ, മന്ത്രിയോ എം പിയോ എമ്മെല്ലെയോ മറ്റോ സന്നിഹിതനാണെങ്കിൽ പ്രാദേശികാടിയന്തരാവശ്യങ്ങളുടെ സുദീർഘമായ ഒരുപട്ടിക സമർപ്പിക്കുകയാണ് ഈ ചടങ്ങിന്റെ പൂർവ്വാർദ്ധ ത്തിന്റെ ലക്ഷ്യം. അതുകഴിഞ്ഞുമാത്രമേ ഇനി ഞാൻ എന്റെ കർത്തവ്യ ത്തിലേക്കു കടക്കുകയാണ് എന്ന വിളംബരത്തോടുകൂടി സ്വാഗതൻ പിള്ള ഓരോ വിശിഷ്ടനേയും തൊട്ടുതടവി വിടുകയുള്ളൂ. ഈ ക്രൂരകൃത്യം കഴിഞ്ഞാൽ അദ്ധ്യക്ഷന്റെ ഉപക്രമമായി (ഇത് ഈയിടെയായി നമ്മുടെ പിതാമഹന്മാരുടെ വാൽ ഡാർവിന്റെ പരിണാമ സിദ്ധാന്തപ്രകാരം. ലോപി ച്ചുപോയതുപോലെ ഏറക്കുറെ അപ്രത്യക്ഷമായിരിക്കുന്നു) തുടർന്ന് ഉദ്ഘാടന പ്രസംഗം. ഇത് കഴിഞ്ഞ് ആശംസാപ്രസംഗങ്ങളുടെ നീണ്ട പരമ്പര. പലപ്പോഴും ആശംസകരുടെ എണ്ണം ഒരു വോട്ടർപട്ടികയെ അനു സ്മരിപ്പിക്കുന്നു. ഒരു അംഗൻവാടിയുടെ ഉദ്ഘാടനത്തിന് ഈയിടെ

കിട്ടിയ ക്ഷണക്കത്തിൽ രണ്ടു മന്ത്രിമാരും നാല് എം എൽ എമാരും ഉൾപ്പെടെ ഇരുപത്തൊന്നുപേരുടെ പ്രസംഗങ്ങൾ ഉൾക്കൊള്ളിച്ചിരുന്ന തോർക്കുന്നു. പക്ഷേ, ഈ മഹാപാപത്തിനു ഭാരവാഹികളെ മാത്രം കുറ്റ പ്പെടുത്തിയിട്ടുകാര്യമില്ല. രാഷ്ട്രീയം, സാമുദായികം, പ്രാദേശികം ഇത്യാ ദിപരിഗണനകളെല്ലാം കണക്കിലെടുത്തേ പ്രസംഗകരെ നിശ്ചയിക്കാ നൊക്കുകയുള്ളൂ– അല്ലെങ്കിൽ വെറും നിസ്സഹകരണം മുതൽ കരിങ്കൊടി പ്രകടനം വരെ ഉണ്ടായേക്കാം.

ഈ പ്രഭാഷകകേസരികളുടെയൊക്കെ വാഗ്വിലാസം കേട്ടു പുളകം കൊള്ളാൻ പലപ്പോഴും പത്തോ പതിനഞ്ചോ ആളുകൾ മാത്രമേ ഉണ്ടാ കാറുള്ളൂ എന്നതാണ് ദയനീയമായ ഒരവസ്ഥ. എന്റെ കുട്ടിക്കാലത്ത് 'എൻ ബി യോഗത്തിൽ ഉച്ചഭാഷിണി ഉണ്ടായിരിക്കുന്നതാണ്." എന്നു നോട്ടീസുകളിൽ ഒരടിക്കുറിപ്പുകാണാമായിരുന്നു. ഇപ്പോൾ അതൊക്കെ പ്പോയി. "യോഗാനന്തരം വിവിധ കലാപരിപാടികളും പൂഴിക്കുന്നത്തു ഗോവിന്ദനാശാന്റെ സ്പെഷ്യൽ കരിമരുന്നുപ്രയോഗവും ഉണ്ടായിരിക്കു ന്നതാണ്." എന്നെഴുതിവച്ചാലും രക്ഷയില്ല. ആധുനികോത്തര കവി ഇലി പ്പക്കുളം ഭുവനന്റെ കവിതാസമാഹാരം പ്രകാശിപ്പിക്കുന്നതു പ്രമുഖ അക്കാദമീയ നിരൂപകനായ ഡോ. കിളിമാനൂർ കുസുമനാണ്. പ്രസിദ്ധ മാധ്യമപ്രവർത്തകൻ കരിക്കോടു കരുണൻ ഏറ്റുവാങ്ങുന്നു. പ്രൊഫ. പാങ്ങപ്പാറ പത്മൻ മുഖ്യപ്രഭാഷണം നടത്തുന്നു. എന്നൊക്കെ പ്രലോ ഭിപ്പിച്ചാലും ശ്രോതാക്കൾ കമ്മി. ഈ പ്രശ്നത്തിനു ചില ബുദ്ധിരാക്ഷ സന്മാർ ഒരു 'ഫുൾ പ്രൂഫ്' പരിഹാരം കണ്ടുപിടിച്ചിരിക്കുന്നു. ഒരുചെറു കിട സിനിമാ താരത്തിനെ (സീരിയൽ ഇച്ചേച്ചി ആയാലും മതി– "കള്ളി യങ്കാട്ടുനീലി ഫെയിം" എന്നൊക്കെ ചേർക്കാം) മുഖ്യാതിഥിയായി ക്ഷണി ക്കുക– ആഭരണക്കടക്കാരും ചെരുപ്പുകടക്കാരും ചെയ്യുന്നതുപോലെ.

പ്രസംഗവീരന്മാരെക്കുറിച്ച് എത്ര കുറച്ചുപറയുന്നുവോ അത്രയും നല്ലത്. കേരള കാളിദാസനെക്കുറിച്ചു കേട്ടിട്ടുപോലുമില്ലാത്ത വൃകോദര നാണ് അദ്ദേഹത്തിന്റെ "നൂറാം ജന്മശതാബ്ദി" (നേർ–ഒരു മന്ത്രി പ്രസം ഗിച്ചതാണ്) മഹാസമ്മേളനം ഉദ്ഘാടനം ചെയ്യുന്നത്. ആയുസ്സിലൊരി ക്കൽ പോലും കഥകളി കണ്ടിട്ടില്ലാത്ത ദിവ്യനാണ് വെള്ളിനേഴി നാണു നായരെ അനുസ്മരിക്കുന്നത്. സപ്തസ്വരങ്ങളെന്താണെന്നു നിശ്ചയമി ല്ലാത്ത വി ഐ പി വർഷംതോറും മുടങ്ങാതെ സ്വാതി സംഗീതോത്സവം ഉദ്ഘാടനം ചെയ്യുന്നു. സ്മര്യപുരുഷൻ ആരായാലും തരക്കേടില്ല. "അദ്ദേ ഹത്തിന്റെ മഹത്തായ മാതൃക പിന്തുടരുവിൻ" എന്ന് ആഹ്വാനിച്ചാൽ മതി. രാഷ്ട്രപിതാവു മുതൽ പാരിപ്പള്ളി പപ്പു റൈറ്റർവരെ ആർക്കും ചേരുന്നതൊപ്പി!

അദ്ധ്യക്ഷന്റെ ഉപസംഹാരം എന്ന സംഹാരക്രിയ മിക്കവാറും രണ്ടോമൂന്നോ വാക്യങ്ങളിലൊതുങ്ങുന്നു. അതുകഴിഞ്ഞാണ് കൃതജ്ഞ തയയാശാന്റെ ഊഴം. "കൃതജ്ഞത പ്രകാശിപ്പിക്കുവാൻ പഞ്ചായത്തു മെമ്പർ പുഷ്പൻ പൂവരണിയെ ക്ഷണിച്ചുകൊള്ളുന്നു." എന്ന്

അനൗൺസ്മെന്റ് കേൾക്കുന്നതോടെ ആഡിയന്മാരിൽ ഭൂരിഭാഗവും പൊടിതട്ടി എഴുന്നേറ്റു വീട്ടിലേക്കു വച്ചുപിടിക്കുന്നു. "മണ്ഭന്തി പാന്ഥനി വഹാഃ പടിബന്ധപേട്യാ" എന്നു പണ്ടു മണിപ്രവാളക്കാരൻ പറഞ്ഞമ ട്ടിൽ. പൂവരണിയുടെ വാഗ്മിത്വം ആസ്വദിക്കുവാൻ പലപ്പോഴും മൂക്കള ഒലിപ്പിച്ചുകൊണ്ടും ഐസ്മുട്ടായി ഉറുഞ്ചിക്കൊണ്ടും ഗോലികളിച്ചു കൊണ്ടും മുമ്പിൽ ചടഞ്ഞിരിക്കുന്ന മൈനർകളെ മാത്രമേ കാണാനുള്ളൂ. പക്ഷേ, പുഷ്പൻജിക്ക് ഇതൊന്നും ഒരു പ്രശ്നമേയല്ല. ഐക്യരാഷ്ട്രസ ഭയിൽ പ്രസംഗിക്കന്ന ഗൗരവത്തോടെ നെടുനെടുങ്കൻ വാക്യങ്ങൾ തട്ടി വിടുന്നു.

"കർത്തവ്യത്തിലേക്കു കടക്കു"ന്നതിനുമുമ്പ് പ്രസിഡന്റ് ഒബാമ മുതൽ പഞ്ചായത്തു തിരഞ്ഞെടുപ്പിൽ തനിക്കെതിരെ മത്സരിച്ച തുരപ്പൻ കറിയാവരെയുള്ളവരെ വെല്ലുവിളിക്കുന്നു. അന്തകവിത്തിനെതിരെ ജന ത്തിനു മുന്നറിയിപ്പു നല്കുന്നു. ഇടംവലം അഭിവാദ്യങ്ങൾ അർപ്പിക്കു ന്നു. മൈക്കുകാരൻ പയ്യൻ യശോദരനും കസേരമേശാദികളുടെ ഉടമ സ്ഥൻ കൊച്ചുവറീതും ഒഴിച്ചു സകലരും വീടെത്തിക്കഴിഞ്ഞാലും അദ്ദേ ഹത്തിന്റെ വൈഖരീപ്രവാഹം അനർഗ്ഗളം തുടരുന്നു.

ജനസംഖ്യാനിയന്ത്രണംപോലെ നമ്മുടെ യോഗങ്ങൾക്കും "പേച്ചു"കൾക്കും കൂടി ഒരു നിയന്ത്രണം കൊണ്ടുവരാൻ കാലം വൈകി യെന്നുതോന്നുന്നു. സർക്കാരിൽനിന്നും ഈ കടുത്ത ജനവിരുദ്ധമായ ഇടപാടിന് ഒരു നികുതി ഏർപ്പെടുത്തുകയെങ്കിലും വേണം. മാണി സാർ ശ്രദ്ധിക്കുന്നുണ്ടോ?

സായിപ്പു പറയുന്നതെന്തെന്നാൽ...

"I am in the well. I hope you are also in the same well."

അര നൂറ്റാണ്ടുമുമ്പ് ഈ ലേഖകൻ ഏതാനും മാസങ്ങൾ ഒരു സ്വകാര്യകോളേജിൽ അദ്ധ്യാപകനായിരുന്നു. ഏറെ ദൂരെയുള്ള ഒരു സർക്കാർ കോളേജിൽ നിയമനം കിട്ടി. സ്ഥലം മാറിയപ്പോൾ വിരഹാതുരയായി ഒരു പ്രിയ ശിഷ്യ എഴുതിയ കത്തു തുടങ്ങിയതിങ്ങനെയാണ്. 'എനിക്കു സുഖമാണ്, അതുപോലെ ആര്യപുത്രനും സുഖമെന്നു വിശ്വസിക്കുന്നു' എന്നാണു പാവം പ്രണയപരവശ (18, ഫീമെയിൽ കുറിയന്നൂർ എന്നു തൽക്കാലം വിളിക്കാം) ഉദ്ദേശിച്ചത്. രാജ്ഞിയുടെ ഇംഗ്ലീഷുമായുള്ള പരിചയക്കുറവുകൊണ്ടു വന്നുകൂടിയ അബദ്ധം ചെറുതല്ലെങ്കിലും (നവയൗവനം വന്നു നാൾതോറും വളരുന്ന ഒരു പെങ്കൊച്ചിനോടൊന്നിച്ച് ഒരേ കിണറ്റിൽ കഴിയുക എന്നത് അത്ര വളരെ സുരക്ഷിതമായ ഒരേർപ്പാടായിരുന്നില്ലല്ലോ. അന്നു വിശേഷിച്ചും!)

ടെസ്സാ കെ എബ്രഹാം, പക്ഷേ, മിടുക്കിയായിരുന്നു. പുള്ളിക്കാരി യഥാകാലം നേഴ്സിങ് പരീക്ഷ പാസാവുകയും ആദ്യം തിരുവല്ലായിലും പിന്നെ സൗദിയിലും പ്ലെയ്സ്മെന്റ് നേടുകയും ചെയ്തു. സൗദിയിൽ വച്ചു ദൈവഗത്യാ കുര്യൻ പി കുര്യൻ എന്ന കുമ്പളാം പൊയ്കക്കാരൻ സ്റ്റെനോ ടൈപ്പിസ്റ്റിനെ കണ്ടുമുട്ടുകയും, തികഞ്ഞ പ്രായോഗിക ബുദ്ധിയോടെ ഒട്ടും വൈകാതെ കുര്യച്ചനെ ടിയാന്റെ ഇടവകപ്പള്ളിയായ മണ്ണാറക്കുളഞ്ജി സെന്റ് മേരീസ് ഓർത്തഡോക്സ് സുറിയാനി ചർച്ചിൽ വച്ചു കെട്ടി. വിവാഹത്തിന്റെ കൂദാശകൾ കൈക്കൊള്ളുകയും ചെയ്തു. അന്നു നിലവിലിരുന്ന നാം രണ്ട്, നമുക്കുരണ്ട് സർക്കാർ നയത്തെ ആദരിച്ചു കൃത്യം മൂന്നുവർഷത്തെ ഇടവേളയ്ക്കു രണ്ടു കൊച്ചുകുര്യന്മാർക്ക് ജന്മം നൽകുകയും ടിയാന്മാരുമായി ആദ്യത്തെ അവസരത്തിൽത്തന്നെ കാന

ഡയിൽ ചേക്കേറുകയും തുടർന്നു സകുടുംബം അവിടെ പൗരത്വം നേടു കയും ചെയ്തു എന്ന കഥ ഒരു മുട്ടത്തുവർക്കി നോവൽ പോലെ ശുഭ മായി പര്യവസാനിക്കുന്നു. (വിദേശവാസം മൂലം അമ്മാമ്മയുടെ ഇംഗ്ലീഷ് ഭാഷ വൈദുഷ്യം മെച്ചപ്പെട്ടുകാണമെന്നു ന്യായമായും ഊഹിക്കാവു ന്നതാകുന്നു)

ടെസ്സാമോൾ തീർച്ചയായും ഒറ്റയ്ക്കല്ല. വി കെ എന്നിന്റെ അനശ്വര കഥാപാത്രം ഇട്ടുപ്പു മുതലാളിയെ മറന്നുപോയോ?

"യു ഫാൾ – മി ഫാൾ വിത്ത് യു. ലിറ്റിൽ വുമൺ തീഫ്!" (നീ വീണാൽ ഞാനും നിന്റെപ്പം വീഴത്തില്ലയോ കൊച്ചുകള്ളീ) എന്നു ഡാൻസ് സ്കൂളിൽ നൃത്തം പഠിപ്പിച്ച ഫ്ളോറി മദാമ്മയോടു ചോദിച്ച ഭയങ്കരനെ?

കുറിയന്നൂർക്കാരി ലിറ്റിൽ വുമൺ തീഫിന്റെയും ഇട്ടുപ്പ് ക്യാപ്പിറ്റലി സ്റ്റിന്റെയും കൂട്ടുകാർ സർക്കാർ സർവ്വീസിൽ ഏറെയാണ്. ഇടുക്കി ജില്ല യിൽ ജോലി നോക്കുന്ന തനിക്ക് സ്വദേശമായ തിരുവനന്തപുരം ജില്ലയി ലേക്കു സ്ഥലം മാറ്റം നല്കുന്നതിന് ഒരു വനിത ഉന്നയിച്ച ന്യായം തനിക്ക് ഒരു hand child ഉണ്ടെന്നാണ്. അജ്ഞാനികളായ നാം കൈക്കുഞ്ഞ് എന്ന് അർത്ഥം മനസ്സിലാക്കിക്കൊള്ളണം! ഹാൻഡ് ചൈൽഡ് എന്ന അത്ഭുത ശിശുവിന്റെ അമ്മയോട് അനുകമ്പ തോന്നി, അന്നു റവന്യൂ വകുപ്പ് അഡീഷണൽ സെക്രട്ടറിയായിരുന്ന ഞാൻ ആദ്യത്തെ ഒഴിവിൽത്തന്നെ തിരുവനന്തപുരം ജില്ലയിലേക്കു സ്ഥലം മാറ്റം നല്കി. For the ill treat-ment of my wife എന്നു കേട്ടാൽ നമ്മുടെ എണ്ണമറ്റ പെണ്ണെഴുത്തുകാരും വനിതാവിമോചനക്കാരും ചിരവയും ചുലുമായി ചാടി വീഴും. അന്തിമ യങ്ങി മുന്നൂറുമില്ലി വിപ്ലവാരിഷ്ടത്തിൽനിന്നും പ്രചോദനം ഉൾക്കൊണ്ടു വീട്ടിലെത്തി പാവം ഭാര്യയെ തല്ലിച്ചതയ്ക്കുന്ന പരമനീചനായ ഭർത്താവാണ് നമ്മുടെ ഓർമ്മയിൽ വരിക. പക്ഷേ, സംഗതി ഇതൊന്നു മല്ല. അപേക്ഷകൻ ചക്രപാണിപ്പൊതുവാൾ രോഗിണിയായ ഭാര്യയെ ചികിത്സിക്കാൻ പ്രോവിഡന്റ് ഫണ്ടിൽനിന്നും ഒരു താൽക്കാലിക വായ്പ എടുക്കുന്നു. അപേക്ഷയിൽ ഉദ്ദേശ്യം എന്ന കോളം പൂരിപ്പിച്ചപ്പോൾ തന്റെ അല്പമായ ഇംഗ്ലീഷ് പാണ്ഡിത്യം പൊതുവാൾജി പ്രകടിപ്പിച്ചതാണ് കുഴപ്പത്തിനു കാരണമായത്. ഏതായാലും യാതൊരു കാലതാമസവും കൂടാതെ ഭാര്യയെ ill-treat ചെയ്യാൻ ചോദിച്ച തുക മുഴുവൻ അദ്ദേഹ ത്തിന് അനുവദിച്ചു കൊടുത്തു.

പബ്ലിക് റിലേഷൻസ് വകുപ്പിലെ പൊരുവഴിക്കാരൻ ഫാലലോചന ക്കുറുപ്പിനെ ഓർമ്മ വരുന്നു. ആശാനു പഴയ മലയാളം ഉപാദ്ധ്യായൻ പരീക്ഷയേ ഉള്ളൂ. തർജ്ജമയുടെ ചുമതലയുള്ള സെക്ഷനിലായിരുന്നു ദീർഘകാലം അദ്ദേഹത്തിന്റെ ലാവണം. ആ പാവത്തിന്റെ തലയിൽ വച്ചു കെട്ടപ്പെട്ടിട്ടുള്ള 'ഹൗളറു'കൾക്കു കണക്കില്ല. പലതും ദുഷ്ടബുദ്ധികളുടെ കപോല കല്പിതമാണെന്നു വ്യക്തം. അഭിനവ രാമലിംഗം പിള്ളയുടെ തെന്നു പറയപ്പെടുന്ന സൃഷ്ടികൾ ചിലത് ഇങ്ങനെ:

കരിമരുന്ന് – Charcoal medicine
രക്തസാക്ഷി– Blood witness
പെൺകൊടികൾ– female flags
ചോരക്കുഞ്ഞ്– blood child
കരിവീരന്മാർ – charcoal heroes

കുറുപ്പദ്യത്തിന്റെ തലേലെഴുത്ത് (head letter) തന്നെയാണ് യൂണി വേഴ്സിറ്റി കോളേജിൽ പണ്ടു പണ്ടു പ്രൊഫസറായിരുന്ന ആദിവരാഹം അയ്യങ്കാർ സ്വാമിയുടേത്. (യഥാർത്ഥ പേര് ഇതല്ല) ശീമയിലെ അമ്മ ബ്രാന്റെ ഭാഷയുമായി കടുത്ത ശത്രുതയില്ലെങ്കിലും കാര്യമായ അടുപ്പ മൊന്നും പുലർത്താതിരുന്ന വിഡ്ഢിത്തങ്ങൾ നിരവധി. തലമുറതലമുറ കൈമാറി അവ ഇന്നും കെടാതെ സൂക്ഷിക്കപ്പെടുന്നു. ചില സൂക്തിര ത്നങ്ങൾ ഇപ്രകാരം.

പരീക്ഷണശാലയിൽ വച്ച് ടെസ്റ്റ് റ്റ്യൂബിൽ രാസവസ്തുക്കളെടുത്തു ചൂടാക്കാനായി നേരെ അങ്ങു ബുൻസൻ ബേണറിന്റെ ജ്വാലയിൽ കാണി ക്കരുത്. പൊട്ടിത്തെറിച്ച് അപകടമുണ്ടാകും; കുറേശ്ശെ ചൂടാക്കുകയേ പാടുള്ളൂ. ആ ആശയം സ്വാമിയുടെ മുഖത്തുനിന്നും പുറപ്പെട്ടത് ഇങ്ങ നെയായിരുന്നുവത്രെ–

ഡോണ്ട് ഹീറ്റ് ഇറ്റ്! ഹീീീറ്റ് ഇറ്റ്!

ഇന്നത്തെപ്പോലെ അന്നും തിരുവന്തോരത്തു വേനൽക്കാലത്തു കടുത്ത ജലക്ഷാമങ്ങളു തന്നെ. യൂണിവേഴ്സിറ്റി ഹോസ്റ്റൽ വാർഡനാ യിരുന്ന സ്വാമി, ഉണ്ടുതാമസക്കാർ പിള്ളേരെ ബോധവല്ക്കരിച്ചത് ഇപ്ര കാരം.

"ഡായ്! വാട്ടർ ഇസ് പ്രഷ്യസ് ഡോണ്ട് വെയ്സ്റ്റ് ഇറ്റ്. യു നോ വെൻ ഐ വാസ് എ സ്റ്റുഡന്റ് ഇൻ മദ്രാസ് പ്രസിഡൻസി കോളേജ്. ഐ യൂസ്ഡ് ടു ടേക്ക് ബാത്ത് ഇൻ എ ടിൻ ഓഫ് കെറസിൻ!

എന്തൊരു ഭീകരമായ കുളി! ഒരു മണ്ണെണ്ണപ്പാട്ട വെള്ളത്തിൽ ശൗചവും പല്ലുതേപ്പും ക്ഷൗരവും കുളിയും നനയുമൊക്കെ ഒരുക്കിയി രുന്നു എന്നേ പാവം ഉദ്ദേശിച്ചുള്ളൂ എന്നു വ്യക്തം.

കോളേജ് ആഡിറ്റോറിയത്തിൽ ഏതോ മുൻ പ്രിൻസിപ്പലിന്റെ എണ്ണ ച്ചായച്ചിത്രം ദിവാൻ അനാവരണം ചെയ്യുന്നു. മുൻവരിയിയിലിരുന്ന സ്വാമി ഒരു ദീർഘനിശ്വാസത്തോടെ തൊട്ടടുത്തിരുന്ന പ്രൊഫസർ വി കെ അയ്യ പ്പൻ പിള്ളയോടു പറഞ്ഞു.

"വൺ ഡേ ഐ വിൽ ആൾ സോ ബി ഹാങ്ങിങ് ഹിയർ. ഐ സപ്പോസ്!"

ഓക്സ്ഫഡ് സർവ്വകലാശാലയിൽനിന്നും ഒന്നാം ക്ലാസിൽ ഒന്നാ മനായി ഇംഗ്ലീഷ് സാഹിത്യത്തിൽ എം എ പരീക്ഷ പാസായ പരമ സാത്വികനായ അയ്യപ്പൻ പിള്ളസാർ ഈ സ്വാഗതം ശ്രവിച്ചു ബോധം കെട്ടു വീണു എന്നു പുരാവൃത്തം.

രാവിലെ പത്തിനു മണിയടിച്ചുകഴിഞ്ഞാൽ ആരെയും ക്ലാസിനു

വെളിയിൽ കണ്ടുപോകരുതെന്നു കടുത്ത ശിക്ഷണ ബോധക്കാരനായ സ്വാമിക്കു നിർബ്ബന്ധമായിരുന്നു. ഏതെങ്കിലും ഉഴപ്പനെ വെളിയിൽ കണ്ടാൽ വെടിയുണ്ട പോലെ ഉടൻ ചോദ്യം ഉതിരുന്നു.

"ഡായ്! വൈ ആർ യു റൊട്ടേറ്റിങ് ഇൻ ദ വരാന്ത?" (കറങ്ങി നട ക്കുന്നത് എന്തരടേ പയലേ!)

അദ്ധ്യാപകരുടെ കൂട്ടായ്മകളിൽ സ്വാഭിമാനം കൂടെക്കൂടെ അദ്ദേഹം പറഞ്ഞിരുന്നത്രെ.

"യു സീ അയാം എ വെരി സ്ട്രിക്ട് ടോട്ടലിറ്റേറിയൻ." മദ്യം തൊടു കപോലുമില്ലെന്നാണ് വിവക്ഷിതം.

പ്രൊഫസർ സ്വാമിയെ കടത്തിവെട്ടുന്ന ഒരു മന്ത്രി പണ്ടു പണ്ടു നമുക്കുണ്ടായിരുന്നു. തന്റെ ഇംഗ്ലീഷ് ഭാഷാപാണ്ഡിത്യം മാളോരുടെ മുമ്പിൽ വിളംബരം ചെയ്യാൻ കിട്ടുന്ന ഒരു സന്ദർഭവും അദ്ദേഹം പാഴാ ക്കിയിരുന്നില്ല. ഒരു മഹാസമ്മേളനത്തിൽ, ഇതര സംസ്ഥാനങ്ങളിൽ നിന്നും വന്നെത്തിയ അതിഥികളുടെ സാന്നിദ്ധ്യത്തിൽ മന്ത്രിവര്യൻ പ്രഖ്യാചിച്ചത്രെ:

"ദ ഒൺലി വേ ടു ഗെറ്റ് റിഡ് ഓഫ് കാസ്റ്റ് ഈസ് മ്യൂച്ചൽ ഈറ്റിങ് ആൻഡ് ടു ആൻഡ് ഫ്രോ മാര്യേജ്."

അതിഥികൾ വാ പിളർന്നിരുന്നു പോയി. ജാതി നശീകരണത്തിന് എത്ര അസാധാരണമായ മാർഗ്ഗം. മന്ത്രി അവർകൾ ഉദ്ദേശിച്ചതു പന്തി ഭോജനവും മിശ്രവിവാഹവുമാണെന്ന് എത്ര പരിഷകൾക്കു മനസ്സിലായി എന്നതു ചോദ്യം വേറെ.

അധികാരമൊഴിഞ്ഞു വെറും മുൻ മന്ത്രിയായിക്കഴിഞ്ഞ് തന്റെ പഴയ സുഹൃത്തായ ആലപ്പുഴ ഡെപ്യൂട്ടി കളക്ടർ എൻ പി ചെല്ലപ്പൻ നായർക്ക് ഒരു ശുപാർശക്കത്തു നല്കിയപ്പോഴും അദ്ദേഹം തന്റെ കടുത്ത ആംഗല ഭാഷാപ്രേമം വിട്ടിരുന്നില്ല.

"ദ ബെയറർ ഓഫ് ദിസ് ലെറ്റർ ഈസ് ഫ്രം മൈ ഓൺ പ്രൈവറ്റ് പാർട്ട്സ്" എന്നാണ് അദ്ദേഹം ശുപാർശക്കാരനെ വിശേഷിപ്പിച്ചത്! ഉദ്ദേശി ച്ചത് ഇത്രയേ ഉള്ളൂ. ഈ വരുന്ന പുഷ്പാംഗദൻ എന്റെ സ്വന്തം നാട്ടുകാ രനാകുന്നു. (പ്രൈവറ്റ് പാർട്ട്സ്കാരന് താനൊരു ശിപായി ലാവണം തര പ്പെടുത്തിക്കൊടുത്തു എന്ന് എൻ പി അവകാശപ്പെട്ടിരുന്നു)

അഞ്ചാറു പതിറ്റാണ്ടു മുൻപു വരെ മദ്ധ്യതിരുവിതാംകൂറിൽ വിദേശ മിഷണറിമാരുടെ 'ഉണർവ്വു' പ്രസംഗങ്ങൾ പതിവായിരുന്നു. അത്താഴ മൂണും കഴിഞ്ഞ് കുശാലായി ഒന്നുമുറുക്കി. ഓണാട്ടുകരക്കാരൻ ഗ്രാമീ ണർ സായിപ്പിന്റെ പ്രസംഗം കേൾക്കാൻ അച്ചൻകോവിലാറിന്റെ സമൃ ദ്ധമായ മണൽപ്പരപ്പിൽ വന്നു കൂടുന്നു. അജ്ഞാനികൾക്കു വേണ്ടി പ്രസംഗം ഓരോ വാക്യമായി പരിഭാഷപ്പെടുത്തിയിരുന്നത് കുഞ്ഞപ്പി എന്ന വയസ്സൻ ഉപദേശിയായിരുന്നു.

"സായിപ്പു പറയുന്നതെന്തെന്നാൽ" എന്നും പുട്ടിൽ തേങ്ങപ്പീര പോലെ ഇടയ്ക്കിടയ്ക്ക് ഒരു പ്രയോഗമുണ്ട്. അങ്ങനെയിരിക്കെ ഒരിക്കൽ

സായിപ്പ് ആവേശത്തോടെ പ്രസംഗിച്ചു.

"മൈ വൈഫ് ആന്റ് ഐ വെയർ വാക്കിങ് ത്രൂ എ ഡാർക്ക് ഫോറസ്റ്റ് ഇൻ ദ നൈറ്റ്."

ആവേശം ഒട്ടും ചോർന്നുപോകാതെ ഉപദേശി അലറി. (അന്ന് ഉച്ച ഭാഷിണി നടപ്പിൽ വന്നിട്ടില്ല)

"ഞാനും സായിപ്പിന്റെ ഭാര്യയും കൂടി രാത്രിയിൽ കൊടുംകാ ട്ടിൽക്കൂടി."

തികച്ചും അപ്രതീക്ഷിതമായ "ബ്രെയിക്കിങ് ന്യൂസ്" കേട്ടു ജനം ആർത്തട്ടഹസിച്ചു. അതിന് ഇങ്ങനെ അലറിച്ചിരിക്കാനും മാത്രം ഞാൻ ഫലിതമൊന്നും പറഞ്ഞില്ലല്ലോടോ കൂവേ എന്ന അർത്ഥത്തിൽ സായിപ്പ് ഉപദേശിയെ നോക്കി.

ഉപദേശിയും കാര്യം പിടികിട്ടാതെ മുന്നിലിരുന്നു തലയറഞ്ഞു ചിരി ക്കുന്ന പരീശരെയും ചുങ്കക്കാരെയും എടത്തുട്ടുകാരെയും തുറിച്ചു നോക്കി.

അവൻ വീണ്ടും വരുന്നു

പതിവുതെറ്റിക്കാതെ കാലാവസ്ഥാ പ്രവചന ആശാന്മാരെ പരിഹ സിച്ചുകൊണ്ട് ഇടവപ്പാതിയെത്തി.

ഒപ്പം "ഞാനും കൂടൊണ്ടേ!" എന്നു വിളിച്ചുകൂവിക്കൊണ്ട് കാല വർഷക്കെടുതികളുമെത്തി.

അനേകം പേർക്കു ജീവഹാനി. കന്നാലികൾ കൂട്ടത്തോടെ ചത്തൊ ടുങ്ങി. പള്ളിക്കുടങ്ങൾ, എഡ്യൂസാറ്റും സർവശിക്ഷാ അഭിയാനും ഡി പി ഇ പിയും ഉൾപ്പെടെ മൂക്കുകുത്തിവീണു. പിള്ളേർക്കു ഷേക്ഹാൻഡും ഒരുകപ്പു പാലും മുട്ടി. വമ്പിച്ച കൃഷിനാശം. ഭക്ഷ്യവിലയും നാണ്യവനും. ആയിരക്കണക്കിനു വീടുകൾ നിലംപൊത്തി. പാവങ്ങൾ കണ്ടിടത്തൊക്കെ ചേക്കേറി. സർവ്വത്ര പട്ടിണിയും രോഗവും. കളക്ടറും കഞ്ഞിവീഴ്ത്തും കടലാസിൽ മാത്രം.

കേന്ദ്രനെക്കണ്ടു സങ്കടം ബോധിപ്പിച്ച് പാടുകിടന്ന്, അലമുറയിട്ടു കാശുവാങ്ങിച്ചോണ്ടുവാ എന്നു പ്രതിപക്ഷവും മാധ്യമന്മാരും പതിവു പോലെ വിളിച്ചുകൂവി. സർക്കാരിന്റെ അനങ്ങാപ്പാറനയത്തെ അപലപിച്ചു. നാഴികയ്ക്കു നാല്പതു വീതം പ്രസ്താവനയിറക്കി. വമ്പിച്ച പ്രതിഷേധ മഹായോഗങ്ങൾ വിളിച്ചുകൂട്ടി. കമ്പിയും കമ്പിയില്ലാക്കമ്പിയും ഫാക്സും സെൽഫോണും പായിച്ചു. മന്ത്രിമാർക്കു നിവേദനങ്ങളും പരിവേദന ങ്ങളും കൊണ്ടു പൊറുതിമുട്ടി. എമ്മെല്ലേമാരും പഞ്ചായത്തെമ്മെല്ലേമാരും പിടികൊടുക്കാതെ മുങ്ങി.

പതിവു തെറ്റിക്കാതെ മുഖ്യമന്ത്രിയുടെ നേതൃത്വത്തിൽ മന്ത്രിമാരു ടെയും ഉദ്യോഗസ്ഥന്മാരുടെയും സംഘം ഡൽഹിയിലേക്കു തീർത്ഥയാത്ര പോയി. പ്രധാനമന്ത്രിതൊട്ടു സകല ദിവ്യന്മാരെയും കണ്ടു. കാണിക്ക യിട്ടു. പ്രദക്ഷിണം വച്ചു. കടുംപായസവും വെടിവഴിപാടും നടത്തി. ശില

യുമലിയുമോമനസ്വരത്തിൽ മലനാടിന്റെ, കദനകഥ അവതരിപ്പിച്ചു. പ്രധാനമന്ത്രിജിയും മറ്റുജികളും പതിവു മറുപടി നല്കി.

കാലവർഷക്കെടുതികൾ കുലങ്കഷമായി പഠിച്ച് കേന്ദ്രീയപ്രശം സനു റിപ്പോർട്ട് സമർപ്പിക്കാൻ ഒരു ടീമിനെ കെരാലാ ഇസ്റ്റേറ്റിലേക്ക് ഉടൻ അയക്കുന്നതാണ്. റിപ്പോർട്ട് വരട്ടെ ദേഖ്‌തെ ഹൈ. പാർക്കലാം.

ആഭ്യന്തര മന്ത്രാലയത്തിലെ ജയന്റ് സെക്രട്ടറി (ഗോസായിക്കു ജോയിന്റില്ല, ജയന്റേ ഉള്ളൂ) ഉണ്ടുവാലിയായുടെ നേതൃത്വത്തിൽ സംഘം പറന്നെത്തി. അഡോഡ്ഢാമാരുടെയും ചോപ്ഢാമാരുടെയും ചാവ്ളാമാരു ടെയും ഒരു പട. ചെല്ലക്കിളി എണ്ണം ഒന്നു മാത്രം. കൃഷിമന്ത്രാലയത്തിലെ ഡെപ്യൂട്ടി സെക്രട്ടറി മല്ലികാ ഷെരാവത്ത്.

ചീഫ് സെക്രട്ടറി കുഞ്ചുനായരുടെ നേതൃത്വത്തിൽ പ്രോട്ടോക്കോളും കീഴ്‌വഴക്കവുമനുസരിച്ച്, സെക്രട്ടറിമാരുടെ സൈന്യം കേന്ദ്രസംഘത്തെ വിമാനത്താവളത്തിൽ എതിരേറ്റു. വി ഐ പി ലൗഞ്ചിലെത്തി. ശൗചാ ലയം സന്ദർശിച്ചു ശങ്ക തീർത്തുമടങ്ങി. ഉപവിഷ്ടനായ ഉടൻ ഒരു ഗോസായി ചോദിച്ചു.

അക്കോമഡേഷൻ കഹാം ഹൈ? വെയർ വീ സ്റ്റേയിങ്?

രാജ്ഞിയുടെ ഇംഗ്ലീഷിനെ ക്രൂരമായി പീഡിപ്പിക്കുന്നതു കേട്ട് മുൻ ഇംഗ്ലീഷ് മുൻഷി കുഞ്ഞുനായരുടെ ഉള്ളുനീറി. മറുപടി പറയുന്നതിനു മുൻപ് മല്ലികക്കുട്ടി നയം വ്യക്തമാക്കി.

വീ പ്രിഫർ കോവാലം.

ച്ചാൽ കോവളമായാൽ മുഷിയില്ല്യ.

വോ. അവിടെത്തന്നെ അപ്പീ പൊറുതി. സർക്കാർ ഹോട്ടൽ സാഗര യിൽ നക്ഷത്രം മൂന്ന്.

ഒരു പച്ചച്ചിരിയോടെ മറ്റൊരു ചോപ്ഢാ ചോദിച്ചു.

"ഞങ്ങൾ സർക്കാർ അതിഥികളാണല്ലോ. അല്ലേ?"

വാലു പൊക്കുന്നതെന്തിനാണെന്നു കുഞ്ചുവിനു മനസ്സിലായി. ഒരു പൈസ ചെലവില്ലാതെ മൂക്കുമുട്ടെ ചിക്കനും മട്ടനും പാലട പ്രഥമനും കരിമീനാദി ഇതര വിശിഷ്ട ഭോജ്യങ്ങളും തട്ടുക. ഒരാഴ്ച അഖണ്ഡയ ജ്ഞം. ദിനബത്ത മിച്ചം. അച്ചിക്കു രണ്ടു കേരളസാരി തരാക്കാം. ശുഭം!

തീർച്ചയായും തീർച്ചയായും!

ശരവേഗത്തിൽ വന്നു അടുത്ത ചോദ്യം.

"പ്രോട്ടോക്കോൾജി, യെ ഠേഖ്‌ഡി കിതനീ ദൂർ ഹൈ?"

കാര്യം മനസ്സിലാക്കാതെ അഹിന്ദിവാലാ പ്രോട്ടോക്കോൾ ആഫീ സർ സുദർശനൻപിള്ള കുഞ്ചുവിനെ ദയനീയമായി നോക്കി. കാര്യം മന സ്സിലാക്കി കുഞ്ചു ശാന്തമായി പ്രതികരിച്ചു.

"വിഷമിക്കേണ്ട താങ്കൾ തീർച്ചയായും തേക്കടിയിൽ പോകുന്നുണ്ട്. ഏറ്റവും കൂടുതൽ കെടുതികൾ ഇടുക്കി ജില്ലയിലാണ്."

"നായർസാബ്! യെ കൊഠാകൾ ഹം ജായേംഗെ?"

ഹഹ! സാക്ഷാൽ കോട്ടയ്ക്കൽ ആര്യവൈദ്യശാലയിൽ കേറിക്കി

ടന്ന്, കെരളാ സർക്കാരിന്റെ ചെലവിൽ ഒരു കായകല്പ ചികിത്സ തരാവോ എന്നാണു ശോദ്യം!? വിസ്തരിച്ചുവേണ്ട സംഗ്രഹപ്പതിപ്പു മതി.

സംശയമെന്ത്? ദുരന്തങ്ങൾ മലപ്പുറം ജില്ലയിലും കുറവല്ല. പോയേ തീരൂ.

വാഹനങ്ങൾ കണ്ടപ്പോൾ കേന്ദ്രീയന്മാരുടെ മുഖം ഇരുണ്ടു?

അംബാസഡർ? വല്യകാറൊന്നും ഇല്ലേ്യടോ? ഒക്റ്റേവിയാ. എലാൻട്രാ. ടവേരാ ഇന്നോവാ?

കുഞ്ചുവിനു കലികയറി. കേരളത്തിന്റെ പ്രിയപ്പെട്ട മുഖ്യമന്ത്രി സഞ്ചരിക്കുന്നത് അംബാസഡറിലാണ്. പുഞ്ചിരി വരുത്തിക്കൊണ്ടു പറ ഞ്ഞു.

ഖേദിക്കുന്നു. ഇതു ചെലവുചുരുക്കലിന്റെ കാലമാണുജി!

വാതാനുകുൽ ഹൈ ക്യാ?

വാതം മാത്രമല്ല പിത്താനുകൂല്യം കഫാനുകൂല്യം ആണെന്നുറപ്പു കൊടുത്തു.

ഒരുതരത്തിൽ പരിഷകളെ സാഗരയിൽക്കൊണ്ടു കുടിയിരുത്തി. അത്താഴം വിഭവസമൃദ്ധമായിരിക്കണമെന്നു മാനേജർ ഇട്ടിച്ചെറിയായ്ക്കു കർശന നിർദ്ദേശം നല്കി. ഒന്നിനും ഒരു കുറവും വരരുത്.

അർദ്ധരാത്രിയോടടുത്തു നിദ്രയിലേക്കു വഴുതിവീണുകൊണ്ടിരുന്ന കുഞ്ചു ഫോണിന്റെ മണിയടികേട്ടു ഞെട്ടി.

അയാം അഡ്ഡോഡാ. എന്റെ ടീ വീൽ ഫാഷൻ ചാനൽ കിട്ടുന്നില്ല. മാനേജരോടു പറഞ്ഞിട്ടു നേരം വെളുക്കട്ടെന്ന് ഇതു സഗൗരവം വീക്ഷി ക്കണം.

വീക്ഷിക്കാമെന്നു കുഞ്ചു ഉറപ്പുകൊടുത്തു.

തീർന്നില്ല.

മല്ലികാജി രാത്രിയിൽ പതിവായി ആട്ടിൻപാലാണു കുടിക്കുന്നത്. അതു കിട്ടിയില്ല.

ഗാന്ധിശിഷ്യ പിണങ്ങരുതെന്നും നാളെ കട്ടായമായി കോലാ ട്ടിൻപാൽത്തന്നെ എത്തിക്കാമെന്നും ഉറപ്പു നല്കി. കുഞ്ചു മുണ്ടുരിഞ്ഞു തലവഴി പുതച്ചു. പുറത്തു തിരുവാതിര ഞാറ്റുവേലയ്ക്കു പെയ്യുന്ന തിരി മുറിയാത്ത മഴ.

പിറ്റേദിവസം രാവിലെ പ്രൊട്ടോക്കോൾപിള്ള മുഖം കാണിച്ചു. തല ചൊറിഞ്ഞു.

ചെമ്മീൻപരിപ്പ്, കശുവണ്ടി, ഏലയ്ക്കാ, പിന്നെ പച്ചക്കുരുമുളക് ഉപ്പി ലിട്ടത് ഇത്രേം ഓരോരുത്തർക്കും പ്രത്യേകം വേണമെന്ന്. തമിഴ്നാട്ടിലും ആന്ധ്രയിലുമൊക്കെ അങ്ങനെയാ നാട്ടുനടപ്പെന്ന്.

പതഞ്ഞുപൊങ്ങിയ ക്രോധം കുഞ്ചു അടക്കി. ക്രോധം പരിത്യജി ക്കേണം. ബുധജനം എന്നു രാവിലെ *രാമായണത്തിൽ* വായിച്ചതോർത്തു. അല്ലെങ്കിലും പാവപ്പെട്ട കേരളത്തിനു പത്തുചക്രം കിട്ടുന്ന കാര്യമാണ്. നീചന്മാരെ പിണക്കാൻ പാടില്ല.

ദുരിതബാധിതപ്രദേശങ്ങൾ കാണാൻ സംഘപരിവാർ യാത്രതി
രിച്ചോ പിള്ളേ?

സന്ദർശനം വെട്ടിച്ചുരുക്കി മൂന്നുദിവസമാക്കി. മൂരണ്ടാറു ജില്ലയേ
കാണാൻ പറ്റൂ എന്ന്. ബാക്കി റിപ്പോർട്ടുകളും വീഡിയോ സിനിമയും
കണ്ടു തീരുമാനിച്ചോളാമെന്ന്.

ശിവ ശിവ! മല എലിയെ പ്രസവിച്ചു എന്നു കേട്ടിട്ടേയുള്ളൂ. പ്രതി
ഷേധിച്ചിട്ടു കാര്യമില്ല. കർമ്മണ്യേവാധികാരസ്തേ. നാലാംപക്കം മുഖ്യ
മന്ത്രിയെ കാണൽ. ചായയും കശുവണ്ടിയും കൊച്ചുവർത്തമാനോം.
പിന്നെ ഔദ്യോഗികതലത്തിൽ 'റാപ്പപ്' സെക്ഷൻ. ഒടുവിൽ പഴയകാ
ലത്തു ജന്മി തലപ്പുലയനു വിഷുക്കൈനീട്ടം കൊടുക്കുന്നതുപോലെ
ആറ്റിക്കുറുക്കി ഉദാരമായ കേന്ദ്രസഹായം അസ്സൽ കാരോഡ്. എൺപതു
കോടി ഉലുവാ. അതും ഗ്രാന്റല്ല. വായ്പ. ബ്ലേഡു പലിശ.

ചെമ്മീൻ തുടങ്ങിയ ഉപഹാരങ്ങളുമായി വെട്ടുകിളികൾ തിരിച്ചു പറ
ന്നുകഴിഞ്ഞ്, ആശ്വാസത്തോടെ തന്റെ ചേംബറിലെത്തിയ കുഞ്ചുനായരെ
കാത്തിരുന്നത് ഹോട്ടൽ സാഗരയിലെ ബില്ലാണ്. വായിച്ചു കുഞ്ചു കഠി
നമായി ഞെട്ടി.

നാലു ദിവസത്തേക്ക് രണ്ടുലക്ഷം രൂപ!

വിശദാംശങ്ങളിലേക്ക് കടന്നു.

സ്പിരിറ്റ്സ് – രൂ. 46403.50

സിഗരറ്റ് – രൂപ 10117.75

ഡ്രൈക്ലീനിങ് – രൂപ. 17665.10

(മഹാപാപികൾ! കൗപീനംവരെ ക്ഷാളനം ചെയ്യിച്ചിരിക്കുന്നു.
കിട്ടിയ ലാക്കിന്)

കർക്കടകക്കഞ്ഞി – രൂ. 14327.70

പിഴിച്ചിൽ – രൂ. 23117.05

ഞവരക്കിഴി – രൂ. 19007.20

രസായനചികിത്സ – രൂ. 42290.15

ബില്ലു കണ്ടു മുഖ്യമന്ത്രിയും ഞെട്ടി. പരമശുദ്ധനും നർമ്മരസിക
നുമായ അദ്ദേഹം പതിവില്ലാതെ പൊട്ടിത്തെറിച്ചു.

"എന്താ നായരേ ഇത്? ഓൻ നമ്മുടെ ചെലവിൽ വലീം കുടീം സുഖ
ചികിത്സം നടത്തി. തേക്കടിലും ഗുരുവായൂരും പോയി. ഒടുവിൽ അറു
പിശുക്കു കാണിച്ച് എമ്പതുകോടി തന്നിട്ടുപോയിരിക്കുന്നു! വാടകേം
ശാപ്പാടുമല്ലാതെ ഒറ്റപ്പൈസ കൊടുത്തുപോകരുത്. റൈറ്റ്!"

കർമ്മണി വ്യജ്യതേ പ്രജ്ഞാ

ആയിരത്തിത്തൊള്ളായിരത്തി അൻപത്തിനാല് ജൂൺ മാസത്തിൽ ഞാൻ അന്നത്തെ ഇന്റർ മീഡിയറ്റ് കോളേജിൽ (ഇന്നത്തെ ആർട്സ് കോളേജ്) ഉന്നത വിദ്യാഭ്യാസമാരംഭിക്കുമ്പോൾ തിരുവിതാംകൂർ സർവ്വ കലാശാല 'മധുരപ്പതിനേഴി'ലെത്തിയിരുന്നു. 1959 മെയ് മാസത്തിൽ ഞാൻ ബി എ (ഓണേഴ്സ്) പരീക്ഷ ജയിച്ചു ബിരുദധാരിയായത് മൂന്നു വയ സ്സായ കേരള സർവ്വകലാശാലയിൽ നിന്നായിരുന്നു.

അക്കാലം ബിരുദദാന സമ്മേളനങ്ങൾ 'ആളകമ്പടികളോടും മേള വാദ്യഘോഷത്തോടും' ഗംഭീരമായി നടത്തിയിരുന്നു. 1959 ഒക്ടോബറി ലായിരുന്നു ഞങ്ങളുടെ ബിരുദദാനമെന്നാണോർമ്മ. കേന്ദ്രമന്ത്രിയും പണ്ഡിതനും എഴുത്തുകാരനും വിദ്യാഭ്യാസ വിദഗ്ദ്ധനുമായ പ്രൊഫ. ഹുമയൂൺ കബീർ (അദ്ദേഹത്തിന്റെ *മനുഷ്യരും നദികളും* എന്ന നോവൽ പ്രസിദ്ധമാണ്) ആയിരുന്നു സുദീർഘമായ ബിരുദദാനപ്രസംഗം നടത്തി യത്. സർവ്വകലാശാലാധികൃതർക്ക് വലിയ ജളതമുണ്ടാക്കിയ ഒരു സംഭവം അതുമായി ബന്ധപ്പെട്ട് നടന്നതോർക്കുന്നു. വിശിഷ്ടാതിഥിയുടെ പേര് 'ഹനുമാൻ കബീർ' എന്നാണ് ക്ഷണക്കത്തുകളിൽ അച്ചടിച്ചു വന്നത്! ഏതോ വിവരദോഷിയുടെ നോട്ടക്കുറവ്. മുഖ്യാതിഥി തന്നെ കലശലായി ക്ഷോഭിച്ചു– തന്റെ പേര് ഇത്രമാത്രം വികൃതവും വികലവു മായി അച്ചടിച്ചു പ്രചരിപ്പിക്കുന്നത് ആരും പൊറുക്കുകയില്ലല്ലോ. സ്വാഭാ വികമായും വീണുകിട്ടിയ അവസരം മാധ്യമങ്ങൾ കാര്യമായിത്തന്നെ ആഘോഷിച്ചു. (ദൃശ്യമാധ്യമങ്ങളും ചുടൻ ചർച്ചകളും മറ്റും വന്നതു പിന്നെയും നാലു പതിറ്റാണ്ടു കഴിഞ്ഞാണ്) പതിവുപോലെ ഒരു 'ഉന്ന തതല' അന്വേഷണവും ശിക്ഷണ നടപടിയുമൊക്കെ നടന്നു. ഏതോ തലയിലെഴുത്തു പിഴച്ച എൽ ഡി ക്ലാർക്കിന്റെയോ ടൈപ്പിസ്റ്റിന്റെയോ

ഒരു വാർഷിക ഇൻക്രിമെന്റിന്റെ താല്ക്കാലികമായ തടയലിൽ കഥ ശുഭ പര്യവസായിയായി അവസാനിച്ചു.

തിരുവിതാംകൂർ സർവ്വകലാശാലയ്ക്കു ജന്മം നല്കിയത് 'കിരാതൻ' എന്നു മാറാപ്പേരുള്ള, പ്രഗല്ഭ രാജ്യതന്ത്രജ്ഞനും ഭരണപടുവും ബഹു ശാസ്ത്ര പണ്ഡിതനുമായിരുന്ന ദിവാൻ സി പി രാമസ്വാമി അയ്യർ ആയി രുന്നു. തിരുവിതാംകൂറിനു സ്വന്തമായൊരു സർവ്വകലാശാല സ്ഥാപിക്കുക എന്ന ആശയം ഇരുപതാം നൂറ്റാണ്ടിന്റെ ആരംഭം മുതൽ സർക്കാരിന്റെ പരിഗണനയിലുണ്ടായിരുന്നു. 1913 ലെ തിരുവനന്തപുരം യൂണിവേഴ്സിറ്റി കോളേജിന്റെ (ഈ ലേഖകന്റെ മാതൃവിദ്യാലയം) വാർഷികാഘോഷച്ച ടങ്ങിൽ പ്രസംഗിക്കവേ, അവിടത്തെ ആദ്യത്തെ ഭാരതീയനായ പ്രിൻസി പ്പൽ എന്ന ബഹുമതിക്കർഹനായ കേരളപാണിനി പ്രൊഫ. എ ആർ രാജരാജവർമ്മ പറഞ്ഞു.

"അനുദിനം പുരോഗമിച്ചുകൊണ്ടിരിക്കുന്ന മലയാളക്കരയുടെ വർദ്ധി ച്ചുവരുന്ന ആവശ്യങ്ങൾക്കനുസൃതമായി, നമ്മുടെ കോളേജ് ഒരു പുതിയ സർവ്വകലാശാലയുടെ കേന്ദ്രമായി മാറുമെന്നും, പൗരസ്ത്യവും പാശ്ചാ ത്യവുമായ ആശയങ്ങളുടെ സംശ്ലേഷണത്തിനുള്ള വേദിയാകും അതെന്നും നമുക്ക് പ്രതീക്ഷിക്കാം." 1919 ൽ പ്രൊഫ. ഹോഡ്ജ്സൺ (അദ്ദേഹം യൂണിവേഴ്സിറ്റി കോളേജിലെ ഒരു മുൻ പ്രിൻസിപ്പൽ ആയി രുന്നുവെന്നാണോർമ്മ) അദ്ധ്യക്ഷനായ കമ്മിറ്റിയും പിന്നീട് കൃഷ്ണയ്യ ങ്കാർ കമ്മിറ്റിയും മദ്രാസ് സർവ്വകലാശാലയുമായുള്ള ബന്ധം വിടർത്തി ഒരുപുതിയ സർവ്വകലാശാല ആരംഭിക്കണമെന്ന് ശുപാർശ ചെയ്തു. പക്ഷേ, 1936 ൽ രാമസ്വാമി അയ്യർ തിരുവിതാംകൂറിന്റെ ഭരണസാരഥ്യം ഏറ്റെടുക്കുന്നതിനുശേഷമാണ് മൂർത്തവും ഊർജ്ജസ്വലവുമായ നടപ ടികൾ ഇക്കാര്യത്തിലുണ്ടായത്. മദ്രാസ് ഗവൺമെന്റിന്റെയും ഇന്ത്യാ ഗവൺമെന്റിന്റെയും ശക്തമായ എതിർപ്പിനെ മറികടന്ന് മുന്നോട്ടുപോ കാൻ അദ്ദേഹത്തിന്റെ ദൃഢനിശ്ചയത്തിനും ലക്ഷ്യബോധത്തിനും അച ഞ്ചലമായ ആത്മവിശ്വാസത്തിനും കഴിഞ്ഞു. മറ്റേതെങ്കിലും സ്ഥാപന വുമായി മത്സരിക്കാനുള്ളതല്ല നിർദ്ദിഷ്ട സർവ്വകലാശാലയെന്നും വിദ്യാ ഭ്യാസയോഗ്യതയുടെ കാര്യത്തിൽ മുൻപന്തിയിൽ നില്ക്കുന്ന തിരുവി താംകൂർകാരെ വ്യവസായത്തിലേക്കും ശാസ്ത്രീയമായ കൃഷിസമ്പ്രദാ യങ്ങളിലേക്കും തിരിച്ചു വിടാനുള്ള സർക്കാരിന്റെ പരിപാടിയുടെ ഭാഗ മാണതെന്നുമുള്ള അനിരോദ്ധ്യമായ വാദമായിരുന്നു സി പി മുഖ്യമായും മുമ്പോട്ടുവച്ചത്. അദ്ദേഹം തന്നെ നേരിട്ട് വൈസ്രോയി ലിൻ ലിത്ഗോ പ്രഭു, മദ്രാസ് പ്രസിഡൻസിയുടെ 'പ്രധാനമന്ത്രി'യായിരുന്ന രാജാജി തുടങ്ങിയവരോട് ചർച്ച നടത്തി അംഗീകാരം നേടി.

1937 നവംബർ ഒന്നാം തീയതിയായി സർ സി പിയുടെ പ്രതിഭാ സന്തതിയായി തിരുവിതാംകൂർ സർവ്വകലാശാല പിറന്നു. (വിഖ്യാത സംസ്കൃത പണ്ഡിതനായ സാംബശിവ ശാസ്ത്രിയുമായി ആലോചി ച്ചാണത്രെ സ്വയം സംസ്കൃത പണ്ഡിതനായ സി പി പഞ്ചതന്ത്രത്തിലെ

"കർമ്മണി വ്യജ്യതേ പ്രജ്ഞാ" (പ്രതിഭ വെളിച്ചം കാണുന്നത് പ്രവൃ
ത്തിയിലൂടെയാണ്) എന്ന സർവ്വകലാശാലയുടെ ആദർശസൂക്തം തെര
ഞ്ഞെടുത്തത്.

പുതിയ സർവ്വകലാശാലയുടെ ഭരണസംവിധാനം സാംഗോപാംഗ
മായിത്തന്നെ കെട്ടിപ്പടുത്തതിനുശേഷം ആദ്യത്തെ വൈസ് ചാൻസലർ
പദവി താല്ക്കാലികമായി ഏറ്റെടുത്ത സി പി ശ്രദ്ധ തിരിച്ചത്, സി വി
രാമനെയും മേഘനാദ് സാഹായെയും ശാന്തിസ്വരൂപ് നാഗറെയും പോലെ
ദേശീയതലത്തിൽത്തന്നെ ഏറ്റവും പ്രഗല്ഭരായ ശാസ്ത്രജ്ഞന്മാരുടെ
സേവനം അതിനു ലഭ്യമാക്കാനായിരുന്നു. അന്നുതന്നെ ഒരു ദാർശനിക
നെന്ന നിലയിലും ദേശികോത്തമനെന്ന നിലയിലും അന്തർദ്ദേശീയമായ
ആദരം നേടിയിരുന്ന ഡോ. രാധാകൃഷ്ണനെപ്പോലുള്ള വിദ്യാഭ്യാസ വിച
ക്ഷണന്മാരുടെയും ഉപദേശവും സഹായസഹകരണങ്ങളും അദ്ദേഹം
നേടി. ഒരു ഘട്ടത്തിൽ ലോകപ്രശസ്ത ശാസ്ത്രജ്ഞനായ സാക്ഷാൽ
ഐൻസ്റ്റൈനെപ്പോലും പുതിയ സർവ്വകലാശാലയിൽ പ്രൊഫസറായി
കൊണ്ടുവരാൻ സി പി ശ്രമിച്ചു. അദ്ധ്യാപനത്തിന്റെ മികവിനെ സംബ
ന്ധിച്ചിടത്തോളം ഇന്ത്യയിലെ മറ്റേതൊരു സർവ്വകലാശാലയ്ക്കും സമ
ശീർഷമായിരിക്കണം തിരുവിതാംകൂർ സർവ്വകലാശാല എന്ന കാര്യ
ത്തിൽ അദ്ദേഹത്തിന് നിർബ്ബന്ധമായിരുന്നു. ഒപ്പം പ്രമുഖ വ്യവസായി
അഴകപ്പച്ചെട്ടിയാരെപ്പോലുള്ള കോടീശ്വരന്മാരുമായി തനിക്കുള്ള വ്യക്തി
ബന്ധങ്ങളുപയോഗിച്ച് സർവ്വകലാശാലയ്ക്ക് ധാരാളം എൻഡൗവ്മെന്റു
കൾ സമ്പാദിക്കാനും അദ്ദേഹത്തിനു കഴിഞ്ഞു. ദിവാനെന്ന നിലയ്ക്ക്
തനിക്കു ലഭിച്ചിരുന്ന ശമ്പളത്തിൽനിന്ന് പ്രതിമാസം ആയിരം രൂപ
കാർഷിക ഗവേഷണം പ്രോത്സാഹിപ്പിക്കുന്നതിന് സർവ്വകലാശാലയുടെ
നിധിയിലേക്ക് സംഭാവന ചെയ്തുകൊണ്ട് സി പി ഒരു മാതൃക കാണിച്ചു.
സ്വന്തമായി അതിവിപുലമായ ഒരു ഗ്രന്ഥശാല. *ജേണൽ ഓഫ് ഇന്ത്യൻ
ഹിസ്റ്ററി* പോലുള്ള ആനുകാലികങ്ങൾ, സമഗ്രമായ ഒരു പ്രസിദ്ധീക
രണ വിഭാഗം ഇവയൊക്കെ രൂപവല്ക്കരിക്കാനും അദ്ദേഹം ശ്രദ്ധിച്ചു.
ഓക്സ്ഫോഡ് സർവ്വകലാശാലയുടെ മാതൃകയിൽ വിദ്യാർത്ഥികൾക്കു
വേണ്ടി ഒരു 'യൂണിവേഴ്സിറ്റി യൂണിയൻ' സി പി സ്ഥാപിച്ചു. ജീവന
ക്കാർക്കും ഉദ്യോഗസ്ഥർക്കും മെച്ചപ്പെട്ട സേവന വേതന വ്യവസ്ഥകൾ
ഏർപ്പെടുത്തി. കോഴ്സുകൾ പുനഃസംഘടിപ്പിച്ചു. (സി പി ആരംഭിച്ച
ഓണേഴ്സ് കോഴ്സുകൾ 1960 ൽ അവസാനിപ്പിച്ചത് വിവേകശൂന്യമായ
ഒരു 'പരിഷ്കാര'മായിരുന്നുവെന്നു വിലയിരുത്താതെ നിവൃത്തിയില്ല –
അക്കാദമിക് മികവിനേറ്റ കഠിനമായ ഒരാഘാതവും) ഇന്ന് അഖിലേന്ത്യാ
പ്രശസ്തി നേടിയ ഓറിയന്റൽ മാനുസ്ക്രിപ്റ്റ്സ് ലൈബ്രറി, ഗവേഷ
ണത്തിന്റെ പരമപ്രധാന്യം കണ്ടറിഞ്ഞ് ആരംഭിച്ച റിസർച്ച് ഇൻസ്റ്റിറ്റ്യൂ
ട്ടുകൾ ഇവയൊക്കെ ആ ക്രാന്തദർശിയുടെ സംഭാവനകളാണ്. സ്വകാര്യ
സംഘടനകൾക്കും കലാശാലകൾ ആരംഭിക്കുവാൻ അദ്ദേഹം മുക്തഹ
സ്തമായ പ്രോത്സാഹനവും സഹായവും നല്കി. അക്ഷരാർത്ഥത്തിൽ

മഹോദ്യമനായിരുന്ന സി പിയുടെ ദീർഘദൃഷ്ടിയും പ്രതിഭയും കർമ്മ
ക്ഷമതയും സാകല്യേന പ്രകടമായ മേഖലകളിലൊന്നായിരുന്നു ഉന്നത
വിദ്യാഭ്യാസം എന്നതു നിർവ്വിവാദമാണ്*

ഈ കുറിപ്പ് അവസാനിക്കുന്നതിനു മുമ്പ് ഒരുവസ്തുത കൂടി അനു
സ്മരിക്കാതെ വയ്യ. തിരുവിതാംകൂർ–കേരള സർവ്വകലാശാലകളുടെ സമ
ഗ്രമായ ചരിത്രം (ബൃഹത്തായ രണ്ടുവാല്യങ്ങളിൽ) സുദീർഘമായ ഗവേ
ഷണത്തിനും പഠനത്തിനും ശേഷം രചിച്ചത് ഈ ലേഖകന്റെ അഭിവ
ന്ദ്യഗുരുനാഥനും സുപ്രഥിതനായ ചരിത്രപണ്ഡിതനും ഗ്രന്ഥകാരനുമായ
പത്മഭൂഷൺ പ്രൊഫ. എ ശ്രീധരമേനോനാണ്. വർഷങ്ങളോളം ഈ
കൃതിയുടെ കൈയെഴുത്തുകോപ്പി സർവ്വകലാശാലയിലെ ഏതോ നില
വറയിൽ തള്ളിയിരിക്കുകയായിരുന്നുവത്രെ. 'കിരാത'നോട് പൂർണ്ണമായും
നീതി പുലർത്തുന്ന ആധികാരികമായ രണ്ടു ഗ്രന്ഥങ്ങളുടെ – ഇംഗ്ലീ
ഷിലും മലയാളത്തിലും– കർത്താവുകൂടിയാണ് ചരിത്രസത്യങ്ങളെ
എന്നും മുറുകെപ്പിടിച്ച ശ്രീധരമേനോൻ എന്ന ചരിത്രകാരൻ. സാമ്രാജ്യ
ത്വവാദിയെന്നും ദേശീയതാവിരുദ്ധനെന്നുമൊക്കെ ഉപരിപ്ലവമായ വില
യിരുത്തലുകളിൽ ഏറെ ഭർസിക്കപ്പെട്ട സി പിയുടെ തിരുവിതാംകൂർ
ദിവാനെന്ന നിലയിലുള്ള നേട്ടങ്ങളുടെ ഇതിഹാസകാരനായത്
വിരൽത്തുമ്പു വരെ ദേശാഭിമാനിയായ ശ്രീധരമേനോനാണെന്നത്
കൗതുകകരമായ ഒരു വസ്തുതയാണ്. അദ്ദേഹത്തിന്റെ കൃതിയുടെ
സുദീർഘമായ തമോഗർത്തവാസത്തിന് അതുമായി ബന്ധമുണ്ടെന്ന്
അഭ്യൂഹിക്കുന്നതിൽ തെറ്റുണ്ടെന്നു തോന്നുന്നില്ല. അതിന് ശാപമോക്ഷം
ലഭിച്ചത് എന്റെ പ്രിയസുഹൃത്തും അറിയപ്പെട്ട വൈദ്യശാസ്ത്ര വിദഗ്ധ
നുമായ ഡോ. ഇക്ബാൽ വൈസ് ചാൻസലറായപ്പോൾ മാത്രമാണ്. അദ്ദേ
ഹത്തിന്റെ ധൈര്യവും വിവേകവും സത്യാന്വേഷണതരയും മാത്രമാ
ണ് ഈ അമൂല്യമായ ചരിത്രരേഖയെ അകാലമൃത്യുവിൽനിന്നു രക്ഷി
ച്ചത്. ഭാവിതലമുറകൾ അതിന് ഡോ. ഇക്ബാലിനോടു കടപ്പെട്ടിരിക്കു
ന്നു.

പിൻമൊഴി

ഈയിടെ കേരള സർവ്വകലാശാല സിൻഡിക്കേറ്റിന്റെ ഒരു യോഗ
ത്തിൽ പ്രതിഷേധസൂചകമായി ഒരു അംഗം വൈസ് ചാൻസലറുടെ മേശ
പ്പുറത്ത് ചാടിക്കയറി അഷ്ടകലാശം ചവിട്ടിയെന്നു മാധ്യമ സിണ്ടിക്കേറ്റ്.
സംഭവം വിശദമായ സഗൗരവമായ ചർച്ച ആവശ്യപ്പെടുന്നു.

---

*	മുകളിൽ നല്കിയ വിശദാംശങ്ങൾക്ക് പ്രൊഫ. എ ശ്രീധരമേനോന്റെ *സർ സി പി
തിരുവിതാംകൂർ ചരിത്രത്തിൽ* എന്ന ഗ്രന്ഥത്തോട് കടപ്പാട്.
ഈ വർഷം പ്ലാറ്റിനം ജൂബിലി ആഘോഷിക്കുന്ന തിരുവനന്തപുരം എഞ്ചിനീയ
റിങ് കോളേജ് 63 സീറ്റുകളോടെ സ്ഥാപിച്ചതും (1939 മെയ് 2) ആദ്യത്തെ പ്രിൻസി
പ്പലായി പ്രഗല്ഭനായ ഇലക്ട്രിക്കൽ എഞ്ചിനീയർ മാത്യുമാനെ നിയമിച്ചതും ക്രാന്ത
ദർശിയായ സി പി തന്നെ.

1. പരാമർശവിഷയമായ, അതിബലിഷ്ഠമായ മേശ, ബഹു. മെമ്പ റുടെ അതിഘോരമായ താണ്ഡവനൃത്തം താണ്ടിയിരിക്കുന്നു. ടി മേശ ഒന്നാന്തരം എങ്കക്കാടൻ ഈട്ടികൊണ്ട് നിർമ്മിച്ചതായിരിക്കണം. ജന കീയം വരുംമുമ്പ് കിരാതന്റെ കാലത്തു പണിയിച്ചത്. സർവ്വകലാശാല യെപ്പോലെ ടിയാനും പ്ലാറ്റിനം ജുബിലിയിലെത്തിക്കാണും. മേശ പുരാ വസ്തുവകുപ്പിന് കൈമാറണം.

2. ബഹു. മെമ്പർ മേശമേൽ നടത്തിയതു തുള്ളലാണോ? ആണെ ങ്കിൽ ഒട്ടനോ പറയനോ ശീതങ്കനോ? സർവ്വകലാശാല മലയാള വിഭാ ഗത്തിലെ ഏതെങ്കിലും തുള്ളൽ വിദഗ്ദ്ധൻ (യു ജി സി തന്നെ വേണം) അടിയന്തരമായി അന്വേഷിച്ച് റിപ്പോർട്ട് നല്കണം.

3. ഇനി തുള്ളലല്ല, ക്ലാസിക് പാരമ്പര്യത്തിലുള്ള നൃത്തം വല്ലതുമാ ണെങ്കിൽ – കഥകളി (കല്ലടിക്കോടനോ കപ്ലിങ്ങാടനോ) ഭരതനാട്യം (വഴു വൂർ ശൈലിയോ പന്തനല്ലൂർ ശൈലിയോ), മോഹിനിയാട്ടം (പാറുക്കുട്ടി യമ്മ ശൈലിയോ, ചിന്നമ്മ ശൈലിയോ) കുച്ചിപ്പുടി (ഏതു ബ്രാൻഡ്? വേമ്പട്ടി ചിന്ന സത്യമോ പെരിയ സത്യമോ?) മണിപ്പൂരി, കഥക് ഏതാ യാലും വേണ്ടതില്ല. വിശദമായ പഠനം നടത്തി റിപ്പോർട്ട് നല്കാൻ കേരള സംഗീത നാടക അക്കാദമിയോട് ആവശ്യപ്പെടണം.

4. ബഹു. മെമ്പറുടെ നടനത്തെത്തുടർന്ന് യോഗത്തിൽ കാര്യപരി പാടിയിൽ ഉൾപ്പെട്ടിട്ടില്ലാതിരുന്ന അജണ്ടാ ഐറ്റമായി കലശലായ പൂര പ്പാട്ടും കൈയ്യാങ്കളിയും ഉണ്ടായത്രെ. വംശനാശം നേരിടുന്ന, മലയാള ത്തനിമയാർന്ന കൈയ്യാങ്കളി, പൂരപ്പാട്ട് എന്നീ അനുഷ്ഠാനകലകൾക്ക് സർവ്വകലാശാലയിൽ ഒട്ടും വൈകാതെ ഓരോ വകുപ്പ് തുടങ്ങേണ്ടതാണ്. കേന്ദ്ര സംഗീത നാടക അക്കാദമിയുടെയും യുനെസ്കോ (പൈതൃക വിഭാഗം) യുടെയും സാമ്പത്തിക സഹായം അടിയന്തരമായി തേടേണ്ട താണ്.

ഈയിടെ ഒരു പുതിയ വിജ്ഞാനശകലത്തിന്റെ വെളിച്ചം കിട്ടി.

യൂണിവേഴ്സിറ്റി ഗ്രാന്റ് കമ്മീഷന്റെ തിട്ടൂരങ്ങളിൽ എന്തുതന്നെ പറഞ്ഞിരുന്നാലും, ഒരു സർവ്വകലാശാലയിലും ആദ്യത്തെ വൈസ് ചാൻസലർക്ക് യോഗ്യതകളൊന്നും ആവശ്യമില്ല!

ച്ചാൽ, പത്താംക്ലാസും ഗുസ്തിയും ദഫ്മുട്ടും മാത്രമായാലും മുഷി യില്ലത്രെ!

ഒരു സംശയം.

വീസീക്ക് യോഗ്യതയൊന്നും വേണ്ടെങ്കിൽ സിൻഡിക്കേറ്റന്മാർക്കും സെനറ്റന്മാർക്കും യോഗ്യതയേ വേണ്ടെന്നു പ്രത്യേകം പറയേണ്ട തുണ്ടോ?

അർത്ഥാപത്തിയതോ പിന്നെ–
ച്ചൊല്ലാനില്ലെന്ന യുക്തി താൻ;
നിൻ മുഖം ചന്ദ്രനെ വെന്നു,
പദ്മത്തിൽ കഥയെന്തുവാൻ

"എന്നല്യോ ഇച്ചേച്ചീ, ഓണാട്ടുകരക്കാരൻ കേരള പാണിനിത്തമ്പു രാൻ പറഞ്ഞിരിക്കുന്നത്?"

"പിന്നല്യോ കുഞ്ഞോ! ഈ ബുദ്ധീം വിവരോം നമ്മുടെ ഓണാട്ടു കരക്കാർക്കല്ലാതെ തോന്നുമോ?"

"നമ്മടെ മണ്ണിന്റെ ഗുണം, അല്യോ ഇച്ചേച്ചീ?"

"അതോ അച്ചൻകോവിലാറ്റിൽക്കൂടെ വീശിവരുന്ന കാറ്റിന്റെ ഗുണ മാണോ അയ്യാ?"

ഒരടിക്കുറിപ്പുകൂടി:

"മാറ്റേറും നൽക്കനകകലശം വെന്റെ പോർക്കൊങ്കതാങ്ങി" എന്ന *ഉണ്ണുനീലി* സന്ദേശത്തിലെ പരാമർശം കേട്ടിട്ട് ഒരുതൊഴിൽ വകുപ്പുദ്യോ ഗസ്ഥന്റെ കമന്റ്.

"പേർ കൊങ്കതാങ്ങിയത് അങ്ങു കണ്ടിയൂരായതു നന്നായി സാറേ! ഇങ്ങു തിരുവോന്തരത്തായിരുന്നേല് നോക്കുകൂലി ചോദിച്ചേനേം!"

നൂറുമേനി

കഴിഞ്ഞ സർക്കാരിന്റെ അവസാനവർഷം നിരന്തരമായ, പ്രാകൃ
തമായ ഒട്ടനവധി അഴിമതിക്കഥകൾ കൊണ്ടു മലീമസമായിരുന്നു. അവ
യുടെ ഒടുങ്ങാത്ത പരമ്പര – സോളാർ, മെത്രാൻ കായൽ, ഹോപ്പ് പ്ലാന്റേ
ഷൻ, ജഗദ്ഗുരു സന്തോഷ് മാധവനു സമർപ്പിച്ച ഭൂദാന ഭിക്ഷ, മിക്ക
മന്ത്രിമാരുടെയും പേരിൽ ഉയർന്നുവന്ന 'തേഡ് ഡിഗ്രി' അഴിമതി ആരോ
പണങ്ങൾ – കണ്ടും കേട്ടും പൊറുതിമുട്ടിയ ജനലക്ഷങ്ങൾ നടത്തിയ
നിർണ്ണായകമായ ഒരു തിരഞ്ഞെടുപ്പിന്റെ സോദ്ദേശ്യമായ ബോധപൂർവ്വ
മായ ഒരുശുദ്ധീകരണ ശ്രമത്തിന്റെ ഫലമായാണ് പിണറായി വിജയൻ
നയിക്കുന്ന ഇടതുമുന്നണി വമ്പിച്ച ഭൂരിപക്ഷത്തോടെ അധികാരത്തിലെ
ത്തിയത്.

രണ്ടുവർഷം എന്നത് ഒരു സർക്കാരിന്റെ ഭരണഘടനാ നിർണ്ണീത
മായ കാലയളവിൽ പകുതിപോലും ആകുന്നില്ലെന്നറിഞ്ഞു കൊണ്ടുത
ന്നെയാണ് ഈ കുറിപ്പെഴുതുന്നത്. തെറ്റുകൾ തിരുത്തിക്കൊണ്ടും വീഴ്ച
കൾ പരിഹരിച്ചുകൊണ്ടും കൂടുതൽ ജനക്ഷേമകരമായ പദ്ധതികൾ
ആവിഷ്കരിച്ചു നടപ്പാക്കിക്കൊണ്ടും ആത്മവിശ്വാസത്തോടെ, കെട്ടുറപ്പോ
ടെ, ഇനിയുള്ള മൂന്നുവർഷത്തെ ഭരണം വിജയകരമായി പൂർത്തിയാ
ക്കാൻ 'ടീം പിണറായി'ക്കു കഴിയുമെന്നു വിശ്വസിക്കുന്ന ഇവിടത്തെ
സാധാരണക്കാരിലൊരാളെന്ന നിലയിലാണ് മുഖ്യമായും ഈ വിലയി
രുത്തലിന് ഉദ്യമിക്കുന്നതെന്നു സവിനയം സൂചിപ്പിക്കട്ടെ.

ഈ സർക്കാരിന്റെ ഏറ്റവും ശ്രദ്ധേയമായ മികവ് 'യു എസ് പി'
എന്ന് ഇംഗ്ലീഷിൽ പറയുന്ന ആ സുവർണ്ണഘടകം മുഖ്യമന്ത്രിയുടെയും
സഹമന്ത്രിമാരുടെയും സംശയാതീതമായ അഴിമതിവിരുദ്ധ പ്രതിച്ഛായ
തന്നെയാണെന്നു ഞാൻ കരുതുന്നു. ഒറ്റപ്പെട്ട പാളിച്ചകളും വ്യക്തിപര

മായ അപഭ്രംശങ്ങളും മാറ്റിനിർത്തിയാൽ, ഈ നിർണ്ണായകമായ മാനദ
ണ്ഡത്തെ സംബന്ധിച്ചിടത്തോളം കഴിഞ്ഞ സർക്കാരിന്റേതിനേക്കാൾ
അടിസ്ഥാനപരമായിത്തന്നെ എത്രയോ വിഭിന്നമാണ് ഈ സർക്കാരിന്റെ
സ്വഭാവവും പ്രവർത്തനശൈലിയുമെന്നു രാഷ്ട്രീയതിമിരം ബാധിച്ചിട്ടില്ലാ
ത്തവർക്കു കാണാൻ പ്രയാസമില്ല. "മുഖ്യമന്ത്രി പിണറായി വിജയൻ
ഒരു നിമിഷം വൈകാതെ ജനങ്ങളോടു മാപ്പു പറഞ്ഞു രാജിവച്ചു ജന
വിധി തേടണം" എന്നു ദിവസംതോറും കോട്ടയ്ക്കകത്തെ പഴയ
മേത്തൻമണി അടിക്കുന്ന കൃത്യതയോടെ നടന്നുവരുന്ന ആക്രോശം
ആധുനിക മനശ്ശാസ്ത്രജ്ഞൻമാർ പറയുന്ന ഒരു 'കണ്ടിഷൻഡ് റിഫ്ള
ക്സി'നപ്പുറം യുക്തിഭദ്രവും വസ്തുനിഷ്ഠവുമായ വിമർശനമാണെന്ന്
ആ ആക്രോശം ഉയർത്തുന്ന 'മുതിർന്ന' നേതാവിനോ അദ്ദേഹത്തിന്റെ
വിശ്വസ്തരായ അനുയായികൾക്കോ അവകാശവാദമുണ്ടെന്നു തോന്നു
ന്നില്ല.

"കണിക്കൊന്നയല്ലേ, വിഷുക്കാലമല്ലേ,
പൂക്കാതിരിക്കാനെനിക്കാവതല്ലേ"

എന്ന് അയ്യപ്പപ്പണിക്കർ സാർ ചോദിച്ചതുപോലെ എനിക്കാവതല്ലേ,
ആരോപണങ്ങളുയർത്താതിരിക്കാൻ എനിക്കാവതല്ലേ എന്നുമാത്രം നമ്മ
ളൊക്കെ ധരിച്ചാൽ മതി, എന്ന് അദ്ദേഹം പോലും കരുതുന്നതുപോലെ
പലപ്പോഴും തോന്നിപ്പോകുന്നു. എന്നേ കാലഹരണം എന്ന ദുർബ്ബല
മായ ഈ രാഷ്ട്രീയശൈലീ ഗൗരവത്തിലെടുക്കേണ്ടതില്ല എന്നർത്ഥം.

പിണറായി സർക്കാരിന്റെ ഇതഃപര്യന്തമുള്ള പ്രവർത്തനത്തെ ശ്രദ്ധേ
യമാക്കുന്ന രണ്ടാമത്തെ ഘടകം, പൂർണ്ണമായും ജനപക്ഷത്തു നില്ക്കുന്ന
ഒരു സർക്കാരാണിതെന്ന ബോദ്ധ്യം സാമാന്യജനങ്ങളിൽ സൃഷ്ടിക്കാൻ
കഴിഞ്ഞു എന്നതാണ്: പ്രമുക്തിയും പരിഹാരവുമില്ലാത്ത ഒരു കൊടിയ
ശാപം പോലെ അധികാരത്തിലെത്തുന്ന സമസ്ത സർക്കാരുകളെയും
ബാധിക്കുന്ന, അതിശക്തമായ സ്ഥാപിതാല്പര്യങ്ങളുടെ നീതിരഹി
തമായ, ജനവിരുദ്ധമായ, അഴിമതിയുടെ ദുർഗ്ഗന്ധം ഉദ്ഭമിക്കുന്ന ദുഃസ്വാ
ധീനത്തിൽ നിന്ന് ഏറക്കുറെ ഒഴിഞ്ഞുനില്ക്കാൻ അതിനു കഴിഞ്ഞു
എന്നതാണ്. ഇതിനുമുമ്പ് അധികാരത്തിലെത്തിയ ഇടതുപക്ഷ സർക്കാ
രുകളുടെ പോലും പ്രതിച്ഛായയ്ക്കു സാരമായ മങ്ങലേല്പിച്ച ഈ ഘട
കത്തെ ഒരു വലിയ അളവിൽ ഒഴിവാക്കാൻ കഴിഞ്ഞത് ഈ സർക്കാ
രിന്റെ നിസ്സാരമായ നേട്ടമല്ല. സർക്കാരിന്റെ ഏതു നയപരിപാടിയെയും
(സാധാരണ ഭരണനടപടികളെപ്പോലും) ദുർവ്യാഖ്യാനം ചെയ്ത്, ഏതെ
ങ്കിലും ബാഹ്യസ്വാധീനവുമായി ബന്ധപ്പെടുത്താനുള്ള വ്യഗ്രതയെ
വിസ്മരിച്ചിട്ടല്ല ഇതെഴുതുന്നത്. പക്ഷേ, ഒന്നു പറയാതെ വയ്യ. ദുരുപദി
ഷ്ടവും അന്തസ്സാരശൂന്യവും തീർത്തും അടിസ്ഥാനരഹിതവുമായ
അത്തരം ആരോപണങ്ങളെ അവഗണിക്കുന്നതോടൊപ്പം അവ ഉയർന്നു
വരാനുള്ള സാദ്ധ്യതകളെയും സാഹചര്യങ്ങളെയും മുൻകൂട്ടി കണ്ടെത്തി

ഭരണകർത്താക്കൾ അവ സശ്രദ്ധം ഒഴിവാക്കിയേ തീരൂ. (സീസറിന്റെ ഭാര്യയെക്കുറിച്ചുള്ള പഴയ ക്ലീഷേ ആവർത്തിക്കുന്നില്ല)

ചില മന്ത്രിമാരുടെയെങ്കിലും പ്രകടമായ പ്രവർത്തനമികവ് ഈ സർക്കാരിന്റെ മുഖ്യമായ ഒരു 'പ്ലസ് പോയിന്റ്' ആണെന്നതിനു സംശ യമില്ല. താരതമ്യം എപ്പോഴും അനർത്ഥകാരണമാണെന്ന ഷേക്സ്പി യർ മഹാകവിയുടെ മുന്നറിയിപ്പ് സ്മരിച്ചുകൊണ്ടുതന്നെ പറയട്ടെ, ഡോ. തോമസ് ഐസക്, മാത്യു ടി തോമസ്, ജി സുധാകരൻ, സുനിൽകു മാർ എന്നീ മന്ത്രിമാരുടെ പകുതയാർന്ന 'റിസൽറ്റ് ഓറിയെന്റഡ്' പ്രവർത്തനശൈലിയിലെ പ്രൊഫഷണലിസവും പ്രവർത്തനമേഖലയെ ക്കുറിച്ചുള്ള അവഗാഹവും തളരാത്ത കർമ്മകുശലതയും പ്രത്യേക പരാ മർശമർഹിക്കുന്നു. തരംതാണ 'പബ്ലിസിറ്റി ഹൈപ്പി'ൽനിന്നും ബോധ പൂർവ്വം ഒഴിഞ്ഞു നില്ക്കുന്ന അവരുടെ അന്തസ്സുറ്റ ശൈലി ജനങ്ങൾ ശ്രദ്ധിക്കാതെ പോയിട്ടില്ല. അവരുടെ വകുപ്പുകളുടെ പ്രവർത്തനത്തിലെ പ്രകടമായ പുരോഗതിയും ഗുണപരമായ ഉയർച്ചയും കാണാതിരുന്നു കൂടാ. ഒരു കാര്യം പ്രത്യേകം പറയട്ടെ. കഴിഞ്ഞ സർക്കാരിന്റെ കാലത്ത് അഴിമതിയുടെ തമോഗർത്തത്തിൽ ആണ്ടുകിടന്ന പൊതുമരാമത്തു വകു പ്പിന്, വിവരവും തന്റേടവുമുള്ള ഒരു മന്ത്രി ഇന്നുണ്ടെന്നും അദ്ദേഹത്തിനെ വിലയ്ക്കുവാങ്ങാൻ കഴിവുള്ള ഒരു ശക്തിയുമില്ലെന്നും സാധാരണക്കാർ ആശ്വാസത്തോടെ കാണുന്നു.

ഇനി 'ഡെബിറ്റ് സൈഡി'ലേക്കു കടക്കാം. മന്ത്രിമാരെ തെരഞ്ഞെ ടുക്കുന്നതിൽ മുഖ്യമന്ത്രിക്കുള്ള പരിമിതികളും പാരതന്ത്ര്യങ്ങളും ഓർത്തുകൊണ്ടുതന്നെ പറയട്ടെ, ചില മന്ത്രിമാരുടെയെങ്കിലും മോശ പ്പെട്ട പ്രകടനവും സ്വന്തം വകുപ്പിനെക്കുറിച്ചുപോലുമുള്ള അജ്ഞതയും ഉദ്യോഗസ്ഥരോടുള്ള അമിതവും അപകടസാദ്ധ്യതയുമുള്ളതുമായ വിധേ യത്വവും കാണുമ്പോൾ ഭരണകക്ഷിയിൽപ്പെട്ട വിശേഷിച്ചും മാർക്സിസ്റ്റ് പാർട്ടിയിൽപ്പെട്ട, പരിചയസമ്പത്തും പ്രതിഭാബലവും ഉയർന്ന സ്വീകാ ര്യതയുമുള്ള ചില നിയമസഭാംഗങ്ങൾക്കു മന്ത്രിസഭയിൽ ഇടംകിട്ടാതെ പോയതിൽ ഖേദം തോന്നാറുണ്ട്. ഒന്നാം ഇ എം എസ് മന്ത്രിസഭയോ ളമോ അച്ചുതമേനോന്റെ മന്ത്രിസഭയോളമോ വന്നില്ലെങ്കിലും ഒരു 'മിനിസ്ട്രി ഓഫ് ടാലന്റ്സ്' ബുദ്ധിമുട്ടില്ലാതെ പിണറായി വിജയനു കണ്ടെത്താൻ കഴിയുമായിരുന്നു എന്ന തോന്നൽ ഒഴിവാക്കാൻ സാധി ക്കുന്നില്ല.

മന്ത്രിമാർ അഴിമതിക്കതീതരായിരിക്കുമ്പോൾത്തന്നെ. 'എസ്റ്റാബ്ലി ഷ്മെന്റ്' എന്ന മുഖമില്ലാത്ത മഹാസത്യത്തെ സംബന്ധിച്ചിടത്തോളം അഴിമതിയുടെ രൂക്ഷതയിലോ വ്യാപ്തിയിലോ യാതൊരു മാറ്റവും പ്രക ടമായിട്ടില്ലെന്നു ഖേദപൂർവ്വം ചൂണ്ടിക്കാണിക്കട്ടെ. 'കട്ടിങ് എജ് ലവൽ' എന്നു വ്യുപദേശിക്കപ്പെടുന്ന സാമാന്യജനങ്ങളുടെ നിത്യജീവിതവുമായി ഏറ്റവുമടുത്തു ബന്ധപ്പെട്ട പ്രാഥമിക സ്ഥാപനങ്ങളിൽനിന്ന് - പൊലീസ് സ്റ്റേഷൻ, വില്ലേജ് ഓഫീസ്, പഞ്ചായത്താഫീസ് രാഷ്ട്രീയമോ സാമ്പ

ത്തികമോ വ്യക്തിപരമോ ആയ സ്വാധീനമില്ലെങ്കിൽ നീതി ലഭിക്കാൻ ഏറെ വൈകുമെന്നോ ലഭിക്കുകയേ ഇല്ലെന്നോ ഉള്ള ചിരപ്രരൂഢമായ വിശ്വാസം ജനങ്ങളിൽ ഇന്നും മാറ്റമില്ലാതെ നിലനില്ക്കുന്നു. "കാശു കൊടുക്കാതെ ഇവിടെ വല്ലോം നടക്കുമോ സാറേ?" "റേഷനരി വാങ്ങാൻ കാശില്ല. പിന്നാ കൈക്കൂലി കൊടുക്കുന്നത്?" എന്ന പഴയ ദയനീയമായ വിലാപം ഇന്നും നാം നിരന്തരം കേൾക്കുന്നു. കൂടുതൽ ശക്തമായ പഴു തില്ലാത്ത അഴിമതിവിരുദ്ധ നടപടികൾക്കൊപ്പം നടപടിക്രമങ്ങൾ ഇന്ന ത്തേതിലും വളരെയേറെ ലഘൂകരിക്കുന്നതിനും യുക്തിസഹമാക്കുന്ന തിനും പരമപ്രാധാന്യം നല്കേണ്ടിയിരിക്കുന്നു.

ആരും പരിഭവിക്കരുതെന്ന വിനീതമായ പ്രാർത്ഥനയോടെ പറയട്ടെ, ചില വാക്കുകൾക്കു കഴിഞ്ഞ രണ്ടുവർഷത്തിനിടയിൽ ഭരണമണ്ഡല ത്തിൽ എന്തെങ്കിലും 'ഇംപാക്ട്' ഉണ്ടാക്കാൻ കഴിഞ്ഞോ എന്ന സംശ യമാണ്. വനം, വ്യവസായം, തൊഴിൽ, സാമൂഹ്യനീതി, ഭവനനിർമ്മാണം, വിദ്യുച്ഛക്തി, പൊതുവിതരണം എന്നീ വകുപ്പുകളുടെ പ്രവർത്തനത്തിനു തിളക്കം പോരെന്നു പറയാതെ വയ്യ. വിദ്യാഭ്യാസവകുപ്പിനെക്കുറിച്ചു രണ്ടു പരാതികളുണ്ട്. ഉന്നതവിദ്യാഭ്യാസരംഗത്തു ദശാബ്ദങ്ങളായി നില നില്ക്കുന്ന ദേശീയ താരതമ്യത്തിൽപ്പോലും നമ്മുടെ സ്ഥാപനങ്ങളെ മോശമാക്കുന്ന അവ്യവസ്ഥിതികൾക്കു മാറ്റം വന്നിട്ടുണ്ടോ എന്നു സംശ യമാണ്. സ്കൂൾ വിദ്യാഭ്യാസത്തിന്റെ കാര്യം പരമദയനീയമാണ്. നില വാരം താഴോട്ടു പോകുന്നതു കൂടാതെ (കവി ബാലചന്ദ്രൻ ചുള്ളിക്കാ ടിന്റെ 'ഷോക്ക് ട്രീറ്റ്മെന്റ്' അനുസ്മരിക്കുക) അദ്ധ്യാപക നിയമനങ്ങ ളിൽ അരനൂറ്റാണ്ടായി നിർബ്ബാധം നിലനില്ക്കുന്ന കൊടിയ അഴിമതിക്കും നീതിനിഷേധത്തിനും വല്ല കുറവുമുണ്ടോ? (മുൻ വിദ്യാഭ്യാസമന്ത്രി എം എ ബേബി പ്രത്യേക താല്പര്യമെടുത്ത് നിയമിച്ച ഈ ലേഖകൻ അദ്ധ്യ ക്ഷനായിരുന്ന കെ ഇ ആർ പരിഷ്കരണസമിതിയുടെ ബൃഹത്തായ റിപ്പോർട്ടിൽ പ്രതിവിധികളുൾപ്പെടെ വിശദമായി ചർച്ച ചെയ്തിട്ടുള്ള ഈ വിഷയത്തെക്കുറിച്ചു കൂടുതലെഴുതുന്നില്ല)

റവന്യൂ വകുപ്പിന്റെ പ്രവർത്തനം തീർത്തും നിരാശാജനകമാണെന്നു പറഞ്ഞേതീരൂ. ഒരു മുൻമന്ത്രി കായൽ വെട്ടിപ്പിടിക്കാൻ നടത്തിയ ശ്രമത്തെ കേന്ദ്രീകരിച്ചുള്ള വിവാദത്തിലും നിയമയുദ്ധത്തിലും നഷ്ടമാ യതു സർക്കാരിന്റെ പ്രതിച്ഛായയാണ്. ഇടുക്കി ജില്ലയിലെ കുപ്രസിദ്ധ മായ അതിശക്തമായ കൈയേറ്റലോബിയെ നിയന്ത്രിക്കുന്നതിലും അവ രുടെ ഞെട്ടിക്കുന്ന നിയമലംഘനങ്ങൾ അവസാനിപ്പിക്കുന്നതിലും സർക്കാർ പരാജയം സമ്മതിച്ചിരിക്കുകയാണോ എന്നു സംശയം തോന്നുന്നു. മാധ്യമ റിപ്പോർട്ടുകൾ പതിവായി ശ്രദ്ധിക്കുന്നവർക്കു വിശ ദാംശങ്ങൾ നല്കേണ്ടതില്ല. വയനാട് ജില്ലയിലെ അവസ്ഥയും വിഭിന്ന മല്ല. കൈയേറ്റലോബിയുടെ അഴിമതിക്കും താൻ പോരിമയ്ക്കും തടയി ടാൻ ശ്രമിച്ച ചില യുവ ഐ എ എസ് ഉദ്യോഗസ്ഥന്മാർക്കു നേരിട്ട ദുര നുഭവങ്ങൾ ജനശ്രദ്ധ പിടിച്ചുപറ്റിയത് അധികൃതർ ഓർക്കേണ്ടതാണ്.

അടുത്തകാലത്തു ഹാരിസൺ കേസിൽ സർക്കാരിനു നേരിട്ട തിരിച്ച ടിയും അതിന്റെ ദൂരവ്യാപകമായ ഭവിഷ്യത്തുക്കളും ഗൗരവത്തോടെ കാണേണ്ടതുണ്ട്. പ്രഗത്ഭനിയമജ്ഞയായ മുൻ സീനിയർ ഗവൺമെന്റ് പ്ലീഡർ സുശീല ഭട്ട് ഉത്തമവിശ്വാസത്തോടെ ഉന്നയിച്ച ചോദ്യങ്ങൾക്കു തൃപ്തികരമായ മറുപടി ഇനിയും നല്കപ്പെട്ടിട്ടില്ലെന്നതും ചൂണ്ടിക്കാ ണിക്കാതെ വയ്യ.

പൊലീസ്, ജയിൽ വകുപ്പുകളുടെ മേൽ സെക്രട്ടറിയേറ്റിലെ ആഭ്യ ന്തരവകുപ്പിന്റെ നിയന്ത്രണം നാമമാത്രമായിരിക്കുന്നുവെന്നു തോന്നുന്നു. അത്യന്തം ആശങ്കാജനകമായ ഒരു സാഹചര്യമാണിതെന്നു പറയാതെ വയ്യ. 1991 ആഗസ്തിൽ ഈ ലേഖകൻ ആഭ്യന്തര വിജിലൻസ് വകുപ്പു കളുടെ പ്രിൻസിപ്പൽ സെക്രട്ടറിയായി ചാർജ്ജെടുക്കുമ്പോൾ ഡി ജി പി പദവിയിലുള്ള ശക്തരായ മൂന്ന് ഉദ്യോഗസ്ഥപ്രമുഖരുടെ രൂക്ഷമായ പരസ്പരമത്സരം മൂലവും അന്നത്തെ ആഭ്യന്തര സെക്രട്ടറിക്കു പൊലീസ് ഹെഡ് ക്വാർട്ടേഴ്സിനുമേലുള്ള നിയന്ത്രണം പൂർണ്ണമായും നഷ്ടപ്പെ ട്ടതുകൊണ്ടും പൊലീസ് ഭരണം താറുമാറായ അവസ്ഥയിലായിരുന്നു. ഈ കുടിപ്പക തീർക്കൽ കൈയോടെ അവസാനിപ്പിക്കണമെന്നും ആഭ്യ ന്തര സെക്രട്ടറിയുടെ പരമ്പരാഗതമായ അധികാരവും പദവിയും പൂർണ്ണ മായി പുനഃസ്ഥാപിക്കണമെന്നും അല്ലാത്തപക്ഷം ക്രമസമാധാനനില നിശ്ശേഷം താറുമാറാകുമെന്നും കേരളം കണ്ട ഏറ്റവും പ്രഗല്ഭനായ ആഭ്യന്തരമന്ത്രിയോട്- മുഖ്യമന്ത്രി കരുണാകരനോട്- ഞാൻ സവിനയം അറിയിച്ചു. ബുദ്ധിമാനായ കരുണാകരൻ എനിക്കു പൂർണ്ണമായ സ്വാത ന്ത്ര്യവും പിന്തുണയും വാഗ്ദാനം ചെയ്തു. ഭരണപരമായ ഒരൊറ്റ പ്രധാന നടപടിയും - പൊലീസ് മെഡലുകൾ ശുപാർശ ചെയ്തതുൾപ്പെടെ പി എച്ച് ക്യൂവിലെ കോയിത്തമ്പുരാക്കന്മാർ ആഭ്യന്തര സെക്രട്ടറിയെ മറി കടന്നു ചെയ്യാൻ ധൈര്യപ്പെട്ടിരുന്നില്ല. 1995 മാർച്ചിൽ കരുണാകരൻ സ്ഥാനഭ്രഷ്ടനാകുന്നതുവരെ കർശനമായ ഈ നിയന്ത്രണസംവിധാനം തുടർന്നു. ഒരു കാര്യം അടിവരയിട്ടു പറയട്ടെ. പൊലീസ് ഭരണം ഭദ്രമാ യി, കാര്യക്ഷമമായി നടക്കണമെങ്കിൽ ആഭ്യന്തര സെക്രട്ടറിയുടെ അനു വാദത്തോടെ മാത്രമേ നയപരമായ നടപടികൾ മാത്രമല്ല, അംഗീകൃത നടപടിക്രമത്തിൽനിന്നുള്ള ഏതെങ്കിലും വ്യതിയാനംപോലും നടപ്പിലാ ക്കാൻ പാടുള്ളൂ എന്ന അനിവാര്യമായ നിയന്ത്രണം വിട്ടുവീഴ്ചയില്ലാതെ നടപ്പാക്കിയേ പറ്റൂ. വാളെടുത്തവനൊക്കെ വെളിച്ചപ്പാടാകുന്ന അവസ്ഥ പൊലീസ് ഭരണത്തിൽ അനുവദിച്ചാൽ അരാജകത്വമായിരിക്കും ഫലം.

വിജിലൻസ് വകുപ്പിന്റെ ഭരണത്തിൽ അടുത്ത കാലത്തു വന്നുകൂ ടിയ അസാധാരണമായ ചില നടപടികളെ പരാമർശിക്കാതെ വയ്യ. സ്വഭാവ ശുദ്ധിയും പ്രൊഫഷണൽ മികവും പ്രശംസനീയമായ പൂർവ്വകാല ചരി ത്രവുമുള്ള ഐ പി എസ് ഉദ്യോഗസ്ഥന്മാർ മുകളിലത്തെ തട്ടിൽ ഉണ്ടാ യിട്ടും വിജിലൻസ് ഡയറക്ടറുടെ തസ്തിക ദീർഘകാലം ഒഴിച്ചിട്ട് ഹൈക്കോടതിയുടെ വിമർശനം ഏറ്റുവാങ്ങാതെ കഴിയാമായിരുന്നു. വിജി

ലൻസ് വകുപ്പിലെ അന്വേഷണോദ്യോഗസ്ഥന്മാർ നിയമോപദേഷ്ടാക്ക
ളുടെ അഭിപ്രായം കണക്കിലെടുക്കേണ്ടതില്ലെന്ന ഇപ്പോഴത്തെ നിർദ്ദേശം
അസാധാരണവും അപകടകരവുമാണെന്നു പറഞ്ഞേ തീരൂ. അതിനേ
ക്കാൾ അമ്പരപ്പിക്കുന്നതാണ് ഒരു വിജിലൻസ് അന്വേഷണോദ്യോഗ
സ്ഥന്റെ (ഡയറക്ടറുടെ അംഗീകാരമുണ്ടെങ്കിൽക്കൂടി) അന്തിമ ശുപാർശ
അതേപടി കോടതികൾ അംഗീകരിച്ചുകൊള്ളണമെന്ന വാദം. നീതിപീ
ഠത്തിൽനിന്നും രൂക്ഷമായ വിമർശനം ക്ഷണിച്ചുവരുത്താനിടയുള്ള ഒരു
സമീപനമാണിതെന്നു കാണാൻ വിഷമമില്ല. ഗുരുതരമായ ഭവിഷ്യത്തു
ക്കൾക്ക് സാദ്ധ്യതയുള്ള ഇത്തരം നടപടികളെല്ലാം നിയമവകുപ്പു സെക്ര
ട്ടറി അഡ്വക്കേറ്റ് ജനറൽ തുടങ്ങിയ മുതിർന്ന നിയമപണ്ഡിതന്മാരുടെ
സുചിന്തിതമായ അഭിപ്രായമറിഞ്ഞിട്ടു ചെയ്യുന്നതാവും ഉത്തമം. ഏതാ
യാലും വിജിലൻസ് വകുപ്പിന്റെ കാഴ്ചപ്പാടുകളിൽ കുറേക്കൂടി അവധാ
നതയും വിവേകവും വന്നേ തീരൂ.

സർവ്വീസ് മാനേജ്മെന്റിന്റെ കാര്യത്തിൽ മുൻ സർക്കാരുകളുടെ
അശ്രദ്ധയും ഉദാസീനതയുംമൂലം വന്നുഭവിച്ച ദുരന്തമാണ് ഐ എ എസ്
ഉദ്യോഗസ്ഥന്മാരുടെ കേന്ദ്ര ഡെപ്യൂട്ടേഷൻ നിയന്ത്രിക്കാത്തതുകാരണം
ഓരോ സെക്രട്ടറിക്കും നിരവധി വകുപ്പുകളുടെ ഭാരം താങ്ങേണ്ടിവന്നി
രിക്കുന്നത്. ഏറ്റവും സീനിയറായ ഇരുപത് ഐ എ എസ് ഉദ്യോഗസ്ഥ
ന്മാരിൽ പന്ത്രണ്ടു പേരും ഇന്നു സംസ്ഥാനസർക്കാരിൽ ഇല്ല. ഈ സ്ഥിതി
വിശേഷം സംസ്ഥാന ഭരണത്തിന്റെ കാര്യക്ഷമതയെ ഗുരുതരമായി
ബാധിക്കുമെന്നു പറയേണ്ടിയിരിക്കുന്നു. ചെലവുചുരുക്കൽ എന്ന അനി
വാര്യമായ പ്രഖ്യാപിത നയം പരസ്യമായി ലംഘിക്കുന്ന ചില ഉന്നത
തല നടപടികൾ ഇതിനകം തന്നെ മാധ്യമങ്ങളിൽ കടുത്ത വിമർശന
ത്തിനിടയാക്കിയിരിക്കുന്നു.

നിരന്തരമായ ജാഗ്രതയാണ് സ്വാതന്ത്ര്യത്തിന്റെ വില എന്നതു ഭര
ണകർത്താക്കളെപ്പോലെ തന്നെ മനസ്സിലാക്കിയിട്ടുള്ള ബുദ്ധിമാന്മാരായ
ജനങ്ങളാണ് കേരളത്തിലുള്ളത്. മാധ്യമങ്ങളും സമുന്നത നീതിപീഠ
ങ്ങളും പൂർവ്വാധികം ജാഗ്രത്തും നിരന്തരവും നിശിതവുമായ നിരീക്ഷ
ണത്തിനു സർക്കാരിനെ വിധേയമാക്കിക്കൊണ്ടിരിക്കുന്നു. ആരോഗ്യക
രവും സ്വാഗതാർഹവുമായ ഒരു തിരുത്തൽ പ്രവണതയാണ് ഇതെന്ന
തിനു സംശയമില്ല. ഓരോ ചുവടും അവധാനതയോടു വച്ചേ പറ്റൂ. മുൻ
സർക്കാരുകളുടെ പരാജയങ്ങളിൽനിന്നു പാഠങ്ങൾ ഉൾക്കൊള്ളുന്നതു
പോലെതന്നെ പ്രധാനമാണ് മുകളിൽ സൂചിപ്പിച്ച കേന്ദ്രങ്ങളിൽനിന്നുള്ള
ന്യായവും യുക്തിസഹവുമായ വിമർശനങ്ങൾ തുറന്ന മനസ്സോടെ സ്വീക
രിക്കുന്നതും.

കോയി മോസം!

ഒരു പിന്നാമ്പുറകഥയോടെ ആകട്ടെ തുടക്കം. കുറച്ചു കാലം മുമ്പ് നമ്മുടെ ഒരു മന്ത്രി തിരുവനന്തപുരത്തു കാഴ്ചബംഗ്ലാവിനടുത്തുള്ള ആർട്ട് ഗ്യാലറിയിൽ പ്രദർശിപ്പിച്ചിരുന്ന രാജാ രവിവർമ്മയുടെ വിശ്രുത ചിത്രമായ 'ഹംസദമയന്തി' കാണാനിടയായി. അദ്ദേഹം കുറച്ചു നേരം ചിത്രം ആസകലാൽപ്പാടെ ഒന്നു നോക്കി, വിലയിരുത്തി. അഭിപ്രായം ചോദിച്ച മാധ്യമൻപിള്ളയോട്, അല്പം ചിന്തിച്ചശേഷം മന്ത്രി മൊഴി ഞ്ഞത്രെ: "ഓളു മൊഞ്ചത്തിതന്നെ. സമ്മതിച്ചു. പക്കേങ്കില്, കോയി മോസം!"

കഥ കേട്ടപ്പോൾ അപൂർവ്വമെങ്കിലും അത്യുജ്ജ്വലമായ ഈ വിലയി രുത്തൽ കേൾക്കാൻ ചിത്രമെഴുത്തു കോയിത്തമ്പുരാൻ എന്നു പഴമ ക്കാർ വിളിച്ചുപോന്ന വിശ്വോത്തര കലാകാരനോ, മൊഞ്ചത്തിനേം കോയീനേം സൃഷ്ടിച്ച മഹാപ്രതിഭനായ ഉണ്ണായി ആശാനോ, ഓളേം കോയിനേം അരങ്ങത്തവതരിപ്പിച്ച അനശ്വരതയേകിയ കുടമാളൂർ കരു ണാകരൻ നായരാശാനോ (മൊഞ്ചത്തി), കുറിച്ചി കുഞ്ഞൻ പണിക്കരാ ശാനോ (കോയി) ഇല്ലാതെ പോയതിൽ ദുഃഖം തോന്നി.

1980 ലെ ലോകസഭാ തിരഞ്ഞെടുപ്പ്. ആം ചുനാവല്ല മൂന്നുവർഷം ഭാരതമക്കളെ ശ്വാസംമുട്ടിച്ച മൊറാർജി ദേശായിയുടെ ജനതാ സർക്കാർ ഗതികെട്ടു രാജിവെച്ചതിനെത്തുടർന്നുള്ള ഇടക്കാലൻ.

പതിവിൻപടി മുദ്രാവാക്യങ്ങൾ മുഴങ്ങി.

"ഇന്ദിരാ കോബുലാവോ ദേശ് കോ ബചാവോ"

(ഇന്ദിരയെ വിളിക്കൂ നാടിനെ രക്ഷിക്കൂ)

"ഇന്ദിരാ ഗാന്ധി, ദേശ് കീ ആന്ധീ"

(ആന്ധീ എന്നുവച്ചാൽ കൊടുങ്കാറ്റ്)

"ഇന്ദിരാഗാന്ധി ആയീ ഹെ നയീ രോശ്നി ലായീ ഹെ"

(ഇതാ ഇന്ദിര വന്നിരിക്കുന്നു. പുതിയ വെളിച്ചം കൊണ്ടുവന്നിരി
ക്കുന്നു)

മുദ്രാവാക്യങ്ങളിലെ അന്ത്യപ്രാസം ശ്രദ്ധിക്കുക. ഗോസായി പണ്ടേ
പ്രാസപ്രിയനാണ്. ഇവൻ തന്നെയാണ് മൂന്നു കൊല്ലം മുമ്പു വിളിച്ചു
കൂവിയത്.

'നസ്ബന്ദി കേ തീൻ ദലാൽ

ഇന്ദിര സഞ്ജയ് ബൻസി ലാൽ

(നസ്ബന്ദി എന്നുവച്ചാൽ പുരുഷവന്ധ്യംകരണം. പ്ലാസ്റ്റിക് ബക്കറ്റും
മൂന്നു കിലോ ഗോതമ്പും കിട്ടുന്ന ഏർപ്പാട്. അടിയന്തരാവസ്ഥക്കാലത്ത്
സഞ്ജയ്ഗാന്ധി ആസുരമായ വാശിയോടെ അടിച്ചേല്പിച്ച 'പരിഷ്കാര'
ങ്ങളിൽ മുഖ്യം)

ഇവിടെ പ്രസക്തമായതു ടി ഒന്നാം നമ്പർ മുദ്രാവാക്യമാകുന്നു.
അതുപോലെ ഒന്ന് ഇന്ന് അനൗപചാരികമായി പൊതുസമൂഹത്തിൽ
വൈറൽ ആയിരിക്കുന്നു.

"വിളിക്കൂ ശിശുപാലക്കുറുപ്പിനെ!"

സംഗതി ഇത്രയേ ഉള്ളൂ. പുനരപി ജനനം പുനരപി മരണം പോലെ
നഗരത്തിൽ അനിവാര്യമായി നിത്യവും നടന്നുപോരുന്ന കുടുംബസം
ഗമം, കുടുംബയോഗം (ഇവ തമ്മിലുള്ള വ്യത്യാസം ശ്രദ്ധിക്കണം. രണ്ടാ
മത്തേത് ഏതെങ്കിലും മുൻമെഗാ കൂട്ടുകുടുംബത്തിന്റെ മാത്രം ഏർപ്പാ
ടാകുന്നു – വടക്കേ വാറുവിളാകം കുടുംബയോഗം, തെക്കേ പുല്ലേ
ക്കോണം കുടുംബയോഗം ഇത്യാദി. ഒന്നാമത്തേതു പ്ടാഹയിലെ
സമസ്ത കുടുംബങ്ങളുടെയും ഒരുകൂട്ടായ്മയാകുന്നു) റസിഡന്റ്സ്
അസോസിയേഷൻ വാർഷികം ഉത്സവങ്ങൾക്കിടയിലുള്ള സാംസ്കാരിക
സമ്മേളനം, വായനാശാല വാർഷികം, പലവക കല്ലിടീൽ, നാടമുറിക്കൽ,
പുസ്തക പ്രകാശനം തുടങ്ങിയ ചടങ്ങുകൾക്കു ക്ഷണിക്കാൻ ഏറ്റവും
പറ്റിയ ആൾ ഗ്രേഡ് എസ് ഐ ശിശുപാലക്കുറുപ്പ് പി ആർ ആകുന്നു.

"ഞാൻ വളരെ ചൂസി ആണ്" എന്നു മാധ്യമക്കുട്ടികളോടു മേനി
പറയുമെങ്കിലും, സത്യത്തിൽ ഒരു നാലാംകിട അമ്മായിയമ്മ മരുമോൾ
സീരിയലിനോ, പപ്പടം, പുട്ടുപൊടി, അച്ചാർ പരസ്യത്തിനോ പോലും
കോൾഷീറ്റു കിട്ടാതെ ഈച്ചയെ അടിച്ചു വെറുംവെറാ വീട്ടിലിരിക്കുന്ന
ഒരു പുതുമുഖ നടിയെപ്പോലെ വളരെ എളുപ്പം ലഭ്യനായ ഒരു ഉദ്ഘാട
കൻ, അദ്ധ്യക്ഷൻ, മുഖ്യ പ്രഭാഷകൻ, ആശംസ വിശിഷ്ട സാന്നിധ്യം
ആകുന്നു കുറുപ്പുചേട്ടൻ.

ഇതുമാത്രമല്ല അദ്ദേഹത്തിന്റെ യു എസ് പികൾ (സവിശേഷ മെച്ച
ങ്ങൾ എന്നു കഷ്ടിച്ചു പരിഭാഷപ്പെടുത്താം)

1. ടി വഹകളിൽ ഏറ്റവും പ്രധാനം, ഭാരവാഹികൾ അദ്ദേഹത്തിനു
വാഹനം ഏർപ്പാടു ചെയ്യേണ്ടതില്ല എന്നതു തന്നെയാകുന്നു. തലയിൽ
കൈവച്ചു പ്രാകിക്കൊണ്ടാണു മുൻ ചീഫ് സെക്രട്ടറിമാർ ഉൾപ്പെടെ

യുള്ള നിർവ്വാഹനന്മാരായ, അലവലാതികളായ പ്രാസംഗികന്മാർക്ക്, കിലോമീറ്ററിനു പതിമൂന്ന് ഉലുവാ നിരക്കിൽ (ബാറ്റാ കീറ്റാ വേറെ) ടാക്സി ഏർപ്പാടു ചെയ്യുന്നത്. നേരെ മറിച്ച്, മന്ത്രി, സർക്കാരുദ്യോഗ സ്ഥൻ, യമ്പി, യമ്മല്ലേ, മ്യായർ, ഡെപ്യൂട്ടിമ്യായർ ഈ ഭാഗ്യവാന്മാരെയും ഭാഗ്യവതികളെയും പോലെ, പണ്ടാരവക വാഹനത്താൽ അനുഗൃഹീത നാകുന്നു കുറുപ്പുചേട്ടൻ. കരുണാകരൻ സാർ ആഭ്യന്തരമന്ത്രിയായിരുന്ന കാലത്ത് അനുവദിച്ച, ശതാഭിഷേകം കഴിഞ്ഞ ഒരു വൃദ്ധൻ വില്ലിസ് ജീപ്പാണെങ്കിലെന്ത്? സി പി ഒമാരെയോ വഴിപോക്കരെയോ കൊണ്ടു ജീപ്പുതള്ളിച്ചു സ്റ്റാർട്ടാക്കിച്ച് അദ്ദേഹം കിറുകൃത്യസമയത്തു യോഗസ്ഥ ലത്തെത്തിയിരിക്കും. വണ്ടിക്കൂലി ഇനത്തിൽ പത്തു പൈസ ചെലവി ല്ലെന്നർത്ഥം.

2. കുറുപ്പു ചേട്ടൻ പ്രഭാഷകനാകുമ്പോൾ യോഗസാധാരണമായ ചായ, കാപ്പി, കരിക്ക്, പൂ ബിസ്കറ്റ്, കേക്ക്, കശുവണ്ടി, കപ്പപ്പഴാദികൾ വാങ്ങിച്ചു കാശു കളയേണ്ടതില്ല. കടുത്ത പ്രമേഹരോഗിയായ അദ്യത്തിന് ഒരു ബോഞ്ചി പോലും വേണ്ട, വാട്ടർ അതോറിറ്റി വല്ലപ്പോഴും കനിഞ്ഞു നല്കുന്ന ശുദ്ധജലം മാത്രം മതിയാകും.

3. സുരേഷ് ഗോപിക്കു മാത്രമല്ല, ഏതു വൃദ്ധവാനരനും (കുറുപ്പു ചേട്ടൻ തന്നെ മകുടോദാഹരണം) ആ പൊലീസ് യൂണിഫോം ഇട്ടുക ഴിഞ്ഞാൽ പഴയ നാടകങ്ങളിലെ രാജാപ്പാർട്ടുകളെപ്പോലെ ഒരു ഗമ തനിയെ വരും. യൂണിഫോംഡ് ഉദ്ഘാടകൻ ഞെളിഞ്ഞുനിന്ന്, തൊപ്പി നാടകീയമായി ഊരി മേശപ്പുറത്തുവച്ച്, നിലവിളക്കു കത്തിച്ച് ഉദ്ഘാ ടന കർമ്മം നിർവ്വഹിക്കുന്നതിന് അതിന്റേതായ ഒരു ഗാംഭീര്യം, ഒരു എടുപ്പ്, തിരോന്തരം ഭാഷയിൽ ഒരു ഷോ ഉണ്ടെന്ന് ആരും സമ്മതിക്കും– നരയും കഷണ്ടിയും ബാധിച്ച് മുഷിഞ്ഞ കുപ്പായം ധരിച്ച, സോക്കാൾഡ് ബുദ്ധിജീവികൾക്കും ചുമ്മാ പൊതുക്കാര്യ പ്രസക്തന്മാർക്കും ഇല്ലാത്ത ഒരു 'പ്ലാറ്റ് ഫോം പ്രസൻസ്,' (യൂണിഫോം ധരിച്ചുകൊണ്ടു സ്വകാര്യച ടങ്ങുകളിൽ – പുലികുടി, തെരണ്ടുകുളി, കുഞ്ഞൂണ്, സഞ്ചയനം, സമ്മ ന്തം, അടുക്കള കാണൽ ഇത്യാദി – പങ്കെടുക്കുന്നതു സർക്കാർ ജീവന ക്കാരുടെ പെരുമാറ്റച്ചട്ടങ്ങളുടെ ലംഘനമാകുമോ എന്ന് ഒരു മൊശകോ ടൻ ഡി ജി പിയും ഇതുവരെ ചിന്തിച്ചിട്ടില്ല. ഭാഗ്യം?)

4. സ്റ്റാർ അറ്റ്റാക്ഷൻ കവചം ധരിച്ച ഏമാൻ ആകുമ്പോൾ ആഡി യൻസ് തനിയെ വരും. (ഇല്ലെങ്കിൽ വിവരമറിയും) സദസ്സു ശുഷ്കാന്ത മാകുന്ന പ്രശ്നമില്ല.

5. കുറുപ്പുചേട്ടൻ പഴയ മറ്റിംഗ്ലീഷു പരീക്ഷയെ പാസായിട്ടുള്ളൂ. അതുകൊണ്ടുതന്നെ അദ്ദേഹം സ്വയം പ്രഖ്യാപിത ബുദ്ധിജീവികളെ പ്പോലെ ഗഹനവും സങ്കീർണ്ണവും പരമബോറുമായ വിഷയങ്ങളെക്കു റിച്ചു ഭാഷിക്കാറില്ല. ഉത്തരാധുനികം, ദക്ഷിണാധുനികം, ലാറ്റിൻ അമേ രിക്കൻ ദാർശനികവ്യഥ, അസ്തിത്വദുഃഖം, അപനിർമ്മാണം, ആർത്തവ രക്തം ഇത്യാദി വിവാദസാധ്യതയുള്ള ഏടാകൂടങ്ങൾ അദ്ദേഹം ബോധ

പൂർവ്വം ഒഴിവാക്കുന്നു. (സദസ്സിനും ആശ്വാസം തന്നെ). ഒരു അനുഗ്രഹം വേറെയും ഉണ്ട്. ഏറിയാൽ അഞ്ചാറു മിനിറ്റിനപ്പുറം അദ്ദേഹത്തിന്റെ (പഴയ മുൻഷിമാരുടെ ശൈലിയിൽ) സരസവും സാരഗർഭവും സാര മേയ സമാനവുമായ പ്രസംഗം നീണ്ടു പോകാറില്ല.

കുറുപ്പു ചേട്ടന് പക്ഷേ, ചില ഇഷ്ടങ്ങളുണ്ട്. ജൈവ പച്ചക്കറി, മദ്യ-മയക്കുമരുന്നു വിരുദ്ധം (അത്താഴത്തിനു മുമ്പ് നിയമേന ഇത്തിപ്പൊരം മരുന്നു കഴിക്കുന്ന ഒരേർപ്പാട് ലക്ഷക്കണക്കിനുള്ള മദ്യവിരുദ്ധരോടൊ പ്പം, അദ്ദ്യത്തിനുമുണ്ട്. വെടിവച്ചാൻ കോവിൽ സ്റ്റേഷനിൽ പ്രൊബേഷ നറി കോൺസ്റ്റബിളായി അനന്തശങ്കരയ്യൻ സാമിടെ കാലത്തു കയറി, പദ്മനാഭന്റെ പത്തുശക്രം അന്തസ്സായി വാങ്ങിത്തുടങ്ങിയപ്പഴേ ഉള്ളത്. അതുസാരമാക്കാനില്ല) എല്ലാ വിഷയങ്ങൾക്കും യാ പ്ലസ്, മുത്തശ്ശമ്മാ രെയും മുത്തശ്ശിമാരെയും ആദരിക്കുക, സബ് ഡിവിഷൻ തലത്തിൽ ഒപ്പ നയ്ക്കും ദഫ് മുട്ടിനും പദ്യം ചൊല്ലലിനും പ്രച്ഛന്ന വേഷത്തിനും സമ്മാനം വാങ്ങിച്ച ബാല്യങ്ങൾക്കു പുരസ്കാരം നല്കുക ഇത്യാദി. (നമ്മുടെ ചില എമ്മെല്ലേമാർ പ്രസംഗിക്കുന്നതുപോലെ ഒന്നേ പതിനൊന്നേ ആയി രത്തിത്തൊള്ളായിരത്തി അമ്പത്തിയാറിനു ശേഷം എന്നുവച്ചാൽ കേരളം, ക്യാരളം, ക്യാളികൊട്ടുയരുന്ന ക്യാരളം പിറന്നു വീണതിനുശേഷം ഭാര തപ്പുഴയുടെ അക്കരെ നിന്നു വലിഞ്ഞുകയറി വന്ന പരിഷകളിൽപ്പെട്ട താണ് മുത്തശ്ശന്മാരും മുത്തശ്ശിമാരും. അതുവരെ നമുക്ക് നമ്മുടെ പ്രിയ പ്പെട്ട അപ്പൂപ്പന്മാരും അമ്മൂമ്മമാരും മാത്രമേ ഉണ്ടായിരുന്നുള്ളൂ. ഇപ്പോൾ അവരെക്കുറിച്ചു കേൾക്കാനില്ല. മുത്തശ്ശനും മുത്തശ്ശിക്കും ഒരുമാതിരി പൈങ്കിളിത്തം ഉള്ളതുപോലെ! ഏട്ടൻ, ഏച്ചി, ഏട്ത്തി, ഓപ്പോൾ, അമ്മാമ്മ തുടങ്ങി വരും തഥൈവ. ഈ ഉണ്ണ്യേട്ടന്മാരും രമണിയേട്ത്തി മാരും ബാലമ്മാമമാരും എവിടെപ്പോയിക്കിടന്നു?)

അതുക്കൊണ്ടു പ്രിയരേ, ഗ്രേഡ് എസ് ഐ ശിശുപാലക്കുറുപ്പിനു ഹാർദ്ദമായ സ്വാഗതമരുളുവിൻ. യോഗങ്ങൾക്കു ക്ഷണിപ്പിൻ, കാശു ലാഭി ച്ചതോർത്ത് ആശ്വസിപ്പിൻ! പലരെയും പോലെ ഹാർദ്ദവം. എന്ന് ആവർത്തിച്ചു പ്രയോഗിച്ച ഒരു പ്രശസ്ത സാഹിത്യകാരന്റെ ചെവിയിൽ വേദിയിലിരുന്ന ഞാൻ വിനയത്തോടും വണക്കത്തോടും മന്ത്രിച്ചു. ആ വം വേണ്ട ഹാർദ്ദം മതി എന്ന്. അദ്ദേഹത്തിന്റെ മുഖം ഇരുണ്ടു. എന്നെ രൂക്ഷമായി നോക്കി. നീ ആരെടാ അയ്യേയെസ് തൃണമേ നമ്മെ ഉപദേ ശിക്കാൻ എന്ന അർത്ഥത്തിൽ. കഴിഞ്ഞ ഇരുപത്തൊന്നു സംവത്സരമായി അദ്ദേഹം എന്നോട് മിണ്ടിയിട്ടില്ല!

ഈയിടെ ഒരു വി എച്ച് പി (വൈരി ഹൈ പ്രൊഫൈൽ വിശ്വഹിന്ദു പരിഷത്തല്ല) സാംസ്കാരിക നായകൻ ഇങ്ങനെ പ്രഖ്യാപിച്ചു കണ്ടു.

1. കെ കരുണാകരൻ മുഖ്യമന്ത്രിയായിരുന്നപ്പോൾ യഥാർത്ഥത്തിൽ തീരുമാനമെടുത്തിരുന്നതും ഭരണം നടത്തിയിരുന്നതും സ്പെഷ്യൽ പ്രൈവറ്റ് സെക്രട്ടറി വാസുദേവൻ നായരായിരുന്നു

2. ഇ കെ നായനാർ മുഖ്യമന്ത്രിയായിരുന്നപ്പോൾ ടി കർത്തവ്യങ്ങൾ

നിർവ്വഹിച്ചിരുന്നത് പ്രൈവറ്റ് സെക്രട്ടറി മുരളീധരൻ നായരായിരുന്നു. (ഉഗ്രമൂർത്തി! സിങ്കംപുലി! പുലി മുരുകൻ! അദ്ദേഹത്തിന്റെ സന്നിധാന ത്തിൽ ഒരുതിരുമണ്ടൻ ചീഫ് സെക്രട്ടറി എസ് കത്തിപോലെ വളഞ്ഞു നില്ക്കുന്നതു നമ്മുടെ സാംസ്കാരിക നായകൻ കണ്ടിട്ടുണ്ടത്രെ. കൃത്യം കണ്ട സാക്ഷി എന്നു പൊലീസുകാർ ചാർജ്ജ് ഷീറ്റിൽ എഴുതുന്നതു പോലെ)

വെളിപാടുകൾ കേട്ടപ്പോൾ അമ്പരപ്പും അത്ഭുതവും തോന്നി. പ്രധാനമന്ത്രി ഇന്ദിരാഗാന്ധിക്കുപോലും മതിപ്പുളവാക്കിയ എക്സിക്യൂ ട്ടീവ് എബിലിറ്റിക്കു പേരെടുത്തയാളായിരുന്നു കരുണാകരൻ. അതിവേഗം തീരുമാനങ്ങളെടുക്കാനും അതേവേഗത്തിൽതന്നെ അവ നടപ്പാക്കാനും ലീഡർക്കു കഴിഞ്ഞിരുന്നുവെന്നതു സമകാലിക ചരിത്രം. പൊതു സ്വകാ ര്യപങ്കാളിത്തം എന്ന പ്രയോഗം പോലും നടപ്പിൽ വന്നിട്ടില്ലാത്ത 1983 ലാണ് പ്രവാസി മലയാളികളുടെ സമ്പാദ്യമുപയോഗിച്ചു കൊച്ചിയിൽ ഒരു അന്തർദേശീയ വിമാനത്താവളം സ്ഥാപിക്കണമെന്ന നിർദ്ദേശ ത്തോടെ സിവിൽ വ്യോമയാന മന്ത്രി പ്രണബ് മുഖർജിയെ അദ്ദേഹം സമീപിച്ചത് – ഇന്ന് ആ 'ഇനിഷ്യേറ്റിവി'ന്റെ ക്രെഡിറ്റ് മറ്റു പലരും അവ കാശപ്പെടുന്നുണ്ടെങ്കിലും!

ഒരു സംസ്കൃത സർവ്വകലാശാല സ്ഥാപിക്കാനുള്ള തീരുമാനമെ ടുക്കാനും അതിന് പണ്ഡിതവരേണ്യനായ ഡോ. പി കെ നാരായണ പിള്ളയെ സ്പെഷ്യൽ ഓഫീസറായി നിയമിക്കാനും ഒരു ദിവസമേ വേണ്ടി വന്നുള്ളൂ. സതേൺ എയർ കമാന്റ്, ഏഴിമല നാവിക അക്കാ ദമി, വിയ്യൂർ പൊലീസ് അക്കാദമി– ഓരോന്നും അസൂയാവഹമായ കാര്യ ക്ഷമതയുടെ ഉദാഹരണം. ആ കർമ്മശൂരനെക്കുറിച്ചാണ് ഈ ആരോ പണം!

അസാമാന്യമായ നർമ്മബോധംകൊണ്ട് (രാഷ്ട്രീയ നേതാക്കളിൽ അതു കമ്മിയാണല്ലോ) അനുഗൃഹീതനായിരുന്ന നായനാർക്ക് ഇട യ്ക്കിടെ വിദൂഷകവേഷം കെട്ടുക ഒരു രസമായിരുന്നു. പക്ഷേ, അതിനി ടയിൽ അദ്ദേഹത്തിന് അതിനിശിതമായ ഒരിക്കലും പിഴയ്ക്കാത്ത കോമൺ സെൻസ് ധാരാളം ഉണ്ടായിരുന്നുവെന്ന് അടുത്തു പെരുമാറി യിരിക്കുന്നവർക്കൊക്കെ ബോദ്ധ്യമുണ്ട്. അദ്ദേഹം ഒരു 'പര പ്രത്യയനേയ ബുദ്ധി' ആയിരുന്നുവെന്ന് കടുത്ത ശത്രുക്കൾ പോലും ആക്ഷേപിക്കു മെന്നു തോന്നുന്നില്ല. (എന്നും നൂറുശതമാനം പാവപ്പെട്ടവന്റെ പക്ഷത്തു നിന്ന ആ ജനനായകന്റെ അന്ത്യയാത്ര, ഡർബാർ ഹാളിൽ തുടങ്ങി പയ്യാ മ്പലം ശ്മശാനത്തിലെത്തിച്ചേരാൻ ഒന്നര ദിവസമെടുത്തെന്നാണോർമ്മ!)

ഏതായാലും അച്ചുതമേനോനെ വെറുതെ വിടാൻ നമ്മുടെ സാംസ്കാരിക നായകനു തോന്നിയതു ഭാഗ്യമായി. വിരൽത്തുമ്പുവരെ മാന്യരായിരുന്ന കെ ഗോവിന്ദപ്പിള്ളയും ടി എൻ ജയചന്ദ്രനും രക്ഷപ്പെട്ടു!

പിൻമൊഴി

തമിഴ് സംസ്കൃതിയുടെ അഭിമാനങ്ങളായ രാജരാജ ചോളന്റെയും രാജേന്ദ്ര ചോളന്റെയും ഭൗതികാവശിഷ്ടങ്ങൾ സംസ്കരിച്ചത് പോലും എവിടെയാണെന്നു നമുക്കറിഞ്ഞുകൂടല്ലോ എന്ന് ഒരു പ്രസംഗവേദിയിൽ വച്ചു ഭാഷാസ്നേഹിയും സാംസ്കാരാഭിമാനിയും മികച്ച പണ്ഡിതനു മായ മുൻ മുഖ്യമന്ത്രി കരുണാനിധി വികാരാധീനനായി വിലപിച്ചെന്നു പത്രവാർത്ത.

ഇപ്പുറത്തോ? കേരള കാളിദാസനും കേരള പാണിനിയും കേരള വ്യാസനും ആരാണെന്നു വലിയ നിശ്ചയമില്ലാത്ത വീസിമാരും സാംസ്കാ രിക വകുപ്പും സാഹിത്യ അക്കാദമിയുടെ 'പാര'വാഹികളും പ്രൊഫ സർമാരും (യു ജി സി ബ്രാൻഡ് തന്നെ!) ഒരിക്കലും വരാത്ത 'നൂറു കോടി' ഇന്നും കിനാവു കണ്ട് പുളകം കൊള്ളുന്ന ശ്രേഷ്ഠഭാഷ ധുര സ്ഥരന്മാരും! "ഉയിർ തമിഴുക്ക്, ഉടൽ മണ്ണുക്ക്" എന്ന് പ്രഖ്യാപിക്കുക മാത്രമല്ല ഉറച്ചുവിശ്വസിക്കുകയും ചെയ്യുന്ന നമ്മുടെ അയൽക്കാരനെ പരിഹസിക്കാൻ നമുക്ക് വല്ല യോഗ്യതയുമുണ്ടോ?

അംഗ്രേസീ ഹഠാവോ!

കുഞ്ഞുങ്ങളെ ഇംഗ്ലീഷ് പഠിക്കാൻ നിർബ്ബന്ധിക്കുന്ന കേരള ത്തിലെ മാതാപിതാക്കൾ 'പോസ്റ്റ് കൊളോണിയൽ വിഴുപ്പുഭാണ്ഡം' പേറി നടക്കുന്നരാണെന്ന് നമ്മുടെ സമുന്നതനായ ഒരു സാംസ്കാരിക നായ കൻ കുറ്റപ്പെടുത്തിയിരിക്കുന്നു ചന്തുമേനോന്റെ കർപ്പൂരയ്യന്റെ ഭാഷയിൽ നല്ല 'സ്വത്വരവും ഭടത്വവും' ഉള്ള പ്രയോഗം തന്നെ. "പോസ്റ്റ് കൊളോ ണിയൽ വിഴുപ്പുഭാണ്ഡം!"

കേട്ടപ്പോൾ അവിശ്വസനീയതയാണ് തോന്നിയത്. ഭാരതീയ സമൂ ഹത്തിന്റെ നവീകരണത്തിന് ഇംഗ്ലീഷ് വിദ്യാഭ്യാസം നല്കിയ അമൂല്യ മായ സംഭാവനയെക്കുറിച്ച് രാജാറാം മോഹൻ റോയി മുതൽ രാജാജി വരെയുള്ള ദേശഭക്തന്മാരുടെ അനുഭവസാക്ഷ്യങ്ങൾ നമുക്കുള്ളതു പോകട്ടെ (അവരാരും ഫോർട്ട് സെന്റ് ജോർജിലെയോ റൈറ്റേഴ്സ് ബിൽഡിങ്ങിലെയോ ഗുമസ്തന്മാരായിരുന്നില്ലെന്നാണ് കേട്ടിട്ടുള്ളത്) രണ്ടായിരം വർഷത്തെ അതുല്യമായ, അസൂയാർഹമായ പാരമ്പര്യമുള്ള, ഏതു വിശ്വഭാഷയോടും കിടപിടിക്കുന്ന, അതീവസമ്പന്നനായ ഇംഗ്ലീഷ് ഭാഷയും സാഹിത്യവും ബിരുദതലം മുതൽ പഠിച്ചയാളാണ് അദ്ദേഹമെ ന്നാണ് ധരിച്ചിരിക്കുന്നത്. പോര; അദ്ദേഹം ഇന്നലങ്കരിക്കുന്ന സമുന്നത മായ പദവിയിലെത്തിയതുതന്നെ ഒരർത്ഥത്തിൽ ആ 'വിഴുപ്പുഭാണ്ഡ' ത്തിന്റെ പിൻബലം കൊണ്ടാണ്. പൊതു പ്രവർത്തകരുടെ 'റേറ്റിങ്ങി'ന്റെ മാനദണ്ഡമായി വ്യാപകമായി കരുതപ്പെടുന്ന ഏതെങ്കിലും 'വാചക മേള'യിൽ കടന്നുകയറി കസേര വലിച്ചിട്ടിരുന്ന് ജനശ്രദ്ധ പിടിച്ചു പറ്റു കയാണോ ആശ്ചര്യകരമായ ഈ പ്രസ്താവത്തിന്റെ ഉദ്ദേശ്യം? (അല്ലെന്നു ഞാൻ വിശ്വസിക്കട്ടെ)

തൊഴിൽ മേഖലയിൽ ആഗോളതലത്തിൽത്തന്നെ വർദ്ധിച്ചുവരുന്ന

കഴുത്തറുപ്പൻ മത്സരത്തെ അതിജീവിക്കാൻ നമ്മുടെ കുട്ടികൾ ലോക ഭാഷയായ ഇംഗ്ലീഷിൽ മികച്ച പ്രാവീണ്യം നേടണമെന്ന് വിശ്വസിക്കു കയും പരസ്യമായി പറയുകയും ചെയ്യുന്നവരെല്ലാം 'മെക്കാളെയുടെ ജാര സന്തതികൾ' ആണെന്ന് മറ്റൊരു സാംസ്കാരിക (??) നായകൻ കുറെ ക്കാലം മുമ്പ് ഉറഞ്ഞുതുള്ളി പ്രസ്താവിച്ചതോർമ്മവരുന്നു. (പാവം മെക്കാളെ സായിപ്പ് മരണംവരെ അവിവാഹിതനായിക്കഴിഞ്ഞു എന്നു ചരിത്രം) അങ്ങേയറ്റം പരിഹാസ്യമായ ഈ വെളിപാടിനോട് ചേർത്തു വയ്ക്കാവുന്നതാണെന്നു തോന്നുന്നു 'വിഴുപ്പുഭാണ്ഡ' പ്രഖ്യാപനം.

'വിഴുപ്പുഭാണ്ഡ'ത്തെ മരണം വരെ ഉള്ളഴിഞ്ഞു സ്നേഹിച്ച (ചരമ ശയ്യയുടെ തലയ്ക്കൽനിന്നു കണ്ടെടുത്ത കുറിപ്പ് അമേരിക്കൻ കവിയായ റോബർട്ട് ഫ്രോസ്റ്റിന്റെ നാലുവരി കവിതയായിരുന്നു) ആ ഭാഷയിൽ നാലഞ്ച് അനശ്വരകൃതികൾ രചിച്ച മഹാനായ പ്രധാനമന്ത്രി നെഹ്റു വിന്റെ രൂക്ഷമായ പരിഹാസം ഏറ്റുവാങ്ങേണ്ടിവന്ന കടുത്ത ഇംഗ്ലീഷ് വിരുദ്ധരും ഹിന്ദി ഭ്രാന്തന്മാരുമായിരുന്ന സേഠ് ഗോവിന്ദദാസ്, പ്രൊഫ സർ രഘുവീര ഇവരുടെയൊക്കെ ഇരുണ്ടകാലത്തേക്ക് നാം തിരിച്ചുപോ വുകയാണോ?

എനിക്കു ദുഃഖം തോന്നുന്നു, ആശങ്കയും.

പ്രമുഖ സ്വാതന്ത്ര്യസമരസേനാനി പാവുമ്പാ നാണുപിള്ളയുടെ ശതാബ്ദി ആഘോഷങ്ങൾ ഉദ്ഘാടനം ചെയ്തുകൊണ്ട് "അദ്ദേഹത്തിന്റെ സന്ദേശം തലമുറകൾക്ക് ശക്തിയും ഊർജ്ജവും പകർന്നുകൊടുക്കും' എന്ന്, നാണുപിള്ള ആരെന്നുപോലും അന്വേഷിക്കാൻ മെനക്കെടാതെ ഘനഗംഭീരമായി തട്ടിവിടുന്ന ശുംഭൻ (കടപ്പാട്: എം വി ജയരാജൻ) മന്ത്രിയെപ്പോലെയാണോ സമുന്നതവും ഉത്തരവാദിത്വമുള്ളതുമായ പദ വികൾ അലങ്കരിക്കുന്ന മഹാവ്യക്തികൾ? (പാവം നാണുള്ളയമ്മാവൻ! പാവുമ്പാ ശ്രീമൂലം രാജവിജയം 'മലയാം പള്ളിക്കുട' ത്തിന്റെ മുമ്പിൽക്കൂടെ തൊണ്ണൂറു സംവത്സരം തേരോപ്പാര നടന്നിട്ടും ഒരി ക്കൽപ്പോലും അതിന്റെ തിണ്ണയിൽ കയറി നില്ക്കാൻ തോന്നിയിട്ടില്ലാത്ത ഡി പി ഇ പി, സർവ്വശിക്ഷാ അഭിയാൻ തുടങ്ങിയ അശ്ലീലങ്ങളുടെ ഏഴ യലത്തുകൂടെ പോയിട്ടില്ലാത്ത ആ പാപത്തിന്റെ സന്ദേശം (എന്റെ ചെട്ടി ക്കുളങ്ങരയമ്മേ!) തലമുറകൾക്ക് ശക്തിയും ഊർജ്ജവും പകർന്നുകൊ ടുക്കുമെന്ന്!

മന്ത്രിയദ്യത്തിന്റെ ഒരു തമാശ!

തെരുവുശുനകഭയം ഉള്ളിലൊതുക്കി, മേനകാജിയുടെ ഉപദേശം സ്മരിച്ച്, ശ്വാനാക്രമണമുണ്ടായാൽ കയറി രക്ഷപ്പെടാൻ പാകത്തിൽ അടുത്തു വൃക്ഷങ്ങൾ വല്ലതുമുണ്ടോ എന്നു നോക്കി, രാവിലെ നടക്കു മ്പോഴാണ് മുൻ എക്സൈസ് പെറ്റി ആപ്പീസർ നവതിയുടെ നിരവിൽ നില്ക്കുന്ന ഗോവിന്ദപ്പിള്ളയണ്ണനെ കണ്ടത്. അണ്ണനോടു പ്രാദേശിക വാർത്ത ചോദിച്ചു.

"അമേരിക്കയിലെ കൊച്ചുമോന്റെ പെടപെടയൊക്കെ നിച്ചയിച്ചു

എന്നു കേട്ടല്ലോ അണ്ണാ?"

"അയ്യോ ഇല്ലപിള്ളേ! അതു വന്നു പെണ്ണിന്റെ ജാതകം ചേരൂല്ല. നമ്മളു വേണ്ടെന്നുവച്ചു."

"ഇതു നല്ലകൂത്. അഹമ്മദാബാദ് ഐ ഐ എമ്മിലെ എം ബി എ ക്കാരി മിടുക്കിപ്പെണ്ണ്. കാണാൻ വർക്കത്തുള്ള കുട്ടി. നല്ല സ്വഭാവവും പെരുമാറ്റവും വീട്ടുജോലിയൊക്കെ അറിയാം. കഴിയാനും ധാരാളം വക യുണ്ട്. ഇത്രയുമൊക്കെ ഒത്തുവന്നപ്പോൾ ജാതകപ്പൊരുത്തമൊക്കെ ഇത്ര കടുപ്പിച്ചുനോക്കണോ അണ്ണാ?"

അണ്ണന്റെ മുഖത്തു ഭീതി നിഴലിട്ടു.

"അയ്യൂയോ, പിള്ള എന്തരിഞ്ഞു? ഇളനാ കടിയറിയൂല്ല പിള്ളേ! പെണ്ണിന്റെ യാഴിൽ ക്യാതുവാണ്. അറിയാമോ? യാഴിൽ ക്യാതു! ക്യാതു വെന്നു വച്ചാൽ ചൊവ്വാ തന്നെയെന്നാണ് നമ്മുടെ മ്യാട്ടുക്കട സുബ്രാ യൻ പാറ്റി ജ്യോത്സ്യൻ പറയിണത്. പാറ്റി പറഞ്ഞാൽ അച്ചട്ടാണു പിള്ളേ!"

എനിക്കു ചിരി വന്നു, യാഴിൽ ക്യാതു എന്നുവച്ചാൽ ചൊവ്വാ! ഇനി പാറ്റി ഉവാച! പയ്യൻസ് ശൂന്യാകാശശാസ്ത്രത്തിൽ പ്രിൻസ്റ്റൺ സർവ്വക ലാശാലയിൽനിന്നും ഗവേഷണബിരുദമെടുത്തു വിശ്രുതമായ 'നാസാ' യിൽ ശാസ്ത്രജ്ഞനാണ്. അവനാണ് ക്യാതുദോഷമില്ലാത്ത പെണ്ണിനെ തപ്പി നടക്കുന്നത്! മാത്രമോ! നമ്മുടെ മിടുമിടുക്കന്മാർ ശാസ്ത്രജ്ഞ ന്മാർ 'മംഗൽയാൻ' നടത്തി ചൊവ്വായിൽ ഉപഗ്രഹത്തെ ഇറക്കിക്കഴിഞ്ഞു. പഴയ കാലത്തായിരുന്നെങ്കിൽ ചൊവ്വായിൽ നൂറു പറ ഇരുപ്പുനിലം എഴു തിക്കുന്നതിനെക്കുറിച്ചോ, ഒരു വെട്ടൊഴിവിനു പത്തമ്പതിനായിരം നാളി കേരം വീഴുന്ന തെങ്ങിൻ പുരയിടം വാങ്ങുന്നതിനെക്കുറിച്ചോ, പത്തിരു ന്നൂറേക്കർ റബ്ബർ ചൊവ്വായിൽ പ്ലാന്റു ചെയ്യുന്നതിനെക്കുറിച്ചോ കാരണ വന്മാർ ചിന്തിക്കുമായിരുന്നു. ഇന്നു കാലം മാറിയിരിക്കുന്നു. അതിനു പകരം ബാറും റിസോർട്ടും ഫുഡ് കോർട്ടും ഷോപ്പിങ് മാളും ആണെന്ന ഭേദമേയുള്ളൂ. സ്റ്റാർട്ടപ്പ് സംരംഭകർ ഇടിച്ചുകയറാൻ പോകുന്നു. അപ്പോ ഴാണ് നമ്മുടെ ഗോവിന്ദപ്പിള്ളമാർ 'യാഴിൽ ക്യാതു'വിനെക്കുറിച്ച് വേവ ലാതിപ്പെടുന്നത്.

ശരിക്കും ക്യാതുസ് ഓൺ കണ്ട്രി തന്നെ!

ഉണ്ണായി വാര്യർ കാമുകനായകനായി ഒരു മലയാളചിത്രം വരു ന്നത്രേ (അതോ വന്നുപോയോ? നിശ്ചയം പോരാ) ആട്ടക്കഥ സാമ്രാജ്യ ത്തിലെ ആ കുലപതിയെ അങ്ങനെയെങ്കിലും സ്മരിക്കുന്നത് ഗുരുത്വ ത്തിനു ചേർന്നതുതന്നെ. പക്ഷേ, ഒരു വിമ്മിട്ടം. അവനെ ചെന്നായോ, പതിമാരായോ എന്നൊക്കെ എഴുതിവച്ച്, ഒരു കുരുത്തംകെട്ട ചിരിയോടെ നമ്മെ ഇന്നും വെള്ളം കുടിപ്പിക്കുന്ന, സംസ്കൃതവ്യാകരണത്തിന്റെ ഉസ്താദായ ഉണ്ണായി ആശാൻ, അഴിഞ്ഞുവീണ കുടുമയുമായി മരംചുറ്റി ഓടുന്നതും ഡ്യൂവറ്റു പാടുന്നതും ഒന്നുകൂടി കടന്നുചിന്തിക്കവേ, കോടി കൾ കൊയ്ത ന്യൂജെൻ പടങ്ങളിലെ ആക്ഷൻ ഹീറോമാരെപ്പോലെ

'ഫ്രീക്കൻ' ശൈലിയിൽ 'തുന്തനാനേ' പാടി ചാടിത്തുള്ളുകയും, ചൈനീസ് കോളമുള്ള കറുത്ത കുപ്പായവും സി ഐ ടിയും മുണ്ടും ധരിച്ച്, തലമുടി കാടുപോലെ വളർത്തി. വികൃതമായ ചില താടിമീശാദികളുമായി മുദ്രാവാക്യമട്ടിൽ അലറിവിളിച്ചു പാടുകയുമൊക്കെ ചെയ്യുന്നതു സങ്കല്പിക്കാൻ ഇത്തിപ്പോരം ബുദ്ധിമുട്ടുതന്നെ പിള്ളേ!

കൗരവസദസ്സിൽ പകുതിരാജ്യം എന്ന പാണ്ഡവരുടെ ഹർജിയുമായിപ്പോയി ദുര്യോധനന്റെ അനങ്ങാപ്പാറ നയം കാരണം ഒടുവിൽ യുദ്ധ മൊഴിവാക്കാനായി മിനിമം ഡിമാന്റ് താഴോട്ടു കൊണ്ടുവന്ന് ഒരൊറ്റ വീട്ടിൽ അവസാനിപ്പിച്ച, ചരിത്രത്തിലെ ആദ്യത്തെ ഡിപ്ലോമാറ്റ് ആയ ശ്രീകൃഷ്ണപരമാത്മാവിനെപ്പോലെ നമ്മുടെ യൂത്ത് കോൺഗ്രസ് പിള്ളേരും പത്തു ശതമാനം നിയമസഭാ സീറ്റുകളെങ്കിലും തങ്ങൾക്കു വേണ്ടി മാറ്റിവയ്ക്കണമെന്ന് ഭയഭക്തിപൂർവ്വം അപേക്ഷിച്ചിരിക്കുന്നു.

അനിയൻ ബാവമാരുടെ പൂതി വായിച്ചു ചിരിവന്നു. ശതാഭിഷേകവും നവതിയും, പോരാ, ഒടേ തമ്പ്രാൻ കനിഞ്ഞാൽ ശതാബ്ദിയും മന്ത്രിയായോ പാർലമെന്റംഗമായോ തന്നെ ആഘോഷിക്കണമെന്നു ദാഹിച്ചു മോഹിച്ചിരിക്കുന്ന നമ്മുടെ ദേശ്കേ നേതാക്കന്മാരുടെ മുമ്പിലോട്ടാണ് അലുമിനിയം പട്ടേലും മേസ്തിരിജിയും വാവരിയാജിയും വാസനക്കാരൻജിയും ഈ വിനീത നിവേദനം ഇട്ടുകൊടുക്കാൻ പോകുന്നത്– അതും ഓടുപൊളിച്ച് രാഹുൽജി കെട്ടിയിറക്കുന്നത് കിനാവു കണ്ടിരിക്കുന്ന പയ്യൻസിന്റെ!

നോ വേ ബോയ്സ്! നോ വേ!

ഇവിടെ ചരിത്രം സ്പന്ദിക്കുന്നു....

ഈ വർഷം ശതോത്തരസുവർണ്ണ ജൂബിലി കൊണ്ടാടുന്ന തിരു വനന്തപുരം യൂണിവേഴ്സിറ്റി കോളേജിനു തൊട്ടടുത്ത്, പ്രൗഢിയിലും പാരമ്പര്യഗരിമയിലും അതിനേക്കാൾ ഒട്ടും കുറയാത്ത ഒരു പൈതൃക മന്ദിരമുണ്ട് – യൂണിവേഴ്സിറ്റി കോളേജിനേക്കാൾ മുപ്പത് വയസ്സ് ഇളപ്പ മുള്ള വിക്ടോറിയ ജൂബിലി ടൗൺ ഹാൾ എന്ന വി ജെ ടി ഹാൾ. പ്രശ സ്തമായ ഒരു പാരമ്പര്യമുള്ള ഈ മഹാസ്ഥാപനത്തിന് കോളേജുമായി ഒരു നാഭീനാളബന്ധവുമുണ്ട്.

'ഇംഗ്ലണ്ടിന്റെ രാജ്ഞിയും ഇന്ത്യയുടെ ചക്രവർത്തിനിയും എന്നു പുകൾപെറ്റ വിക്ടോറിയായുടെ സുദീർഘമായ ഭരണകാലം (1837–1901) പലതരത്തിലും ശ്രദ്ധേയമായിരുന്നു. (അറുപത്തിനാലു വർഷം എന്ന ഈ റെക്കോർഡ് ഇപ്പോഴത്തെ രാജ്ഞിയായ രണ്ടാം എലിസബത്ത് തകർത്തുകഴിഞ്ഞിരിക്കുന്നു) ബ്രിട്ടീഷ് സാമ്രാജ്യത്വം അതിന്റെ പരമ കാഷ്ഠയിലെത്തി– അക്ഷരാർത്ഥത്തിൽത്തന്നെ ബ്രിട്ടൻ സൂര്യനസ്തമി ക്കാത്ത ഒരു മഹാസാമ്രാജ്യത്തിന്റെ ഏകച്ഛത്രാധിപതിയായി. സമാധാ നവും സംതൃപ്തിയും സാർവ്വത്രികമായ പുരോഗതിയുമാണ് രാജ്ഞി യുടെ ഭരണകാലത്തെ ഒരുസുവർണ്ണകാലം എന്നു സമകാലികർ വാഴ്ത്താൻ കാരണം. സ്വാഭാവികമായും വിക്ടോറിയയുടെ ഭരണത്തിന്റെ സുവർണ്ണജൂബിലി ബ്രിട്ടനിൽ മാത്രമല്ല, ലോകത്തൊട്ടാകെ വ്യാപിച്ചു കിടക്കുന്ന കോളനികളിലും വമ്പിച്ച ആഘോഷത്തോടെ ആചരിക്കപ്പെട്ടു.

ശ്രീമൂലം തിരുനാൾ രാമവർമ്മയായിരുന്നു അന്ന് തിരുവിതാംകൂ റിന്റെ ഭരണാധികാരി. കരമനക്കാരൻ ശങ്കരൻസുബ്ബയ്യർ ദിവാൻ. 1887 ഫെബ്രുവരി 16 ന് സുവർണ്ണജൂബിലി ആഘോഷങ്ങളുടെ ദേശീയതല ത്തിലെ ഉദ്ഘാടനം വൈസ്രോയി ഡഫറിൻ പ്രഭു പ്രഖ്യാപിച്ചു. കൊച്ചു

വേണാടും കൊണ്ടുപിടിച്ചുതന്നെ മഹോത്സവത്തിന്റെ ഒരുക്കങ്ങൾ തുടങ്ങി. 1887 ഫെബ്രുവരി 16, 17 തീയതികളിൽ പൊതു ഒഴിവുദിവസ ങ്ങളായി പ്രഖ്യാപിക്കപ്പെട്ടു. റസിഡന്റ് ഹാനിങ്ടന്റെ മേൽനോട്ടത്തിലാ യിരുന്നു ആഘോഷങ്ങൾ സംഘടിപ്പിക്കപ്പെട്ടത്. അന്നു 'മധുരപ്രതി നേഴി'ലെത്തിനിന്ന 'ഹജൂർ കച്ചേരി' എന്ന സെക്രട്ടറിയേറ്റ് മന്ദിരത്തിന്റെ ഡർബാർ ഹാൾ ആയിരുന്നു ആഘോഷങ്ങളുടെ കേന്ദ്രബിന്ദു. അനേകം പരേഡുകളും അത്താഴമുത്താഴ വിരുന്നുകളും (സവർണ്ണഹിന്ദുക്കൾക്കും ക്രിസ്ത്യാനികൾക്കും മുസ്ലീങ്ങൾക്കും ധരമാർക്കും പ്രത്യേകം പ്രത്യേകം ശാപ്പാടുകൾ) വമ്പിച്ച ദീപാലങ്കാരങ്ങൾ (വൈദ്യുതി അനന്തപുരിയിലെ ത്തിയതു പിന്നെയും അരനൂറ്റാണ്ടുകഴിഞ്ഞ് എന്നോർക്കുക) കൊടിതോ രണങ്ങൾ, കുലവാഴകൾ, ഗൗരീഗാത്ര കരിക്കിൻകുലകൾ, ഉഗ്രൻ കരിമ രുന്നു പ്രയോഗങ്ങൾ, കേരള കാളിദാസൻ തൊട്ടു ചെറുകിട കവികൾ വരെ രചിച്ച മംഗളശ്ലോകങ്ങൾ ഇവയൊക്കെ ആഘോഷങ്ങൾക്കു മിഴി വേകി. ഔപചാരിക സമ്മേളനങ്ങൾ, പാനോപചാര പ്രസംഗങ്ങൾ, വഞ്ചി ക്ഷിതീശനു വലിയ തമ്പുരാട്ടി വക ചില്ലറ ബഹുമതികൾ (ഖരീത്താ എന്നു സാങ്കേതിക സംജ്ഞ) ആം ആദ്മികൾക്കു സമൃദ്ധമായ അന്നദാ നം, പള്ളിക്കൂടം പിള്ളേർക്കു മധുരപലഹാരങ്ങൾ ഇവയൊക്കെ വിപുല മായിത്തന്നെ നടന്നു. ഏറ്റവും ശ്രദ്ധേയം ഇതൊന്നുമല്ല. സ്വർണ്ണവും ആനക്കൊമ്പും ഈട്ടിയും കരിന്താളിയുമൊക്കെ ഉപയോഗിച്ചു വിദഗ്ദ്ധ ശില്പങ്ങൾ നിർമ്മിച്ച, ഇന്നു ശതകോടിക്കണക്കിനു രൂപ വിലവരുന്ന, അതിമനോഹരമായ ഒട്ടനവധി ശില്പങ്ങൾ പാവപ്പെട്ട വഞ്ചിനാട്ടിൽനിന്നും കപ്പൽ കയറി ശീമയിലേക്കു പോയി – ചക്രവർത്തിനിക്കു തിരുമുൽക്കാ ഴ്ചയായി. ഒപ്പം വിനീത ദാസ്യത്തിന്റെ കനച്ച ചുവയുള്ള, തമ്പുരാട്ടി യോട് നിർവ്യാജവും നിസ്സീമവുമായ ഭയഭക്തിബഹുമാനങ്ങളും നിരു പാധികമായ കൂറും ആവർത്തിച്ചു പ്രഖ്യാപിക്കുന്ന, അവിടത്തെ സദ്ഭര ണത്തെ മാംസളമായി പ്രശംസിക്കുന്ന, പ്രൗഢമായ വിക്ടോറിയൻ ഇംഗ്ലീഷ് ശൈലിയിലുള്ള ഒട്ടനേകം നിഭൃത സമർപ്പണങ്ങളും ജൂബിലി മഹോത്സവത്തിന്റെ ഭാഗമായി.

റസിഡന്റ് ഹാനിങ്ടന്റെ ആദ്ധ്യക്ഷ്യത്തിൽ കൂടിയ ഒരു പൊതു യോഗത്തിൽവച്ച്, തിരുവനന്തപുരത്ത് സുവർണ്ണജുബിലിയുടെ ഒരു സമു ചിതസ്മാരകം നിർമ്മിക്കണമെന്നു തീരുമാനിക്കപ്പെട്ടു. സർക്കാരിൽ നിന്നും ഒരേക്കർ സ്ഥലവും 35,000 രൂപയും സംഭാവന ചെയ്തു. (അ തോടൊപ്പം കൊല്ലത്ത് ആരംഭിച്ച മറ്റൊരു സ്മാരകമായ നേഴ്സുമാരുടെ പ്രസവചികിത്സാ പരിശീലനകേന്ദ്രമാണ് പിന്നീട് വിക്ടോറിയാ ആശു പത്രിയായി വളർന്നത് – ഇന്നത്തെ കൊല്ലം ജില്ലാ ആശുപത്രി) സ്മാരകം പൂർത്തിയാക്കാൻ പത്തുവർഷമെടുത്തു. (സെക്രട്ടറിയേറ്റിന്റെ പ്രജപ തിയായിരുന്ന ചീഫ് എഞ്ചിനീയർ വില്യം ബാർട്ടന്റെ ഒരു പിന്തുടർച്ച ക്കാരനായിരിക്കണം അതിന്റെ ശില്പി) 1896 ജനുവരി 25 ന് മഹാരാജാ സർ രാമവർമ്മ മൂലം തിരുനാൾ വിക്ടോറിയാ ജുബിലി ടൗൺഹാൾ

എന്നു നാമകരണം ചെയ്യപ്പെട്ട സ്മാരക മന്ദിരം വമ്പിച്ച ആഘോഷ ങ്ങൾക്കിടയിൽ ഉദ്ഘാടനംചെയ്തു.(തൊട്ടടുത്തവർഷം കൊണ്ടാടിയ വജ്ര ജൂബിലിയുടെ സ്മാരകമാണ് 1897 ൽ നിർമ്മിച്ച പബ്ലിക് ലൈബ്രറി മന്ദി രത്തിന്റെ പൂർവ്വഭാഗം)

വിക്ടോറിയൻ ശിൽപകലയുടെ അതിഗംഭീരമായ ഒരു മാതൃകയാണ് ടൗൺഹാൾ. എഴുന്നൂറോളം പേർക്ക് ഹാളിലും പിന്നൊരു നൂറ്റമ്പതു പേർക്ക് ബാൽക്കണികളിലും സുഖമായി ഇരിക്കാവുന്ന വിശാലമായ ഒരു ഹർമ്മ്യമാണിത്. തേക്കുതടി കൊണ്ടുള്ള തറയും ഉത്തുംഗസ്തംഭങ്ങളും മനോഹരങ്ങളായ കൊത്തുപണികളുള്ള പാനലുകളും വാർപ്പിരുമ്പുകൊ ണ്ടുള്ള റെയിലിങ്സും അനേകം മുഖപ്പുകളും ഒക്കെക്കൂടി ഈ മന്ദി രത്തെ തലസ്ഥാനത്തെ ഒരു 'ലാന്റ്മാർക്ക്' ആക്കിത്തീർത്തു- ശ്രീപത്മ നാഭ സ്വാമിക്ഷേത്രത്തെപ്പോലെ, സെക്രട്ടറിയേറ്റ് കോംപ്ലക്സ് പോലെ, മാധവരായർ ദിവാന്റെ പ്രതിമപോലെ, ടൗൺ ഹാളിന്റെ നടത്തിപ്പിനായി ഉദ്യോഗസ്ഥരും അനുദ്യോഗസ്ഥരുമടങ്ങിയ ഒരു ഭരണസമിതി നിയമി ക്കപ്പെട്ടു. മൂന്നു വർഷമായിരുന്നു. അതിന്റെ കാലാവധി, നാടകം, പാട്ടു കച്ചേരി, നൃത്തം തുടങ്ങിയ സാംസ്കാരിക പരിപാടികൾ ഉചിതമായി നടത്താൻ വേണ്ടി വിശാലമായ ഗ്രീൻ റൂമും കർട്ടനുകളും മറ്റു സംവി ധാനങ്ങളും അന്നുതന്നെ ഉണ്ടായിരുന്നു. നാടകങ്ങൾക്കും മറ്റും ഇരുപ ത്തഞ്ചുരൂപയും പ്രഭാഷണങ്ങൾക്ക് പന്ത്രണ്ടര രൂപയുമായിരുന്നു ദിവസ വാടക. യൂണിവേഴ്സിറ്റി കോളേജുമായി ബന്ധപ്പെട്ട എല്ലാ ആഘോഷ ങ്ങൾക്കും ടൗൺഹാൾ തന്നെയായിരുന്നു വേദി.

1888 ആഗസ്ത് 23 നാണ് ആറ് ഉദ്യോഗസ്ഥാംഗങ്ങളും രണ്ട് അനു ദ്യോഗസ്ഥാംഗങ്ങളുമടങ്ങിയ തിരുവിതാംകൂർ ലെജിസ്ലേറ്റീവ് കൗൺസിൽ ജന്മം കൊണ്ടത്. അതിന്റെ ആദ്യയോഗം ദിവാന്റെ ചോംബറിൽ വച്ചാണു കൂടിയത് (സി പി രാമസ്വാമി അയ്യർ വരെയുള്ള ദിവാന്മാരും അതിനു ശേഷം 1980 ൽ ഇ കെ നായനാർ വടക്കേ സാന്റ് വിച്ച് ബ്ലോക്കിലേക്കു മാറുന്നതുവരെ എല്ലാ മുഖ്യമന്ത്രിമാരും ഉപയോഗിച്ചിരുന്ന, സെക്രട്ടറിയേ റ്റിലെ പഴയ കെട്ടിടത്തിന്റെ രണ്ടാം നിലയിൽ വടക്കുപടിഞ്ഞാറുള്ള വിശാ ലമായ മുറി – ഖജനാവിന്റെ തൊട്ടുമുകളിലാണ്– അതെന്ന വസ്തുത അതിനു വിശേഷിച്ചൊരു അധികാരി ഭാവം നല്കി!) 1904 ൽ നൂറംഗ ങ്ങളുള്ള ശ്രീമൂലം പ്രജാസഭ നിലവിൽ വന്നു. സമ്മേളനങ്ങൾക്ക് ദിവാന്റെ ചേംബറിന്റെ സ്ഥലം പോരാതെ വന്നതിനെത്തുടർന്ന് വേദി ടൗൺഹാ ളിലേക്ക് മാറ്റി. ആദ്യസമ്മേളനം 1904 ഒക്ടോബർ 22 നായിരുന്നു. സഭ ആണ്ടിലൊരിക്കൽ സമ്മേളിച്ചു പോന്നു. 'ലോങ് കോട്ടും' തലപ്പാവുമാ യിരുന്നു അംഗങ്ങളുടെ 'ഡ്രസ് കോഡ്' (എന്റെ മാതാമഹൻ വക്കീൽ എൻ ജി പരമേശ്വരൻ പിള്ള അഞ്ചുവർഷം മാവേലിക്കര നിയോജക മണ്ഡലത്തിന്റെ പ്രതിനിധിയായിരുന്നു. അപ്പൂപ്പന്റെ ഈ ഔദ്യോഗിക വേഷത്തിലുള്ള ഫോട്ടോ ഇന്നും ഓർമ്മയിലുണ്ട്. പട്ടം താണുപിള്ള, സി കേശവൻ, ടി എം വർഗ്ഗീസ്, മന്നത്തു പത്മനാഭൻ, ചങ്ങനാശ്ശേരി

പരമേശ്വരൻ പിള്ള, മഹാകവി കുമാരനാശാൻ, മാമ്മൻ മാപ്പിള, സാഹിത്യ പഞ്ചാനനൻ പി കെ നാരായണപിള്ള തുടങ്ങിയ വാഗ്മികളുടെ ഗംഭീര മായ പ്രസംഗങ്ങൾ. 1940 ൽ സെക്രട്ടറിയേറ്റ് വളപ്പിൽ ദിവാൻ സർ സി പി പുതിയ നിയമസഭാ മന്ദിരം പണിയുന്നതുവരെ ടൗൺ ഹാളിനെ പ്രക മ്പനം കൊള്ളിച്ചിരുന്നു (ഭൂരിഭാഗം അംഗങ്ങളും പ്രസംഗങ്ങൾ എഴുതി വായിക്കുകയായിരുന്നു പതിവ്)

കലാ സാംസ്കാരിക പരിപാടികളെ സംബന്ധിച്ചിടത്തോളം ടൗൺ ഹാളിനെപ്പോലെ ദീർഘവും അഭിജാതവുമായ പാരമ്പര്യം തലസ്ഥാ നത്തെ മറ്റൊരു വേദിക്കുമില്ല. സി വി രാമൻപിള്ള, ഇ വി കൃഷ്ണപിള്ള, എൻ പി ചെല്ലപ്പൻ നായർ, ടി എൻ ഗോപിനാഥൻ നായർ, എൻ കൃഷ്ണ പിള്ള തുടങ്ങിയ മഹാരഥന്മാരുടെ ഏറ്റവും മികച്ച നാടകങ്ങൾക്ക് ആദ്യത്തെ രംഗവേദിയായതു ടൗൺഹാളാണ് (അവയിൽ ഭൂരിഭാഗവും ശതാബ്ദി പിന്നിട്ട വഞ്ചിയൂർ ശ്രീ ചിത്തിര തിരുനാൾ ഗ്രന്ഥശാലയുടെ ആഭിമുഖ്യത്തിലാണ് അരങ്ങേറിയതെന്ന് കൃതജ്ഞതയോടെ സ്മരിക്കേ ണ്ടതുണ്ട്)

അഭിനയകുശലരായ എത്രയെത്ര അമേച്ചർ നടന്മാരുടെയും നടിക ളുടെയും ഉജ്ജ്വലപ്രകടനത്തിന് ടൗൺഹാൾ രംഗഭൂമിയായിരിക്കുന്നു- ഇ വി കൃഷ്ണപിള്ള, സി ഐ പരമേശ്വരൻ പിള്ള, കൈനിക്കര സഹോ ദരന്മാർ, പി കെ വിക്രമൻ നായർ, വീരരാഘവൻ നായർ, എൻ പി ചെല്ല പ്പൻ നായർ, അടൂർഭാസി, ആനന്ദക്കുട്ടൻ, നാഗവള്ളി, ഗുപ്തൻ നായർ (അതേ, നമ്മുടെ ഗുപ്തൻ നായർ സാർ തന്നെ- അദ്ദേഹം ഒന്നാന്തരം നടനായിരുന്നു, സംഗീതജ്ഞനായിരുന്നു, ടെന്നീസ് കളിക്കാരനായിരു ന്നു) ഓമനക്കുഞ്ഞമ്മ, രുഗ്മിണിയമ്മ, ആറന്മുള പൊന്നമ്മ, മാവേലിക്കര പൊന്നമ്മമാർ – ശരിയായ ഒരു റോൾ ഓഫ് ഓണർ' തന്നെ! മഹാസംഗീ തജ്ഞയായ എം എസ് സുബ്ബുലക്ഷ്മി തുടങ്ങി എത്ര ഗായകശിഖാമ ണികളുടെ നാദ ബ്രഹ്മോപാസന ആ ഹാളിനെ പുളകച്ചാർത്തണിയിച്ചി രിക്കുന്നു! മഹാത്മാഗാന്ധി മുതൽ ഇങ്ങോട്ട്, എത്രയെത്ര വിശിഷ്ട വ്യക്തി കളുടെ വൈഖരിപ്രവാഹം അതിനെ ധന്യമാക്കിയിരിക്കുന്നു!

ഈ ലേഖകൻ യൂണിവേഴ്സിറ്റി കോളേജ് വിദ്യാർത്ഥിയായിരിക്കെ (1956–59), ടൗൺ ഹാളിന്റെ ഒരു സ്ഥിരം സന്ദർശകനായിരുന്നു. പ്രൊഫ സർ മുണ്ടശ്ശേരി (അന്നദ്ദേഹം വിദ്യാഭ്യാസമന്ത്രിയാണ്), കുട്ടികൃഷ്ണ മാരാർ, എൻ വി കൃഷ്ണവാര്യർ, തകഴി, കേശവദേവ്, പൊറ്റെക്കാട്, ഡോ. ഭാസ്കരൻ നായർ തുടങ്ങി എത്രയെത്ര വാഗ്മികളുടെ അത്യു ജ്ജ്വലമായ വചഃ പ്രവാഹമാണ് അന്ന് മനസ്സിനും ബുദ്ധിക്കും ധന്യത ചേർത്ത്! മറക്കാനാവാത്തതു ഖദർധാരിയായ, കറുത്ത ചടച്ച സുകു മാർ അഴീക്കോട് എന്ന ചെറുപ്പക്കാരന്റെ അനർഗ്ഗളമായ, അപ്രതിരോധ്യ മായ പ്രസംഗങ്ങളാണ്. (ആശാന്റെ സീതാകാവ്യവും രമണനും മലയാള സാഹിത്യവും എഴുതി അഴീക്കോട് മാഷ് അന്നു പ്രശസ്തിയിലേക്ക് കുതി ക്കുകയായിരുന്നു).

ചീഫ് സെക്രട്ടറിയായിരിക്കെ എനിക്ക് ഏറ്റവും ചാരിതാർത്ഥ്യം നല്കിയ ഒരു നടപടിയായിരുന്നു ഈ പൈതൃക മന്ദിരത്തിന്റെ സമഗ്രമായ നവീകരണം. അന്നത്തെ പൊതുമരാമത്തു മന്ത്രി പി ജെ ജോസഫിനോടും സമർത്ഥനും സത്യസന്ധനുമായിരുന്ന ചീഫ് എഞ്ചിനീയർ നാരായണ നായിക്കിനോടും ഈ കൊച്ചുനേട്ടത്തിന് ഞാൻ കടപ്പെട്ടിരിക്കുന്നു. 'മിനിമം ഇന്റർവെൻഷൻ' എന്നതായിരുന്നു നായിക്കിന് ഞാൻ നല്കിയ മാൻഡേറ്റ്. പ്രാക്തനമായ ശില്പസൗഭഗം ഒട്ടും കുറയ്ക്കാതെ ഹർമ്മ്യത്തിന്റെ ചാരുതകൾക്ക് ഒട്ടും വൈകല്യമണയ്ക്കാതെ അദ്ദേഹം അതു നിർവ്വഹിച്ചു. പക്ഷേ, ഈ പുരാതനഹർമ്മ്യത്തിന്റെ ഇന്നത്തെ അവസ്ഥ പരിതാപകരമാണ്. ജി പരമേശ്വരൻപിള്ള എന്ന, മഹാനായ സ്വാതന്ത്ര്യ സമരനായകൻ ബാരിസ്റ്റർ ജി പി പിള്ളയുടെയും (അദ്ദേഹത്തിന്റെ പൗത്രി ഇന്ദിരാ രാമകൃഷ്ണപിള്ള സംഭാവന ചെയ്തത്) ഞാൻ തിരുവനന്തപുരം കളക്ടറായിരിക്കെ അന്നു കേരള ഹൈക്കോടതി ജഡ്ജിയായിരുന്ന വി ആർ കൃഷ്ണയ്യർ അനാച്ഛാദനം ചെയ്ത ഗാന്ധിജിയുടെയും നെഹ്റുവിന്റെയും എണ്ണച്ചായാ ചിത്രങ്ങൾ ടൗൺ ഹാളിന് എന്നോ നഷ്ടപ്പെട്ടിരിക്കുന്നു. എത്രയെത്ര മഹാവ്യക്തികളുടെ ഗംഭീര സ്വരം പ്രതിധ്വനിച്ച വി ജെ ടി ഹാൾ, 'നർമ്മ' (?) വും ചെരുപ്പും ബാഗും ചുഡ്ഢീദാറും കിലോക്കണക്കിനു തൂക്കി വില്ക്കുന്ന വെച്ചുവാണിഭപ്പരമ്പായി മാറ്റിയതിൽനിന്നും വലിയ ദുരന്തമൊന്നുമല്ലല്ലോ ഇതെന്നു സമാശ്വസിക്കാം!

ജനനേന്ദ്രിയവും ശ്രേഷ്ഠഭാഷയും

"ആഹാ! അതിനു ഘീർവാണമെന്തിന്? മലയാം വാഴയ്ക്കു പഴ ങ്കാത്ത വലിയ കാര്യമോ അത്?" എന്നു സരസവും സാരഗർഭവുമായ ഒരു ചോദ്യം സി വിയുടെ ചിലമ്പിനേത്തുകാളി ഉടയാൻ ചന്ത്രക്കാരൻ ഉന്നയിക്കുന്നുണ്ട്.

ചന്ത്രക്കാരനു തോന്നിയ സംശയം ദിവസവും രാവിലെ പത്രങ്ങൾ വായിക്കുമ്പോൾ എനിക്കും കുറേക്കാലമായി തോന്നുന്നു. സംസ്കൃത ഭാഷയോട് കടുത്ത അലർജിയും അതു സംഘപരിവാറിന്റെ വക ഏതോ അപകടം പിടിച്ച ഏർപ്പാടാണെന്ന ഉറച്ച വിശ്വാസവും ഉള്ളവർക്കു പോലും ഈ "ഗീർവാണ" പ്രിയം വ്യാപകമായിക്കാണുന്നു. വിശേഷിച്ചും ശ്രേഷ്ഠ ഭാഷ ധാരാളം പര്യാപ്തമായ ഇടങ്ങളിൽപ്പോലും നമ്മുടെ മാധ്യമൻ പിള്ള മാർ സംസ്കൃതം വച്ചുകാച്ചുന്നു. (ഇടയ്ക്കു പറയട്ടെ – കഴിഞ്ഞ രണ്ടു മൂന്നു വർഷമായി നിത്യോപയോഗത്തിൽ വ്യാപകമായി വന്നിട്ടുള്ള, പരി ഹാസമോ നിന്ദയോ ഒക്കെ സൂചിപ്പിക്കുവാൻ തുക്കടാ രാഷ്ട്രീയോപജീവി മുതൽ മുതിർന്ന ദേശ് കാ നേതാക്കന്മാർ വരെ ദിവസവും പ്രയോഗി ക്കുന്ന 'പരിവാർ' എന്ന വാക്കിനു ഹിന്ദിയിൽ കുടുംബം എന്നാണർത്ഥം. തികച്ചും മാന്യതയും അന്തസ്സുള്ളതുമായ പദം. മന്ത്രിയും പരിവാരങ്ങളും വന്നെത്താൻ മൂന്നു മണിക്കൂർ വൈകി എന്നും മറ്റുമുള്ള പ്രയോഗങ്ങ ളിൽ ധ്വനിക്കുന്ന പരിഹാസവും അവജ്ഞയുമൊന്നും സത്യത്തിൽ ആ വാക്കിനില്ല)

ഇപ്പോൾ ഈ ശങ്ക തോന്നാൻ കാരണം വാർത്തകളിൽ നിറഞ്ഞു നില്ക്കുന്ന ഒരു ആത്മീയാചാര്യന്റെ ദുരന്തകഥയാണ്. സംശയമില്ല. "സ്വാമിയുടെ ജനനേന്ദ്രിയം വിച്ഛേദിച്ചു" എന്നത് അത്യപൂർവ്വമായ, ഞെട്ടി ക്കുന്നതും അതീവ ശോകസങ്കുലവുമായ ഒരു സംഭവം തന്നെ. പക്ഷേ,

അതിന്റെ ഗൗരവവും അപൂർവ്വതയും ദ്യോതിപ്പിക്കുവാൻ സംസ്കൃതവാ ണിയെ കൂട്ടുപിടിക്കേണ്ടതുണ്ടോ എന്നാണ് സംശയം. "സ്വാമിയുടെ ലിംഗം മുറിച്ചു" എന്നു വളച്ചുകെട്ടാതെ നേരെ ചൊവ്വെ, ലളിതമായി അങ്ങെഴുതിയാൽ, ചന്തുമേനോന്റെ കർപ്പൂരയ്യൻ വക്കീൽ പറഞ്ഞ "സത്വ രവും ഭടത്വവും" വരുകയില്ലെന്നാണോ സംശയം? ഭാഷ സുഗമമാകു ന്നതു മാത്രമല്ല മെച്ചം – എത്ര അക്ഷരങ്ങൾ ലാഭിക്കാമെന്നും ചിന്തി ക്കേണ്ടിയിരിക്കുന്നു. രണ്ടാമത്തെ രീതിയിൽ പറഞ്ഞാലും വായനക്കാർക്ക് നവസാക്ഷരന്മാർക്കുൾപ്പെടെ, കാര്യം വ്യക്തമായി മനസ്സിലാകും. സംഭ വത്തിന്റെ ദുരന്തസ്വഭാവം, രണ്ടുമാസം കഴിഞ്ഞിട്ടും അതിനെ ചുഴ്ന്നു നില്ക്കുന്ന ദുരൂഹത, ഉന്നയിക്കപ്പെടാവുന്ന നിയമവ്യാഖ്യാനങ്ങൾ ഇതൊക്കെ ഗൗരവം ഒട്ടും ചോർന്നു പോകാതെ തന്നെ പാരായണന്മാ രിൽ എത്തിച്ചേരും. പിന്നെയെന്തിന് ഒറ്റ മൂച്ചിന് നാവിൽ നുഴയാത്ത ജന നേന്ദ്രിയ വിച്ഛേദനം?

"ധർമ്മപുരിയിൽ രാഷ്ട്രപതിക്കു തുറാൻ മുട്ടി" എന്നാണെന്നു തോന്നുന്നു ഒ വി വിജയൻ തന്റെ *ധർമ്മപുരാണം.* എന്ന ക്ലാസിക് ആരം ഭിക്കുന്നത്. അതിനുപകരം" ധർമ്മപുരിയിൽ രാഷ്ട്രപതി പുരീഷോ ത്സർജ്ജനത്തിനു തുരമാണനായി ഭവിച്ചു" എന്നു ഗീർവാണം വച്ചു കാച്ചി യാൽ എന്തൊരു അനൗചിത്യമായിരുന്നേനെ! മാത്രമല്ല, ആ നോവലിനെ ചുഴ്ന്നു നില്ക്കുന്ന രൂക്ഷമായ ആക്ഷേപഹാസ്യത്തിന്റെ ചൂരും ചുടും ചോർന്നു പോയേനെ.

നമുക്ക് ജനനേന്ദ്രിയ വിച്ഛേദന കഥയിലേക്കു മടങ്ങാം. കഥയിലെ ആയുധ പ്രയോഗത്തിന് ഇംഗ്ലീഷിൽ ഒരു പേരു വന്നിരിക്കുന്നു– ക്രിയാ പദമാണ്. 'ബോബിറ്റ്' എന്ന്. ലൊറീനാ ബൊബിറ്റ് എന്ന അമേരിക്കൻ മദാമ്മയാണത്രെ ഈ പുഴിക്കടകൻ പ്രയോഗം ചരിത്രത്തിൽ ആദ്യമായി നടത്തി പേറ്റന്റു വാങ്ങിയത്. നഷ്ടമായത് ആരുടെ ജനനേന്ദ്രിയമാണെന്നു വ്യക്തമല്ല. ഓൻ ഭർത്താവാണോ കാമുകനാണോ ജാരനാണോ പീഡ കനാണോ എന്നൊന്നും അറിഞ്ഞുകൂടാ. ഏതായാലും ഏറെ സമ്പന്ന മായ ഇംഗ്ലീഷ് ഭാഷയ്ക്ക് ഒരു പുതിയ വാക്കുകൂടി ലഭിച്ചിരിക്കുന്നു. (ഇ ക്കൊല്ലം പുറത്തിറങ്ങിയ നിഘണ്ടുക്കളിൽ പുതിയ മുറ്റുവിന കയറിക്കൂ ടിയിട്ടുണ്ട്)

ഒരു നിർദ്ദേശം കൂടി. സ്വാമിയുടെ ജനനേന്ദ്രിയ ധ്വംസനം നടത്തിയ ധീരവനിതയ്ക്ക് ഏറ്റവും കുറഞ്ഞത് ധീരതയ്ക്കുള്ള ഒരു ശൗര്യചക്ര മെങ്കിലും കൊടുക്കേണ്ടതാണെന്ന് അറിയപ്പെട്ട ചില പെണ്ണെഴുത്തു കാരും വനിതാവിമോചനക്കാരും ലിംഗസമത്വക്കാരും പുരട്ച്ചിത്തലൈ വിമാരും പലവക സാംസ്കാരിക ഇച്ചേച്ചിമാരും (ഓണാട്ടുകര പ്രയോഗം) ശക്തിയുക്തം അഭിപ്രായപ്പെട്ടു കണ്ടു. നിർദ്ദിഷ്ട പുരസ്കാരത്തിനു മേലെ ഴുതിയ അമേരിക്കൻ മങ്കയുടെ പേർ നല്കുന്നത് ഏറ്റവും ഉചിതമായി രിക്കും– നോബൽ പ്രൈസ്, പുലിസ്റ്റർ പ്രൈസ്, ഉമ്മന്നൂർ നാണുപിള്ള വക്കീൽ പുരസ്കാരം (1111 രൂപ, പ്രശസ്തിപത്രം, ശില്പം, പൊന്നാട)

തുടങ്ങിയവ പോലെ. ഇരിക്കട്ടെ ഒരു ലൊറീനാ പ്രൈസ്! പൊമ്പിളെ ഒറ്റുമെക്കാർക്ക് സ്വീകാര്യമായിരിക്കുമെന്നു വിശ്വസിക്കുന്നു. (ഇതാണ് ശരിയായ പ്രയോഗം – ഒരു മുൻ മന്ത്രി, മൊഴിഞ്ഞതുപോലെ, എരുമ എന്നൊന്നുമല്ല.)

പാരീസ് കാലാവസ്ഥ ഉടമ്പടിയും അമേരിക്കൻ ഫെഡറൽ റിസർവ്വിന്റെ നാണയനയവും ട്രംപു സായിപ്പിന്റെ മൊശകേടൻ വിദേശ നയവും അഭിനവ താച്ചറമ്മ ആകാൻ ശ്രമിക്കുന്ന മൂത്ത പെമ്പിള ബ്രിട്ടീഷ് പ്രധാനമന്ത്രി ത്യേസ്യാക്കുട്ടിയുടെ തിരഞ്ഞെടുപ്പ് പരാജയവും ദീപാവ ലിക്കു പിള്ളേർ ഓലപ്പടക്കം കത്തിച്ചെറിയുന്ന ലാഘവത്തോടെ അന്താ രാഷ്ട്ര മിസൈലുകൾ ഒന്നിനു പുറകെ ഒന്നായി തൊട്ടടുത്തുവിട്ട് ലോകത്തെ വിറപ്പിക്കുന്ന ഉത്തരകൊറിയയിലെ കിം ഉൻ പോങ് എന്ന ഹിരണ്യകശിപുവിന്റെ അരക്കിറുക്കും ഒക്കെ ചർച്ചചെയ്യുന്ന ഗൗരവ ത്തോടും ആവേശത്തോടും സർവ്വജ്ഞത്വ ഭാവത്തോടും ജനനേന്ദ്രിയ വിഷയം ടി വി ചാനലുകളിൽ സ്ഥിരം ചർച്ചയാശാന്മാർ ഈഴ പിരിച്ചു ചർച്ച ചെയ്യുന്നതുകേട്ടു മടുത്തു. "ട്രംപിനോട് എനിക്ക് ഉപദേശിക്കാനു ള്ളതെന്താണെന്നു വച്ചാൽ, ട്രംപേ!" എന്നും മറ്റും ചില സ്വയം പ്രഖ്യാ പിത വിദേശകാര്യവിചക്ഷണന്മാർ ഘനഗംഭീരമായി തട്ടിമൂളിക്കുന്നത്, ട്രംപച്ചായൻ കോണ്യാക്കു നുണഞ്ഞുകൊണ്ട്, ഗീതയിലെ ഇതികർത്ത വ്യതാമൂഢനായ അർജ്ജുനൻപിള്ള യോഗേശ്വരനായ ശ്രീകൃഷ്ണന്റെ മുമ്പിലിരിക്കുന്നുപോലെ, തന്റെ മുമ്പിൽ വാ പിളർന്നിരിക്കുകയാണെന്നു സങ്കല്പിച്ചാണെന്നു തോന്നുന്നു! മറ്റുപല വങ്കത്തങ്ങളും പോലെ ഇതും നമ്മൾ അങ്ങു സഹിക്കുക. അത്രതന്നെ!

ജനനേന്ദ്രിയ വിഷയം ഒറ്റപ്പെട്ട ഒരു കേസാണെന്നു വിചാരിച്ചെങ്കിൽ തെറ്റി. ഡെങ്കിപ്പനി, കോഴിപ്പനി, പന്നിപ്പനി, തക്കാളിപ്പനി, എലിപ്പനി ഇത്യാദി പനികൾ ദിനംതോറും പെരുകിവരുന്നു. അതോടൊപ്പം അവയ്ക്കു മൂലകാരണമായ തലസ്ഥാനത്തിന്റെ മഹാശാപമായ മാലി ന്യങ്ങളെക്കുറിച്ചുള്ള ആരോപണപ്രത്യാരോപണങ്ങളും. ഈ പശ്ചാത്ത ലത്തിൽ അറപ്പുളവാക്കുന്ന ഒരു വാർത്ത ഇടയ്ക്കിടെ പ്രത്യക്ഷപ്പെട്ടു കൊണ്ടിരിക്കുന്നു.

"ചാണ്ടൂർക്കോണം മുക്കിൽവച്ചു ലോറിയിൽ കൊണ്ടുവന്ന മനുഷ്യ വിസർജ്ജ്യം അർദ്ധരാത്രിയിൽ കിള്ളിയാറ്റിൽ തള്ളാൻ ശ്രമിച്ച തമിഴ്നാ ട്ടുകാർ പിടിയിൽ!"

ഇതിനെന്തു ന്യൂസ്‌വാല്യു എന്നു തോന്നാം. "കിള്ളിയാറും കരമന യാറുമൊക്കെ പിന്നെ എന്തരിനു പിള്ളേ, ക്വാഴിക്കടവേസ്റ്റും ഹോട്ടൽ മാലിന്യവും തീട്ടവും ചപ്പുചവറുകളുമൊക്കെ കൊണ്ടുതള്ളാനല്ലാതെ?" എന്ന് ഈർഷ്യയോടെ ചോദിച്ച ചാണ്ടൂർക്കോണം സ്വദേശി, നവതി പ്രായൻ, പരിസ്ഥിതി വിരുദ്ധനും ഉമ്മൻ വി ഉമ്മൻ കമ്മീഷൻ റിപ്പോർട്ട് വായിച്ചിട്ടില്ലാത്തവനുമായ മുൻ പെറ്റി ആപ്പീസർ ഭഗവതിപ്പിള്ള ഉന്നയിച്ച ഞ്ഞെട്ടിച്ച ഭിന്നാഭിപ്രായക്കുറിപ്പ് ഇരിക്കട്ടെ. പ്രശ്നം അതല്ല. മനുഷ്യ

വിസർജ്ജ്യം എന്നു വളച്ചുകെട്ടി പറയേണ്ട കാര്യമുണ്ടോ? മലം എന്ന രണ്ടക്ഷരപദം കൊണ്ട് ആശയസംവേദനം പൂർണ്ണമായും ഫലപ്രദവു മായി നടക്കുകയില്ലെന്നു പറയാനൊക്കുമോ? ജുഗുപ്സയും ജനവിരുദ്ധ തയും പരിസ്ഥിതി ദ്രോഹവും വേണ്ടത്ര സ്ഫുരിക്കുന്നില്ലെന്നാണു വാദ മെങ്കിൽ, ഒ വി വിജയനെപ്പോലെ ആൺ– ഇൻഹിബിറ്റഡ് ആയ ഭവഗതി പ്പിള്ള മാമന്റെ ആത്മഗതത്തിലെ രണ്ടക്ഷരത്തിലൊതുങ്ങുന്ന നാടൻ പ്രയോഗം പോരെ? ശ്രേഷ്ഠഭാഷയുടെ വാമൊഴി വഴക്കത്തിൽ, നേരുപ റഞ്ഞാൽ, ജനനേന്ദ്രിയത്തിന് ലളിതമായ എത്ര കൊച്ചു പര്യായങ്ങളുണ്ട്! (അശ്ലീല വിരുദ്ധന്മാർ കോപിക്കാൻ വരട്ടെ – ഒന്നും വിട്ടുകളയാതെ ശ്രീക ണ്ഠേശ്വരം അദ്ദേഹത്തിന്റെ നിഘണ്ടുവിൽ ചേർത്തിട്ടുണ്ട്)

അസ്ഥാനത്തുള്ള "ഗീർവാണ" ഭക്തിക്ക് ഒരു ദൃഷ്ടാന്തം കൂടി. "വേലുപ്പിള്ളയണ്മനെ വേറ്റിക്കോണം എസ് ഐ കണ്ടമാനം ചീത്ത വിളിക്കുകയും തല്ലിച്ചതയ്ക്കുകയും ചെയ്തു." എന്ന സർവ്വസാധാരണ മായ വർത്തമാനം "വയോധികനായ അമ്പഴവേലിൽ പി കെ വേലുപ്പിള്ള (85) യുടെ നേരെ വേറ്റിക്കോണം എസ് ഐ അസഭ്യവർഷം നടത്തു കയും അദ്ദേഹത്തെ മൃഗീയവും കിരാതവുമായി മർദ്ദിച്ച് അവശനാക്കു കയും ചെയ്തു." എന്നു ഡോ. സുനിൽ പി ഇളയിടത്തിന്റെ ശൈലി യിൽ ചതുരവടിവിൽ പറഞ്ഞു വച്ചാലേ മനുഷ്യാവകാശക്കമ്മീഷൻ സ്വമേ ധയാ കേസെടുക്കുകയുള്ളൂ എന്നു ഭയപ്പെടേണ്ട വല്ല കാര്യവുമുണ്ടോ? (പഴയ ആഭ്യന്തര മന്ത്രിയുടെ ജനസൗഹൃദ പൊലീസിന്റെ ഇടിക്കു മാത്ര മല്ല തെറിക്കും വീര്യം കൂടുതലാണെന്നു ചില അനുഭവസ്ഥർ പറയുന്നു. വേറ്റിക്കോണം. എസ് ഐ ഇത്തരം ഒരു ജന സൗഹൃദനായിരിക്കണം!

പിൻകുറിപ്പ്

ഇതെഴുതിക്കഴിഞ്ഞപ്പോൾ വന്നിരിക്കുന്നു സാക്ഷാൽ ഇന്ദ്രപ്രസ്ഥ ത്തിൽനിന്നൊരു കൗതുകവാർത്ത. അവിടെയും ഒരു 'ബോബിറ്റ്" ദുരന്തം. അരങ്ങേറിയിരിക്കുന്നുവത്രേ. ഔട്ടർ ഡൽഹിയിലെ മംഗൽപുരിയിൽ നാലു വർഷം തന്നെ ലൈംഗികമായി ചൂഷണം ചെയ്യുകയും വിവാഹ ക്കാര്യം പറഞ്ഞപ്പോൾ യാതൊരു ഉളുപ്പുമില്ലാതെ നിർല്ലജ്ജം കൈയൊ ഴിയുകയും ചെയ്ത രവി എന്ന പൂവാലൻ കാമുകനെ ഒരുവനിതാ വിമോ ചകക്കാരി കറിക്കത്തിക്കൊണ്ടു ജനനേന്ദ്രിയ വിച്ഛേദം നടത്തി (പൂർണ്ണ മായോ ഭാഗികമായോ, എത്ര ശതമാനം എന്നൊന്നും വ്യക്തമല്ല) പ്രതി കാര നിർവ്വഹണം നടത്തിയത്രെ! പുരുഷ കഥാപാത്രം പ്രാണവേദന യോടെ പുറത്തേക്കോടി രക്ഷപ്പെട്ട്, പതിവിൻപടി ഏറ്റവുമടുത്ത ജന സൗഹൃദത്തിൽ പരാതി ബോധിപ്പിച്ചെന്നും, വീര നായിക സകുടുംബം ഒളിവിൽപ്പോയിരിക്കുന്നു എന്നും മംഗൾപുരിക്കഥ മംഗളമായിത്തന്നെ അവസാനിക്കുന്നു!

കെന്നഡി വിലാസത്തിൽ സ്റ്റെഫി

അഷ്ടമത്തിൽ വ്യാഴവും കണ്ടകശനിയും ജന്മത്തിൽ രാഹുവും കൂടി ഒന്നിച്ചു വന്നതിനാലാകണം "ആയാസോ വിഭവക്ഷയോദ്ധശമനം" ഇതി വചനേന, സെക്രട്ടറിക്ക് ഉഗ്രമൂർത്തിയായ മുഖ്യമന്ത്രിയുടെ കടുത്ത അമർഷത്തിനു പാത്രമാകേണ്ടി വന്നത്.

മുഖ്യൻ കാത്തിരിക്കാൻ തയ്യാറായിരുന്നില്ല. ഒരു നിമിഷം വൈകാതെ സെക്രട്ടറിയെ മാറ്റി നിയമിക്കാൻ ചീഫ് സെക്രട്ടറിക്ക് ഇണ്ടാസു പോയി. (ഇന്നത്തെപ്പോലെ ആറു പതിറ്റാണ്ടു മുമ്പും ആക്ക മാറ്റത്തിനുള്ള അധികാരമായിരുന്നു മന്ത്രിമാരുടെ വജ്രായുധം)

പിറ്റേ ദിവസത്തെ പത്രമെടുത്ത് സ്ഥലംമാറ്റങ്ങൾ, നിയമനങ്ങൾ പംക്തിയിൽ കണ്ണോടിച്ച മുതൽ അമൈച്ചറുടെ മുഖം ചുവന്നു. സൂപ്പർ ചോന്നാടി വെള്ളിനേഴി നാണ്വാരെ പോലെ അദ്ദേഹം അലറി.

(ഇടയ്ക്കൊരു കാര്യം. അദ്ദേഹത്തിനു പൊതുവെ പത്രങ്ങളോടു പുച്ഛമായിരുന്നു. കടലാസ് എന്നാണ് വിളിക്കുക. പേട്ടയിലെ കടലാസ്, കൊല്ലത്തെ കടലാസ്, കോട്ടയത്തെ കടലാസ് ഇത്യാദി)

അലർച്ച പത്തു ഡെസിബല്ലിൽ ആയിരുന്നു. മന്ത്രിമന്ദിരം കിടുങ്ങി.

"എടോ കൊച്ചീലാണ്ടപ്പിള്ളേ!"

പ്രൈവറ്റ് സെക്രട്ടറി സി കെ നീലകണ്ഠപ്പിള്ള ബി എ എസ്കയർ ഓടിയെത്തി, വായ്ക്കടെ കൈയും പൊത്തി ഓച്ഛാനിച്ചു ഭവ്യമായി നിന്നു. രാമഭക്ത ഹനുമാൻ.

"എടോ താനും തന്റെ ചീഫ് സെക്രട്ടറിയും എന്തൊരു കോത്താഴ ത്തുകാരാടോ?"

വാദതടസ്സമുണ്ട്, യുവരോണർ. അങ്ങേക്കു വസ്തുതാപരമായ ഒരു തെറ്റു പറ്റിയിരിക്കുന്നു. ഞാൻ കോത്താഴത്തുകാരനല്ല, പിന്നെയോ

ഒന്നാന്തരം തിരുവട്ടാർക്കാരൻ നായകരാകുന്നു. ചീഫ് സെക്രട്ടറിയും കോത്താഴത്തുകാരനല്ല. അയാൾ മദ്രാസ് അലോട്ടിയാണ്, വരത്തൻ. കൊച്ചിക്കാരനാണെന്നാണ് കിവംദന്തി.

പക്ഷേ, ഒന്നും സമക്ഷത്തിൽ ബോധിപ്പിക്കാൻ ധൈര്യം വന്നില്ല. അദൃത്തിന്റെ ക്രോധാഗ്നിയിൽ ഭസ്മമാകാൻ താല്പര്യം തോന്നിയില്ല.

നോക്കെടോ ശുംഭാ ആ സെക്രട്ടറി എഭൃശ്ശിരോമണി മേനോനെ തന്റെ ക്ണാപ്പൻ ചീഫ് സെക്രട്ടറി കൺട്രോളർ ഓഫ് വെയിറ്റ്സ് ആന്റ് മെഷേഴ്സ് ആയി നിയമിച്ചിരിക്കുന്നു. (അളവു തൂക്കം കാര്യക്കാർ. വിശേ ഷിച്ചു പണിയൊന്നുമില്ല. ഏഴുപണം ശമ്പളവും ചോറനുഭവവും) മുഖ്യൻ ഗർജ്ജിച്ചു.

ആണേ, ആണേ! പക്ഷേ, അതിനേക്കാൾ ചെറിയ ലാവണമൊന്നു മില്ലെന്ന് ചീഫ് സെക്രട്ടറി എന്നോടു പറഞ്ഞേ!

താൻ ശുംഭൻ, തന്റെ ചീഫ് സെക്രട്ടറി പരമ ശുംഭൻ. നന്നാകുന്ന ലക്ഷണമില്ല. താൻ ഹബീബുള്ളായുടെ കാലത്ത് ഹജൂരിൽക്കേറി പറ ണ്ടാൻ തൊടങ്ങിയതാണല്ലോ. ഇതുവരെ നന്നായില്ല. അതുപോട്ടെ. ആ അഹങ്കാരി മേനോന് വെയ്റ്റ്സും മെഷേർസും രണ്ടും കൂടി കൊടുക്കണ്ട ആ വിവരദോഷിക്ക് ഇതിലേതെങ്കിലും ഒന്നുമതി. വെയിറ്റ്സ് ആയി ക്കോട്ടെ മെഷേഴ്സ് ഇതുപോലെ വല്ല കൊള്ളരുതാത്തവനും കൊടു ക്കാൻ മാറ്റിവച്ചേര്.

കല്പന കല്പനെയല്ല, കല്ലമ്പലത്തെയും കല്ലുവാതില്ക്കലിനെയും പിളർക്കുന്ന കാലം, യുദ്ധാനന്തര ജർമ്മനിയെയും കൊറിയയെയും പോലെ, വെള്ളിമീശ രാമരായരുടെ കാലം മുതൽ ഒന്നിച്ചുകിടന്ന വെയിറ്റ്സ് ആൻഡ് മെഷേഴ്സ് വകുപ്പ് പുരാണത്തിലെ ജരാസന്ധനെ പ്പോലെ രണ്ടായി കീറപ്പെട്ടു. വെയ്റ്റ്സും മെഷേഴ്സും വെവ്വേറെ. സൂര്യൻ അസ്തപർവ്വത നിതംബത്തിൽ കൈപ്പെരുമാറ്റം തുടങ്ങും മുമ്പ് തിരുത്തൽ ഉത്തരവു പുറത്തിറങ്ങി.

നേരത്തെ പുറപ്പെടുവിച്ച സ. ഉ (സാധാരണ) ഭേദഗതി ചെയ്ത സെക്രട്ടറി വി പി ഇട്ടിക്കണ്ടപ്പമേനോൻ ഐ എ എസിനെ കൺട്രോളർ ഓഫ് വെയിറ്റ്സ് ആയി നിയമിക്കാൻ ഗവൺമെന്റിനു സന്തോഷമുള്ള താകുന്നു. കൺട്രോളർ ഓഫ് മെഷേഴ്സിന്റെ നിയമനം വഴിയെ തീരു മാനിക്കുന്നതാകുന്നു.

ഗവർണറുടെ ഉത്തരവിൻപ്രകാരം

പി ടി അടിയോടി ഐ എ എസ്

ചീഫ് സെക്രട്ടറി ടു ഗവൺമെന്റ്

പണ്ടാരു രസികൻ മന്ത്രി, ഓർക്കാപ്പുറത്താവണം, പരസ്യമായി പ്രഖ്യാപിച്ചു കളഞ്ഞു....

കള്ളോ? അതിനു കള്ളമദ്യമല്ലല്ലോ!

കടുത്ത മദ്യവിരോധികളായ മന്മഥൻ സാറും കുമാരപിള്ളസാറും വി ആർ കൃഷ്ണനെഴുത്തച്ഛനും ഉദയഭാനുവുമൊക്കെ പച്ചജീവനോടെ

ഇരിക്കുന്ന കാലം. സ്വാഭാവികമായും സംസ്ഥാനവ്യാപകമായി കടുത്ത പ്രതിഷേധകോലാഹലമുണ്ടായി. പത്രമാഫീസുകളിൽ പ്രമേയങ്ങൾ വന്നു നിറഞ്ഞു.

അന്നു ടി വിയും ചാനലുകളും വന്നിട്ടില്ല. പ്രസിഡന്റ് ഒബാമ മുതൽ ഗ്രേഡ് എസ് ഐ ഗുണവർദ്ധനനുണ്ണിത്താനും സരിതേച്ചിയും വരെയു ള്ളപരമവിശിഷ്ട വ്യക്തികളെയും ശ്രേഷ്ഠഭാഷ മുതൽ എണ്ണക്കുരുവിനെ തേങ്ങയായി പ്രഖ്യാപിക്കുന്നതു വരെയുള്ള വിഷയങ്ങളെയുംകുറിച്ചു ചാനലായ ചാനൽതോറും പരകായ പ്രവേശം പോലെ ഓടി നടന്നു പ്രതി കരിക്കുന്ന ചർച്ചാ വീരന്മാരും അരങ്ങത്തെത്തിത്തുടങ്ങിയിരുന്നില്ല. മന്ത്രി ഒരു നിമിഷം വൈകാതെ രാജിവെച്ചു രാഷ്ട്രത്തോടും ജനങ്ങളോടും മാപ്പു ചോദിക്കണമെന്നും നൂറ്റെട്ട് ഏത്തമിടണമെന്നും പ്രതിപക്ഷം ആവശ്യ പ്പെട്ടു. മന്ത്രിയെ ദേശീയ പാതയിൽ മാത്രമല്ല സമസ്ത മുടുക്കുകളിലും കുണ്ടനിടവഴികളിലും തടയുമെന്നു യുവജനസംഘടനകൾ പ്രഖ്യാപി ച്ചു. മന്ത്രിയുടെ കോലം സെക്രട്ടറിയേറ്റിന്റെ നാലു ഗേറ്റിന്റെയും മുമ്പിൽ കത്തിച്ചു. ഏകോപനസമിതിയും കൺവീനറും 'ഞ്ഞാമിഞ്ഞ' പറഞ്ഞ തല്ലാതെ മന്ത്രിയെ തുണച്ചില്ല. മന്ത്രിസഭായോഗത്തിൽ ഘടകകക്ഷികൾ മന്ത്രിയെ കുറ്റപ്പെടുത്തി. മുഖ്യമന്ത്രി മുഖം വീർപ്പിച്ചു. സാംസ്കാരിക നായകന്മാർ മന്ത്രിയെ ശപിച്ചു പ്രസ്താവനയിറക്കി. പിള്ളേർ പഠിപ്പുമുട ക്കി. ലാത്തിക്കും ജലപീരങ്കിക്കും പണിയായി. മന്ത്രി പരമ്പരാഗതമായ ഉഴുന്നുവടേം തേങ്ങാച്ചമ്മന്തീം ചുടുചായയുമായി പത്രസമ്മേളനം നട ത്തി. പരമശാന്തനായി തന്റെ നിലപാടു വിശദീകരിച്ചു. തന്റെ വാക്കു കൾ ദുഷ്ടലാക്കോടെ മാധ്യമ സിന്റിക്കേറ്റുകൾ സന്ദർഭത്തിൽനിന്നും അടർത്തിയെടുത്ത്, പ്രകടമായ രാഷ്ട്രീയ ലക്ഷ്യത്തോടെ വളച്ചൊടിച്ചു തെറ്റിദ്ധാരണ പരത്തുകയും പൊതുജനമദ്ധ്യത്തിൽ തന്നെ അവഹേളി ക്കുകയും തന്റെ രാഷ്ട്രീയ ഭാവി അപകടത്തിലാക്കുകയും ചെയ്തിരു ന്നു. താൻ നിഷ്ഠൂരമായ മാധ്യമ വിചാരണയ്ക്ക് ഇരയായിരിക്കുന്നു.

കള്ളു മദ്യമല്ല എന്നു താൻ പറഞ്ഞിട്ടില്ല. മറിച്ച്, മദ്യം കള്ളല്ല എന്നു മാത്രമാണ് വിവാദമായ ഐവർ കാലാ പ്രസംഗത്തിൽ താൻ പറഞ്ഞിട്ടു ള്ളത്.

മദ്യം കള്ളല്ല, അതുശരി. മാധ്യമക്കാർ പരസ്പരം നോക്കി.

ആർക്കും മന്ത്രി പറഞ്ഞതിന്റെ പൊരുൾ പിടികിട്ടിയില്ല.

പക്ഷേ, പ്രതിഷേധകോലാഹലം കെട്ടടങ്ങി. പിറ്റേദിവസം മുതൽ പിള്ളേർ പള്ളിക്കൂടത്തിൽ പോയിത്തുടങ്ങി.

സർക്കാർ ശേവുകത്തിലിരിക്കെ ഒരു സർക്കീട്ടിനിടയിൽ ഓണാട്ടു കര ഒരു തനി നാട്ടിൻപുറത്ത് കാണാനിടയായ ഒരു പരസ്യബോർഡ് എന്നെ അത്ഭുതപ്പെടുത്തി.

"കെന്നഡി വിലാസം ആയുർവ്വേദവൈദ്യശാല" അമേരിക്കൻ പ്രസി ഡന്റ് ജോൺ ഫിറ്റ്സ്ജെറാൾഡ് കെന്നഡിക്ക്, ച്യവനപ്രാശത്തിന്റെയും ബലാഗുളുച്യാദി എണ്ണയുടെയും ഹിംഗുവചാദി ചൂർണ്ണത്തിന്റെയും

കൊട്ടംചുക്കാദി കുഴമ്പിന്റെയും ഇടയ്ക്കുകയറി 'വിലസാൻ' വല്ല കാര്യ
വുമുണ്ടോ എന്നു ഞാൻ അമ്പരന്നു.

കാറിൽ എന്നോടൊപ്പം ഉണ്ടായിരുന്ന പുന്നയ്ക്കാമുകളിലെ വേലു
പ്പിള്ള ചേട്ടൻ എന്നെ സമാധാനിപ്പിച്ചു.

"കളയെടാ കുഞ്ഞേ, ഹിറ്റ്‌ലർ വിലാസം എന്നോ സ്റ്റാലിൻ വിലാസം
എന്നോ അല്ലല്ലോ എനത്താന്മാർ പേരിട്ടത്. അത്രേം ഗുരുത്വം അവ
ന്മാർക്കു തോന്നിയല്ലോ. അതുമതി."

ഈ പഴങ്കഥ ഇപ്പോൾ ഓർക്കാൻ കാരണം, അതിബുദ്ധിമാനായ
നമ്മുടെ ടൂറിസം മന്ത്രി ടെന്നീസ് കളിക്കാരി സ്റ്റെഫിഗ്രാഫ് മദാമ്മയെ
കേരളീയ ആയുർവ്വേദ ചികിത്സയുടെ ബ്രാൻഡ് അംബാസഡറായി നിയ
മിച്ചിരിക്കുന്നു എന്നവാർത്തയാണ്. ടി മദാമ്മയ്ക്ക് ആയുർവ്വേദം എന്നു
വച്ചാൽ അങ്ങാടി മരുന്നാണോ പച്ചമരുന്നാണോ എന്നു നിശ്ചയമുണ്ടോ,
പുള്ളിക്കാരത്തി കൊച്ചുന്നാളിൽ അഷ്ടചൂർണ്ണമെങ്കിലും കഴിച്ചിട്ടുണ്ടോ,
ചൊറിയും കരപ്പനും വന്നപ്പോൾ പാമസംഹാരി മരോട്ടിയെണ്ണ തേച്ചി
ട്ടുണ്ടോ, ബാലസഞ്ജീവനി ആവണക്കെണ്ണ കുടിച്ചിട്ടുണ്ടോ, ഇത്യാദി
വിശദാംശങ്ങളൊന്നും ആദ്യം ചോദിക്കാൻ മെനക്കെട്ടില്ല. ഉപദേഷ്ടാക്കൾ
പറഞ്ഞു കൊടുത്തുമില്ല. മദാമ്മയുടെ നിയമനവാർത്ത കേട്ട് ശുദ്ധഗതി
ക്കാരായ വൈദ്യരത്നം പി എസ് വാരിയരുടെയും വയസ്കര ആര്യൻ
നാരായണൻ മൂസ്സിന്റെയും മാവേലിക്കര വൈദ്യവാചസ്പതി കെ സി
കുഞ്ഞിരാമൻ വൈദ്യരുടെയും ആത്മാക്കൾ ഞെട്ടിപ്പോയെങ്കിൽ അത്
അവരുടെ പാട്! നമ്മുടെ പ്രിയപ്പെട്ട മഞ്ജുവിനെയും മമ്മൂട്ടിയെയും അമി
താഭ്ബച്ചനെയും പ്രിയങ്കാ ചോപ്രയെയും കരീനാ കപൂറിനെയും
ബ്രാൻഡ് അംബാസഡർമാരാക്കിയ കോർപ്പറേറ്റ് ഭീമന്മാരെ നമ്മുടെ
ടൂറിസം മന്ത്രി അടിച്ചു നിലം പരിശാക്കിയിരിക്കുന്നു.

ഹൗസ്സാറ്റ്!

ഒരു 'മുത്തശ്ശി'ക്കഥ

ഇക്കഴിഞ്ഞ ദിവസം മുഖ്യമന്ത്രി ഉദ്ഘാടനം നിർവ്വഹിച്ച, തിരുവ നന്തപുരം യൂണിവേഴ്സിറ്റി കോളേജിന്റെ ശതോത്തര സുവർണ്ണ ജൂബിലി ആഘോഷങ്ങളുടെ തുടക്കം അർത്ഥവത്തായി. ഒന്നര നൂറ്റാണ്ടിലേറെ യായി, കോളേജിന്റെ പ്രസിദ്ധമായ 'ബ്രാൻഡ് ഇക്വിറ്റി'യായി, ആ മഹാ സ്ഥാപനത്തിന്റെ വികാസപരിണാമങ്ങളുടെ മൂകസാക്ഷിയായി, അതിന്റെ പാരമ്പര്യത്തിന്റെയും ചരിത്രത്തിന്റെയും ഭാഗമായി നിലകൊണ്ട്, ഇന്ന് നിശ്ശേതനമായ ഒരു മരക്കുറ്റിയായി മാറിയ വിശ്രുതമായ 'മുത്തശ്ശിമാവി'ന് സമീപം മുഖ്യമന്ത്രി ഒരു നാട്ടുമാവിൻ തൈ നട്ടു. പുത്തൻ തലമുറയുടെ പ്രതിനിധിയായി.

'ഹിസ് ഹൈനസ് ദ് മഹാരാജാസ് ഫ്രീസ്കൂൾ' എന്ന കോളേജിന്റെ പൂർവ്വാശ്രമത്തിൽ – സ്വാതിയുടെയോ ഉത്രത്തിന്റെയോ ഭരണകാലത്ത് – അദ്ധ്യാപകനായിരുന്ന വൃക്ഷസ്നേഹിയായ ഏതോ ബ്രിട്ടീഷുകാരൻ നട്ടതാണ് ഈ മാവെന്നൊരു പുരാവൃത്തം കേട്ടിട്ടുണ്ട്.

1866 ൽ കോളേജ് ജന്മം കൊണ്ടപ്പോൾത്തന്നെ മാവ് അവിടെ ഉണ്ടാ യിരുന്നുവെന്ന് ചില ഗ്രാമവൃദ്ധന്മാർ സാക്ഷ്യപ്പെടുത്തുന്നു. നമ്മുടെ എഞ്ചിനീയർമാരെപ്പോലെ (കടപ്പാട്: വി കെ എൻ) വൃക്ഷവിരുദ്ധനല്ലാ തിരുന്ന ചീഫ് എഞ്ചിനീയർ വില്യം ബാർട്ടൻ ആ തൈമാവിനെ വെട്ടി ക്കളാതെ ജീവിക്കാനനുവദിച്ചതാകണം – ആ അഭ്യൂഹത്തിന് ഒരു മാധു ര്യമുണ്ട്. ഏതായാലും! ഒട്ടനവധി മഹാവൃക്ഷങ്ങൾ കോളേജ് അങ്കണ ത്തിൽ വച്ചുപിടിപ്പിക്കാനും ആ പ്രജാപതിമാർക്ക് സന്മനസ്സുണ്ടായിരുന്ന ല്ലോ.

ഈ ലേഖകൻ കൃത്യം ആറുപതിറ്റാണ്ടിനു മുമ്പ് കോളേജിൽ ഒന്നാം വർഷം ബി എ ഓണേഴ്സ് വിദ്യാർത്ഥിയായി എത്തുമ്പോൾ വലിയ പരി ക്കില്ലാതെ പഴയ കരിങ്കൽക്കെട്ട് മാവിൻമുട്ടിലുണ്ട്. മുത്തശ്ശി പൂർവ്വകാല

സ്മരണകൾ അയവിറക്കിക്കൊണ്ട്, വയോധികയെങ്കിലും ആഭിജാത്യം വിടാതെ, കോളേജിന്റെ പ്രശസ്ത പുത്രനായ സി വി രാമൻപിള്ളയുടെ ത്രിപുരസുന്ദരിക്കുഞ്ഞമ്മയെപ്പോലെ, ശാന്തഗംഭീരയായി നില്ക്കുന്ന തോർമ്മ വരുന്നു.

മുത്തശ്ശി കിളിച്ചുണ്ടനാണോ മൂവാണ്ടനാണോ നാട്ടുമാവാണോ എന്നൊക്കെ അന്ന് ശങ്കതോന്നിയിരുന്നു. "ഒന്നാന്തരം തേൻ വരിക്ക മാവ്. ഞാൻ ചെറുപ്പത്തിൽ ചില്ലറയല്ല പഴുത്ത മാങ്ങ തിന്നിട്ടുള്ളത്." എന്ന് ഇംഗ്ലീഷ് പ്രൊഫസർ ഇ പി നാരായണപിള്ള സാറിന്റെ ശേവുകം കേശ വൻ അനുഭവസാക്ഷ്യം പറഞ്ഞതോടെ 'പെഡിഗ്രി'യെക്കുറിച്ചുള്ള ശങ്ക തീർന്നു.

ആ പഴയ വൃക്ഷച്ചുവട്ടിൽ എത്ര തലമുറകളുടെ രഹസ്യ സല്ലാപ ങ്ങളും രാഷ്ട്രീയ ചർച്ചകളും വെടിവട്ടങ്ങളും നടന്നിട്ടുണ്ടെന്ന് ഞാൻ പല പ്പോഴും ചിന്തിച്ചിട്ടുണ്ട്.

സി വി ക്കു പുറമെ, സ്വദേശാഭിമാനി രാമകൃഷ്ണപിള്ളയും ജി പര മേശ്വരൻപിള്ളയും (ഗാന്ധിജിയുടെ ആദരം പിടിച്ചുപറ്റിയ മറ്റൊരു സ്വദേ ശാഭിമാനി *മദ്രാസ് സ്റ്റാന്റേർഡ്* മാസികവഴി രാജാവിന്റെയും പരദേശി ദിവാന്മാരുടെയും പാദസേവകരുടെയും ഉറക്കം കെടുത്തിയ ധീരനായ പത്രാധിപർ, നാല്പതു തികയും മുമ്പ് കഥാവശേഷനായ ധിഷണാശാ ലി, ബാരിസ്റ്റർ ജി പി പിള്ള) അവിടെയിരുന്ന് ലേഖനങ്ങൾ കുത്തിക്കുറി ച്ചിരിക്കണം. ഐതിഹാസികമായ 1891 ലെ 'മലയാളി മെമ്മോറിയൽ' എന്ന വിനീതമെങ്കിലും ശക്തമായ പ്രക്ഷോഭണത്തെക്കുറിച്ചുള്ള പ്രാഥ മിക ചർച്ചകൾ നടന്നതും ആ മാവിൻചുവട്ടിൽ വച്ചാണത്രെ.

യൂണിവേഴ്സിറ്റി കോളേജിലെ ആദ്യത്തെ ഭാരതീയനായ പ്രിൻസി പ്പലായിരുന്നുവല്ലോ കേരള പാണിനിയെന്ന് പുകൾപെറ്റ എ ആർ രാജ രാജവർമ്മ.

അദ്ദേഹത്തിന്റെ അകാലചരമത്തിൽ ഹൃദയം നൊന്ത് മഹാകവി കുമാരനാശാൻ രചിച്ച *പ്രരോദനം* എന്ന വിശ്രുതമായ വിലാപകാവ്യ ത്തിൽ ആ കലാലയത്തിന്റെ അവിസ്മരണീയമായ ഒരു ഭാഗമായി അന്നു തന്നെ പരിണമിച്ചിരുന്ന മുത്തശ്ശിമാവിനെ വിശദമായിത്തന്നെ പരാമർശി ക്കുന്നുണ്ട്. (ആശാൻ പക്ഷേ, മാവിനെ പുരുഷനായിട്ടാണ് കണ്ടത്) സർവ്വാംഗ സുഷമമായ ആ ശ്ലോകം അനുസ്മരിക്കാതെ വയ്യ.

നീലപ്പുൽത്തറകൾക്കു മേൽപ്പലനിഴൽ
–ക്കൂടാരമുണ്ടാക്കിയും,
കാലത്തിൻക്കനിയേകിയും, കിളികൾ തൻ
ഗാനോത്സവം കൂട്ടിയും
ബാലാരാധകമായ് കലാലയമിതിൽ
മുമ്പേറെ വമ്പാർന്നെഴും
സ്ഥലാവ്രാധിപ, കേഴുകീ വിരഹമോ-
ർത്തെന്നും മഴക്കാറ്റിൽ നീ!

ആശാൻ *പ്രരോദനം* എഴുതുമ്പോൾ (1919) അരോഗദൃഢഗാത്രമായ ഒരു ഫലവൃക്ഷം തന്നെയായിരുന്നു. കഥാപുരുഷനെന്ന് വ്യക്തം. ചൈതന്യമറ്റ, പ്രാക്തനഗാംഭീര്യത്തിന്റെ വിദൂരസ്മരണപോലും ഉണർത്താതെ അർദ്ധ പ്രാണനായി നിന്ന ഒരുകാലത്തെ 'സ്ഥൂലാവ്രാധിപനെ' – നാല്പതുകൊല്ലം മുമ്പ് ഞങ്ങൾ വിദ്യാർത്ഥികൾക്ക് 'നിഴൽക്കൂടാര'മരുളിയ ഞാൻ ചീഫ് സെക്രട്ടറിയായിരുന്നപ്പോൾ എന്റെ ചിരന്തന സുഹൃത്തും വനംവകുപ്പ് മേധാവിയുമായ പി എൻ സുരേന്ദ്രനെന്ന വൃക്ഷായുർവ്വേദ കുശലനെ നിയോഗിച്ചു.

സുരേന്ദ്രന്റെ റിപ്പോർട്ട് ഒട്ടും ആശാവഹമായിരുന്നില്ല. വിധാതാവു നിശ്ചയിച്ച ജീവിതകാലം എന്നോ കഴിഞ്ഞ്, വേദാന്തികൾ പറയുന്ന പ്രാരബ്ധകർമ്മം ബാക്കി കിടക്കുന്നതുകൊണ്ടുമാത്രം നിശ്ശേഷം പട്ടുപോകാതെ, ജീവന്റെ അവസാനസ്പന്ദനങ്ങൾ മാത്രം നിലനില്ക്കുന്ന മുത്തശ്ശി മാവിനെ തല്ക്കാലം ചരമഗതിയിൽനിന്ന് രക്ഷിക്കാമെങ്കിലും അതിന്റെ ആയുസ്സറ്റുപോയി എന്ന മുന്നറിയിപ്പോടെ സുരേന്ദ്രൻ എന്തോ ശസ്ത്രക്രിയ ചെയ്ത് മുത്തശ്ശിയെ മൃത്യുവക്ത്രത്തിൽനിന്ന് രക്ഷിച്ചു.

രണ്ടു ദിവസം മുമ്പ് എന്റെ പ്രിയപ്പെട്ട കലാലയത്തിന്റെ മണിമുറ്റത്തു നടന്ന ഗംഭീരമായ സമ്മേളനത്തിൽ പങ്കെടുക്കവേ, ചരിത്രപ്രസിദ്ധമായ അമ്മച്ചിപ്ലാവിനെപ്പോലെ കാലത്തിന്റെ അനിവാര്യമായ കെടുതികളേറ്റുവാങ്ങി നിർജ്ജീവമായ ഒരു മരക്കുറ്റിയായി മാറിയ മുത്തശ്ശിയെക്കണ്ട് ഹൃദയം വേദനിച്ചു. മൺമറഞ്ഞ മഹത്വത്തിന്റെ ഒരു തിരുശേഷിപ്പ്!

അച്ചുതമേനോന്റെ അഴിമതി!

ഇക്കഴിഞ്ഞ തിരഞ്ഞെടുപ്പിന്റെ കൂട്ടപ്പൊരിച്ചിലിനിടയ്ക്കാണ് സംഭവം.

ക്ലൈമാക്സ് അടുത്തുവരുന്നു. അന്നമനട പരമേശ്വരമാരാർ പഞ്ചാ രിയും പെരുവനം കുട്ടൻമാരാർ പാണ്ടിയും കൊട്ടിത്തകർക്കുന്നു. വർക്കല ആശാനും കഴക്കൂട്ടം ആശാനും ഒരു കോടി രൂപയുടെ മത്സരക്കമ്പത്തിനു തയ്യാറായി മപ്പടിച്ചു നില്ക്കുന്നു. (യാതൊരു കാരണവശാലും സമജോടി അനുവദിക്കുന്നതല്ല)

സാംസ്കാരിക രംഗത്തെ ഒരു മഹാഗുരു അമ്പരപ്പിക്കുന്ന ഒരുപ്ര ഖ്യാപനം നടത്തി. (തക്ക സമയത്തു തന്നെ! കൊള്ളേണ്ടിടത്തു കൊള്ള ണമെങ്കിൽ അങ്ങനെ വേണമല്ലോ)

ക്യാരം തിങ്ങും ക്യാരള നാട്ടിലെ വാനരന്മാർ മാത്രം പോരാ. ദേശീയ തലത്തിൽത്തന്നെ ജനം തന്റെ മഹദ് വചനം ശ്രദ്ധിക്കണമെന്നുദ്ദേശിച്ച്, ഒരു ദേശീയ ദിനപ്പത്രം വഴി തന്നെയാണു പ്രഖ്യാപനം നടത്തിയത്.

വിഷയം തിരഞ്ഞെടുപ്പിൽ മർമ്മ പ്രധാനമായത്. മുഖ്യമന്ത്രിയുടെ പേരിലുള്ള അഴിമതി ആരോപണങ്ങൾ. പ്രതിപക്ഷത്തിന്റെ തുറുപ്പുചീട്ട്.

ഗുരു വിസ്തരിച്ചു കോട്ടുവായിട്ടു. എന്നിട്ടു ചോദിച്ചു.

"ഇത്രേമൊക്കെ മൂപ്പിക്കാനെന്തിരിക്കുന്നു? മുഖ്യമന്ത്രി അച്ചുതമേ നോന്റെ പേരിലും ഒട്ടേറെ അഴിമതി ആരോപണങ്ങൾ ഉണ്ടായിരുന്നു. ജസ്റ്റ് റിമെംബർ ദാറ്റ്!"

"നേരാണോ? ഓർക്കുന്നില്ല." ജനം അമ്പരന്നു പ്രതികരിച്ചു. "ആട്ടെ. അതുകൊണ്ടെന്താ?"

"അതുകൊണ്ടെന്താന്നോ? പറയാം. അച്ചുതമേനോനെക്കാൾ മോശ മൊന്നുമല്ല. മുഖ്യമന്ത്രി."

"എന്നുവച്ചാൽ അച്ചുതമേനോൻ മുഖ്യമന്ത്രിയേക്കാൾ കേമനൊന്നു

മല്ല! മനസ്സിലായോ?"

കേട്ടവർ ഞെട്ടി. ഇങ്ങനെയും ഒരു താരതമ്യമോ?

വെൽ, ഗുരു അങ്ങനെയാണ്. അദ്ദേഹത്തിന്റെ ഉപമകളുടെ സാരസ്യം അദ്ദേഹത്തിനേ അറിയൂ.

പഴയ മല്ലിനാഥൻ മാഷ് പറഞ്ഞതുപോലെ.

കാളിദാസഗിരാം സാരം

കാളിദാസഃ സരസ്വതീ

ചതുർമ്മുഖോ അഥവാ സാക്ഷാദ്

വിദുർ നാന്യേ തു മാ ദൃശഃ

കാളിദാസന്റെ വാക്കുകളുടെ പൊരുൾ അദൃത്തിനു തന്നെയോ സര സ്വതി ടീച്ചറിനോ അതല്ലെങ്കിൽ നാന്മുഖൻ പിള്ള മൂപ്പിലിനോ മാത്രമേ അറിയൂ. ഞമ്മക്കുപുടിയില്ല!

അതുകള എന്നതാ ഈ ഉപമ, ഉപമ എന്നു വച്ചാൽ അതുപറ.

ഭാഷാഭൂഷണം പഠിച്ചിട്ടില്ലാത്ത പരിശമ്മാർക്കും, എടത്തൂട്ടുകാർക്കും ചുങ്കക്കാർക്കും മാവിലായിക്കാർക്കും മറ്റുവിവരദോഷികൾക്കും വേണ്ടി വിശദീകരിച്ചു തരാം.

ഒന്നിനൊന്നോടു സാദൃശ്യം.

ചെന്നാലുപമയാമത്.

മന്ത്രിവര്യ വിളങ്ങുന്നു പോർക്കിനെപ്പോലെ നിൻമുഖം!

ഉദാഹരണം ഒന്നു കൂടി ഇരിക്കട്ടെ.

പ്രൈവറ്റ് സെക്രട്ടറി സഖാവിന്റെ മുമ്പിൽ മുതിർന്ന അയ്യേയെസ്സു കാരൻ എസ് കത്തി പോലെ വളഞ്ഞുനിന്നു.

എസ് കത്തി ഉപമാനം. അയ്യേയെസ് വാലാ ഉപമേയം. എസ് കത്തി യുടെ വളവും അഞ്ചടി പത്തരയിഞ്ചു പൊക്കവും അറുപതു കിലോ തൂക്കവുമുള്ള അയ്യേയെസ് ഭയഭക്തി ബഹുമാനങ്ങളോടു കൂടി പിയെസ് സഖാവിന്റെ മുമ്പിൽ വിറച്ചുനിന്നപ്പോൾ ടിയാന്റെ വളവും തമ്മിലുള്ള സാദൃശ്യം ഉപമയ്ക്കടിസ്ഥാനം.

ഇനി പ്രകൃതത്തിലേക്കു മടങ്ങാം.

ഫ്രഞ്ച് വിപ്ലവത്തിന്റെ ചരിത്രത്തിൽ മാക്സി മിലിയൻ റോബ്സ്പി യർ എന്നൊരു നേതാവുണ്ടായിരുന്നു. പരുക്കൻ, കർക്കശൻ, നിർദ്ദയൻ. വിപ്ലവത്തിനെതിരാണെന്ന സംശയം വച്ച് അദ്ദേഹം ഒട്ടേറെ നിരപരാധി കളെ ക്രൂരമായി ഗില്ലറ്റിൻ ചെയ്യിച്ചു കൊന്നു. കുപ്രസിദ്ധമായ ശുചീക രണത്തിന്റെ പേരിൽ ആയിരങ്ങളെ കൊന്നൊടുക്കിയ സ്റ്റാലിന്റെ പൂർവ്വി കൻ. (ഒടുവിൽ മുപ്പത്തെട്ടാം വയസ്സിൽ ഓനും ഗില്ലറ്റിനിരയായി)

പക്ഷേ, റോബ്സ്പിയർ അറിയപ്പെട്ടിരുന്നത് സീ ഗ്രീൻ ഇൻകറപ്റ്റ ബിൾ എന്നായിരുന്നു. അഴിമതിയുടെ നിഴൽ പോലും വീഴാത്തവൻ.

ശതാബ്ദി ആഘോഷിക്കുന്ന കേരള രാഷ്ട്രീയത്തിൽ ഒരൊറ്റ സീഗ്രീൻ ഇൻകറപ്റ്റിബിൾ മാത്രം. രണ്ടാമതൊരാളില്ല.

സഖാവ് ചേലാട്ട് അച്ചുതമേനോൻ!

കേരളം കണ്ട ഏറ്റവും പ്രഗല്ഭനായ, സംശുദ്ധനായ, ക്രാന്തദർശി

യായ മുഖ്യമന്ത്രിയെന്നു ശത്രുക്കൾ പോലും ഞെളിഞ്ഞും പിരിഞ്ഞും മുക്കിയും മൂളിയും സമ്മതിക്കുന്ന അച്ചുതമേനോൻ.

അദ്ദേഹത്തെക്കുറിച്ചാണ് ഈ ആരോപണം.

1977 മാർച്ചിൽ ഒരു ദിവസം മീനച്ചൂടിൽ നാടു ചുട്ടുപൊള്ളുമ്പോൾ ഏഴുവർഷത്തെ ഉജ്ജ്വലമായ ഭരണത്തിനൊടുവിൽ മഹാനിഷ്ക്രമണം നടത്തി നാടുവിട്ട സിദ്ധാർത്ഥ രാജകുമാരനെപ്പോലെ നിസ്സംഗനായി നിർമ്മലനായി അറുപത്തിനാലു വയസ്സു മാത്രം പ്രായമെത്തിയ അച്ചുത മേനോൻ കന്റോൺമെന്റ് ഹൗസിന്റെ പടിയിറങ്ങി. തീവണ്ടി കയറി തൃശ്ശൂ രെത്തി. ശങ്കരയ്യർ റോഡിലെ സാകേതം എന്ന കൊച്ചുവീട്ടിൽ വിശ്രമ ജീവിതം തുടങ്ങി അധികാരത്തിന്റെ ഇരുണ്ട ഇടനാഴികളോടു വിടപറഞ്ഞ്.

പാദസേവകരായ ശിങ്കിടിമാരെക്കൊണ്ടു ഭരണത്തുടർച്ചയില്ലെങ്കിൽ സുനാമി വന്നു കേരളം കടലിപ്പോകുമെന്നു നാടൊട്ടുക്കു നടന്നു കിട്ടാ വുന്ന വേദികളിലൊക്കെ വിളിച്ചു കൂവിച്ചില്ല. സാംസ്കാരികനായകന്മാ രെയും ബുദ്ധിജീവികളെയുംകൊണ്ട് പ്രസ്താവനകളിറക്കിച്ചില്ല. സർക്കാർ ചെലവിൽ മസ്കറ്റ് ഹോട്ടലിൽ വച്ചു വിഭവസമൃദ്ധമായ വിട വാങ്ങൽച്ചടങ്ങു നടത്തിയില്ല. സീനിയർ മാധ്യമക്കാരെക്കൊണ്ടു തുടരണം ഈ ഭരണം എന്നു നെടുങ്കൻ നിരീക്ഷണറിപ്പോർട്ടുകളെഴുതിച്ചില്ല. വൻതോക്കുകളെ കൂട്ടുപിടിച്ച് സർക്കാർ ചെലവിൽ എക്സിക്യൂട്ടീവ് ക്ലാസിൽ ദില്ലിയിലേക്കു പറന്നു പ്രധാനമന്ത്രി ഇന്ദിരാഗാന്ധിയെ കണ്ടു തന്റെ അനിവാര്യത ബോദ്ധ്യപ്പെടുത്താൻ ശ്രമിച്ചില്ല.

ഒന്നു ചെയ്തില്ല. പക്ഷേ, ഒന്നു നടന്നു. അച്ചുതമേനോനോട് തികഞ്ഞ സ്നേഹാദരങ്ങൾ പുലർത്തിയ ഇന്ദിര ക്ഷണിച്ചു.

കേന്ദ്ര ആസൂത്രണക്കമ്മീഷന്റെ ഉപാദ്ധ്യക്ഷനായി വരൂ. അങ്ങയുടെ സേവനം രാഷ്ട്രത്തിന് ആവശ്യമുണ്ട്.

ആരോഗ്യപരമായ കാരണം പറഞ്ഞ് സവിനയം ഓഫർ നിരസിച്ചു.

അതാണോ കാര്യം? എങ്കിൽ സോവിയറ്റ് യൂണിയനിലെ അംബാ സഡറായിപ്പോകൂ. ഒന്നാംതരം ഹൃദ്രോഗ വിദഗ്ദ്ധന്മാരുണ്ടല്ലോ അവിടെ. ബ്ലാക്ക് സീയുടെ തീരത്തുള്ള പ്രസിദ്ധമായ സുഖവാസകേന്ദ്രങ്ങളിൽ താമസിച്ച് ആരോഗ്യം വീണ്ടെടുക്കൂ.

ആ ഔദാര്യവും നന്ദിപൂർവ്വം നിരസിച്ചു.

ഏഴുകൊല്ലംകൊണ്ടു വന്നു കൂടിയ മാസികകളും പുസ്തകങ്ങളും മാത്രമേ വാരിക്കെട്ടി നാട്ടിലേക്കു കൊണ്ടുപോകാനുണ്ടായിരുന്നുള്ളൂ. (നോട്ടെണ്ണുന്ന യന്ത്രം ഉണ്ടായിരുന്നതായി നാളതുവരെ ഒരു ചരിത്രകാ രനും രേഖപ്പെടുത്തിയിട്ടില്ല.)

നാട്ടിലെത്തിക്കഴിഞ്ഞുള്ള ഡയറിക്കുറിപ്പുകളിൽ (സംശയം വേണ്ട സാർ. അവ അച്ചടിച്ചു പ്രസിദ്ധീകരിച്ചിട്ടുണ്ട്) ആട്ടോറിക്ഷാക്കൂലി കൊടു ക്കാൻ പണമില്ലാഞ്ഞ് ദിവസവും മുച്ചുപിടിച്ച് സ്വരാജ് റൗണ്ടിൽ നിന്നു ശങ്കരയ്യർ റോഡു വരെ വിയർത്തൊലിച്ചു നടന്നു പോയതായി അച്ചുത മേനോൻ കുറിച്ചിട്ടുണ്ട്. മറ്റൊരു ഡയറിക്കുറിപ്പ് ഇങ്ങനെ.

"വൈകിട്ട് ക്ഷേമാവതിയുടെ കല്യാണസ്വീകരണത്തിന് പോയി

വെറുതെ കാപ്പികുടിച്ചു പോന്നതിൽ കുറച്ചൊരു നാണക്കേടു തോന്നി.
എന്നാലും വല്ലതും കൊടുക്കാൻ എനിക്കു ത്രാണിയില്ല (അടിവര ലേഖ
കന്റേത്)

1973 ലോ 1974 ലോ എന്നോർമ്മയില്ല. തൃശ്ശൂരിലെ വിശ്രുതമായ വട
ക്കുന്നാഥ ക്ഷേത്രത്തിനു തീപിടിച്ചു. ഒരു കൂറ്റൻ കവാടത്തിനു സാര
മായ കേടുപറ്റി. പുതിയ കവാടത്തിനു ഭാരിച്ച ചെലവു വരും. സൗജന്യ
നിരക്കിൽ സർക്കാർ തേക്കുതടി നല്കി സഹായിക്കണം.

ക്ഷേത്ര ഭാരവാഹികൾ, മുഖ്യമന്ത്രിക്ക് നിവേദനം നല്കി. ആഫ്റ്റ
റാൾ നമ്മുടെ അച്ചുതമേനോനല്ലേ? സഹായിക്കാതിരിക്കില്ല.

രണ്ടു സഹസ്രാബ്ദകാലത്തെ പഴക്കവും പാരമ്പര്യവുമുള്ള വടക്കു
ന്നാഥക്ഷേത്രം. വെറുമൊരു ദേവാലയം മാത്രമല്ല അത് അമൂല്യമായ ഒരു
സാംസ്കാരിക കേന്ദ്രം കൂടിയാണ്. സൗജന്യം തീർച്ചയായും അനുവദിക്കണം.

ഈശ്വരഭക്തനായ റവന്യൂ (എഫ്) അഡീഷണൽ സെക്രട്ടറി സി
പി നായരും നിരീശ്വരവാദിയും കമ്യൂണിസ്റ്റ് സഹയാത്രികനുമായ സെക്ര
ട്ടറി മലയാറ്റൂർ രാമകൃഷ്ണനും ഒരേ സ്വരത്തിൽ ശുപാർശ ചെയ്തു.

പിറ്റേദിവസം തന്നെ ഫയൽ തിരിച്ചെത്തി.

അഡീഷണൽ സെക്രട്ടറിയുടെ വാദം തത്ത്വത്തിൽ അംഗീകരിക്കു
ന്നു. പക്ഷേ, ഒരു പ്രത്യേക മതവിഭാഗത്തിന്റെ ആരാധനാ കേന്ദ്രത്തിനു
പൊതുമുതൽ ചെലവാക്കി സർക്കാരിൽനിന്നും സൗജന്യമനുവദിക്കുന്നതു
ശരിയല്ല. അപേക്ഷ നിരസിച്ചതായി അറിയിക്കുക.

വ്യക്തമായ നിസ്സംശയമായ ഉത്തരവ് വടിവൊത്ത ചെറിയ അക്ഷര
ത്തിൽ പാർക്കർ റോയൽ ബ്ലൂമഷിയിൽ, ലളിതമായ ഇംഗ്ലീഷിൽ (അ
തെ, ഇംഗ്ലീഷിൽത്തന്നെ! "പോസ്റ്റ് കൊളണിയൽ വിഴുപ്പുഭാണ്ഡത്തിൽ"
ത്തന്നെ! മലയാളത്തെ പ്രാണനുതുല്യം സ്നേഹിച്ച അച്ചുതമേനോനു
പക്ഷേ, ബാലിശമായ മുൻവിധികളും പ്രാകൃതമായ സങ്കുചിതത്വവും
അന്യമായിരുന്നു. മദ്രാസ് സർവ്വകലാശാലയിൽനിന്നു സ്വർണ്ണമെഡലോടെ
ബി എൽ പരീക്ഷ ജയിച്ച ആ പ്രതിഭാധനൻ മാർക്സും എംഗൽസും
ഗ്രാംഷിയും മാത്രമല്ല, ഗാന്ധിയും നെഹ്റുവും ടാഗോറും വായിച്ചത് ഇംഗ്ലീ
ഷിൽത്തന്നെയാണ്. നിർജ്ജീവമായ പരിഭാഷകൾ വഴിയല്ല)

ഒരായിരം ഓർമ്മകൾ സ്പന്ദിച്ചു നില്ക്കുന്ന, ശൈശവം തൊട്ടു പരി
ചിതമായ വടക്കുന്നാഥ ക്ഷേത്രം. സെന്റ് തോമസ് കോളേജ് പോലെ,
സ്വരാജ് റൗണ്ടുപോലെ, കലാമണ്ഡലം പോലെ, നിളാ നദിപോലെ, വള്ള
ത്തോൾക്കവിത പോലെ, സാഹിത്യ അക്കാദമി പോലെ ആ ഹൃദയാലു
വിനു പ്രിയപ്പെട്ട ഒരു ലാന്റ് മാർക്ക് ആയിരുന്നുവെന്നോർക്കുക. (അതെ.
സാഹിത്യഅക്കാദമി പോലെ വള്ളത്തോളും സർദാർ കെ എം പണി
ക്കരും ഡോ. കെ ഭാസ്കരൻ നായരും പേരും പെരുമയുമേറ്റിയ അക്കാ
ദമി. മന്ത്രിയുടെ അഡീഷണൽ പി എ കുത്തിക്കുറിച്ചു കൊടുത്തയക്കുന്ന
കടലാസുനോക്കി പുരസ്കാരങ്ങളും വിശിഷ്ടാംഗത്വങ്ങളുമൊക്കെ നല്ക
പ്പെടുന്ന ഇന്നത്തെ മധുര മനോഹര മനോജ്ഞ കാലഘട്ടത്തിൽനിന്നും
ദശാബ്ദങ്ങൾക്കു മുമ്പുള്ള മഹത്തായ സാംസ്കാരിക കേന്ദ്രം)

ഓർമ്മയെ അരനൂറ്റാണ്ടോളം പിറകോട്ടടിച്ച്, കൂട്ടിൽ കേറ്റി നിർത്തി സത്യം ചെയ്യിച്ച്, കർശനമായിത്തന്നെ ചോദിച്ചു.

അച്ചുതമേനോനെതിരെ ഉയർന്നുവന്ന അഴിമതി ആരോപണങ്ങൾ എന്തൊക്കെയായിരുന്നു? ചലമ്പാതെ ഒന്നൊന്നായി പ്പറ.

സോളാർകോഴക്കേസ് ഉണ്ടായിരുന്നോ?

(എന്റെ പൊന്നിൻകുരിശു മുത്തപ്പാ! അന്നു സോളാർ നായിക പിറന്നുവീണിട്ടുപോലുമില്ല!)

ബാർ കോഴ?

മെത്രാൻ കായൽ?

കടമക്കുടി?

പീരുമേട് ഹോപ്പ് പ്ലാന്റേഷൻ?

നെല്ലിയാമ്പതി കരുണ പ്ലാന്റേഷൻ?

പരമഹംസ പരിവ്രാജക. ജഗദ്ഗുരു സന്തോഷ് മാധവും, നീരും പൂവും വീഴ്ത്തി ദക്ഷിണ നല്കിയ 112 ഏക്കർ? ഏറ്റവുമൊടുവിൽ അന്തർദ്ദേശീയ ഇത്തിക്കരെപ്പക്കി വിജയ് മല്ലയ്യനു ദാനം കൊടുത്ത ഇരുപതേക്കർ?

(വിമർശനം രൂക്ഷമായപ്പോൾ ഒരു വൃത്തികെട്ട സ്റ്റണ്ട് – നാല്പത്ത ഞ്ചുകൊല്ലത്തെ പില്ക്കാല പ്രാബല്യത്തോടെ ഈ പാപഭാരം പരമശു ദ്ധനായ എൻ ഇ ബലരാമിന്റെ തലയിൽ വച്ചുകെട്ടാൻ ഒരു വിഫല ശ്രമം)

ആയിരക്കണക്കിന് അവിഹിത നിയമനങ്ങൾ, ഉദ്യോഗക്കയറ്റങ്ങൾ. പലവക സൗജന്യങ്ങൾ? കോടികളുടെ തിരിമറികൾ?

പഴയ സ്മാർത്ത വിചാരക്കേസിന്റെ വിസ്താരത്തിനൊടുവിൽ പ്രതി കുറിയേടത്തു താത്രി ചോദിച്ചതുപോലെ?

"എനീം പറയണോ?"

അയ്യോ, വേണ്ട വേണ്ട ധാരാളമായി ഇപ്പോൾത്തന്നെ. എം കൃഷ്ണൻ നായർ സാർ പണ്ടു പറഞ്ഞ വമനേച്ഛ കലശലായിരിക്കുന്നു.

അപ്പോൾ, അതായിരുന്നു മുഖ്യമന്ത്രി അച്ചുതമേനോൻ. ഇഷ്ടവേ ഷമായ ഒറ്റമുണ്ടും മുറിക്കൈയൻ ഷർട്ടും പോലെ ശുഭ്രമായ സ്വഭാവവും ചരിത്രവുമുള്ള വലിയ വളരെ വലിയ മനുഷ്യൻ.

അദ്ദേഹത്തെക്കുറിച്ചാണ്, അന്തരിച്ചു കാൽ നൂറ്റാണ്ടു കഴിഞ്ഞ് ഈ ദുഷ്പ്രവാദം!

ചോരക്കൊതിയാ ചേലടാ

നിന്നെപ്പിന്നെക്കണ്ടോളാം!

അച്ചുതമേനോൻ അഴിമതി മേനോൻ!

അഴിമതി മേനോൻ വേണ്ടേ വേണ്ട!

പ്രിയപ്പെട്ട അഴിക്കോട് മാഷ് പറഞ്ഞതുപോലെ ഇവിടെ മഴപെയ്യാ ത്തതിലല്ല, തീമഴ പെയ്യാത്തതിലേ അത്ഭുതമുള്ളൂ!